ഗ്രീൻ ബുക്സ്

വിമർശകന്റെ കാഴ്ചകൾ

ബാലചന്ദ്രൻ വടക്കേടത്ത്

സാഹിത്യനിരൂപകൻ, പ്രഭാഷകൻ,
രാഷ്ട്രീയ സാമൂഹ്യ പ്രവർത്തകൻ.
തൃശൂർ ജില്ലയിലെ നാട്ടികയിൽ 1955ൽ ജനനം.
കലാമണ്ഡലം മുൻ സെക്രട്ടറി. ഇപ്പോൾ
കേരള സാഹിത്യ അക്കാദമി വൈസ് പ്രസിഡന്റ്.

കൃതികൾ: *കുട്ടിവായന, വായനയുടെ ഉപനിഷത്ത്,
ആനന്ദമീമാംസ, വാക്കിന്റെ സൗന്ദര്യശാസ്ത്രം,
നിഷേധത്തിന്റെ കല, ഉത്തരസംവേദനം,
അർത്ഥങ്ങളുടെ കലഹം, പുതിയ ഇടതുപക്ഷം,
പുരോഗമനപാഠങ്ങൾ, ആധുനികതയ്ക്കും
ഉത്തരാധുനികതയ്ക്കും ഇടയിൽ, രമണൻ എങ്ങനെ
വായിക്കരുത്, പ്രത്യവമർശം, മരണവും സൗന്ദര്യവും
തുടങ്ങി പതിനേഴോളം പുസ്തകങ്ങൾ.*

പുരസ്കാരങ്ങൾ: *രാജാരവിവർമ്മ പുരസ്കാരം,
കുറ്റിപ്പുഴ അവാർഡ്, ഫാ. അബ്രഹാം വടക്കേൽ അവാർഡ്,
കാവ്യമണ്ഡലം അവാർഡ്, ഗുരുദർശന അവാർഡ്,
ശ്രീശൈലം സാഹിത്യ പുരസ്കാരം.*

മേൽവിലാസം: *വടക്കേടത്ത്, തൃപ്രയാർ ക്ഷേത്രസമീപം,
വലപ്പാട് പി.ഒ., തൃശൂർ - 680 567*

വിമർശകന്റെ കാഴ്ചകൾ

ബാലചന്ദ്രൻ വടക്കേടത്ത്

ഗ്രീൻ ബുക്സ്

green books private limited
gb building, civil lane road, ayyanthole,
thrissur- 680 003, kerala, ph: +91 487-2381066, 2381039
website: www.greenbooksindia.com
e-mail: info@greenbooksindia.com

malayalam
vimarshakante kazhchakal
criticism
by
balachandran vadakkedath

first published september 2012

cover design : rajesh chalode

branches:
thrissur 0487-2422515
thiruvananthapuram 0471-2335301
calicut 0495 4854662
ernakulam 8589095302

isbn : 978-93-80884-92-9

GBPL/442/2012

സമർപ്പണം

എന്റെ അച്ഛൻ
രാമചന്ദ്രൻ വടക്കേടത്തിന്

ഉള്ളടക്കം

വ്യക്ത്യനുഭവലാവണ്യം വിമർശനത്തിൽ

സാഹിത്യസൃഷ്ടിയെക്കുറിച്ചുള്ള വ്യക്തിഗതമായ അഭിപ്രായപ്രകടനങ്ങളുടെ സാക്ഷ്യപത്രം മാത്രമാണ് വിമർശനം എന്നു കരുതാമോ? കലാനിയമങ്ങൾക്ക് ഒരു നീതി കല്പിച്ചുകൊടുക്കലായിരുന്നു ഒരു കാലത്ത് വിമർശനത്തിന്റെ കർത്തവ്യം. അത് ഒരു തരംതാഴ്ത്തലിന്റെ സ്വഭാവത്തെ ആവാഹിച്ചെടുക്കലായി വ്യതിചലിച്ച് പോകുമായിരുന്നു. അത് പലരും ഗൗരവമായി എടുത്തിരുന്നില്ല. അതിനാൽ വിമർശനത്തെ നിർവ്വചിച്ചവരൊക്കെ, കലാസിദ്ധാന്തങ്ങളെ പുരസ്കരിച്ചുള്ള ധാരണകളുടെ പതിവുവാചകങ്ങളുടെ ആവർത്തനത്തിൽ ചെന്ന് ചേരുകയായിരുന്നു. വിമർശനത്തിലെ സത്യം നിഷേധിക്കപ്പെടുമ്പോൾ വിമർശനകലയിൽ സത്യം ഒരു ദുഷിപ്പായി രൂപാന്തരപ്പെടുകയും ചെയ്യുന്നു.

വിമർശകൻ ഒരു വ്യക്തിതന്നെയാണ്. ശക്തിയും ദൗർബ്ബല്യവുമുള്ള ഒരാൾ. സ്വകാര്യാനുഭവങ്ങളും താത്പര്യങ്ങളും തന്റേതായ സൗന്ദര്യകാഴ്ചകളും ഉള്ള ഒരാൾ. പലതരം ജൈവപരമായ പ്രശ്നങ്ങളും കടപ്പാടുകളും ബന്ധങ്ങളുടെ ശിഥിലഭാവങ്ങളും വിമർശകന് നേരിടേണ്ടിവരാറുണ്ട്. മൃഗീയമായ ഒരു അടുപ്പം തൃഷ്ണകളോട് പ്രകടിപ്പിച്ചുകൊണ്ടിരിക്കുകയും ചെയ്യുന്നു. സങ്കീർണ്ണമായ മനസ്സും വേവലാതികളും ബാധ്യതകളും വക്രിച്ച ചിന്തകളും കുറ്റം ചെയ്യാത്ത ഒരു ജയിൽപ്പുള്ളിയാക്കി വിമർശകനെ മാറ്റുന്നുണ്ടോ? ഒരുപക്ഷേ അതാകില്ല യാഥാർത്ഥ്യം. സാഹിത്യസൃഷ്ടിയുടെ വിചാരലോകത്തിൽ പ്രവേശിക്കുന്നതോടെ വിമർശകൻ അസാധ്യമായ സങ്കീർണ്ണതകളിൽ അകപ്പെടുകയാണ്. അതയാൾ മറച്ചുവെയ്ക്കുന്നു. വിമർശിക്കുക എന്ന കഠിനപ്രവൃത്തി ഏറ്റെടുക്കുന്നതിലൂടെ ആ മറഞ്ഞ സാധ്യതകളിൽ നിന്ന് സ്വതന്ത്രനാകാനാവുമെന്ന് അയാൾ വിശ്വസിക്കുന്നുമുണ്ട്. അതേസമയം വിമർശകമനസ്സിൽ ഒരു സാഹിത്യകൃതി കയറിച്ചെന്ന് വ്യത്യസ്തമായ ഒരു സംസ്കരണത്തിന് തുടക്കമിടുന്നതും അയാളറിയുന്നു. അതാകട്ടെ, കൃതി സ്വായത്തമാക്കുന്ന ഒരു സ്വയം പീഡനമാണ്. സാഹിത്യകൃതി അനുഷ്ഠിക്കുന്ന ഈ പീഡനം തുല്യമായ ഒരു അവസ്ഥ വിമർശകനിലും

സംജനിപ്പിക്കുന്നുണ്ട്. സാഹിത്യകൃതിയുടെ ആ സംസ്കരണ മനോഭാവത്തിൽനിന്ന് വിമർശകന് പുറത്തുകടക്കാൻ പ്രയാസമാണ്. അതിനാൽ കൃതിയുടെ അകംഭാവത്തെ ഉൾക്കൊണ്ടതിനുശേഷം തന്റേതായ മറ്റൊരു ലോകം സൃഷ്ടിച്ചെടുക്കുകയാണ് വിമർശകൻ. ഈ നിർമ്മിതലോകമാണ് കലയുടേയും സാഹിത്യത്തിന്റേയും സത്താപരമായ മൂല്യാന്വേഷണത്തിൽ അടിത്തറയായി പരിണമിക്കുന്നതെന്ന് കാണാം.

സിദ്ധാന്ത വ്യാഖ്യാനങ്ങൾ സാഹിത്യരചനകളുടെ പരുഷമായ വ്യക്തിതലവുമായി വാസ്തവത്തിൽ ബന്ധപ്പെടുന്നില്ല. ബാഹ്യതല വീക്ഷണത്തിൽ ആ ജ്ഞാനധർ മ്മങ്ങൾ സമാന്തരമായ മറുസ്വഭാവങ്ങൾ പ്രകടിപ്പിക്കുന്നത് ശ്രദ്ധയിൽപ്പെട്ടുകൂടെന്നില്ല. എന്നാൽ ആ ജ്ഞാനധർമ്മങ്ങൾ സാഹിത്യസൃഷ്ടികളുടെ ആന്തരികതയുമായി എപ്രകാരം ചേർന്നുകിടക്കുന്നുവെന്ന ആരായൽ വിമർശനത്തിന്റെ ഒരു അനുഭവതത്വമാണ്. ചിലപ്പോൾ സിദ്ധാന്തങ്ങളുടെ അന്ധമായ അടിപണിയൽ വിമർശനത്തിന്റെ സമഗ്രതയെയും സൗശീല്യത്തെയും നഷ്ടപ്പെടുത്തിയെന്നുവരാം. മുൻധാരണകളോടെയുള്ള സിദ്ധാന്തവിധികല്പനകൾ അതിന് ഹേതുവായി മാറുന്നു. അത് വിമർശകനിൽ ഉളവാക്കുന്ന അനുകൂലപ്രതികരണങ്ങൾ ആത്മഹത്യാപരമായ ചില മുറിവുകൾ സൃഷ്ടിക്കാൻ സാധ്യത കാണുന്നു. വിമർശകന്റെ വിചാരനിരീക്ഷണ പ്രജ്ഞ ഇവിടെ നിശ്ശബ്ദമാകുന്നുണ്ടോ? വ്യക്തിത്വത്തിന്റെ നിഗ്രഹാവസ്ഥയിൽ വിമർശനം ചെന്നുചാടുന്നതിനെക്കുറിച്ച് ഗൗരവമായി ആലോചിക്കുന്ന വിമർശകർ നമുക്ക് കുറവാണ്. ഈ ദുഷിപ്പിൽനിന്ന് വിമർശനത്തെ സ്വതന്ത്രമാക്കേണ്ടതും സംരക്ഷിക്കേണ്ടതും വിമർശനകലയുടെ രീതിയാണ്. ഇക്കാര്യത്തിൽ വിമർശകന്റെ പ്രവൃത്തികൾ ഏതുമട്ടിൽ നീങ്ങണമെന്നത് മറ്റൊരു പ്രധാന പ്രശ്നമാണ്. കലാനിയമങ്ങളോടും സിദ്ധാന്തങ്ങളോടുമുള്ള തരളവാത്സല്യം ഉപേക്ഷിക്കയാണ് ആദ്യമായി വേണ്ടത്. അമിതവാത്സല്യത്തെയും സിദ്ധാന്തങ്ങളെയും വിഘടിപ്പിക്കുക എന്നതിന് സിദ്ധാന്തങ്ങളെ അപ്പാടെ അവഗണിക്കുക എന്നൊരർത്ഥം കൊടുക്കേണ്ടതില്ല. അത് പൊടുന്നനെ ഒരു തെറ്റിദ്ധാരണയിലേക്ക് വിമർശകനേയും വായനക്കാരനേയും നയിക്കാനിടയുള്ള നിരീക്ഷണമാണ്. അതിനാൽ ചില വിശദീകരണങ്ങൾ ആവശ്യമായി വരുന്നു. സാഹിത്യസിദ്ധാന്തങ്ങളെ ആർക്കാണ് കണ്ണടച്ച് തിരസ്കരിക്കാനാവുക? ആരും തിരസ്കരിക്കാറുമില്ല. സിദ്ധാന്തങ്ങളുടെ സൂക്ഷ്മത ഉൾക്കൊള്ളാനും അത് പ്രയോഗത്തിൽ കൊണ്ടുവരാനും വിമർശനത്തിൽ ഏർപ്പെടുന്ന വ്യക്തിക്ക് സാധ്യമാകുന്നുണ്ടോ എന്ന ആരായലാണ് അനിവാര്യം. അത് അസാധ്യമായ കാര്യമല്ല. എന്നാൽ ഇക്കാര്യത്തിൽ തെളിഞ്ഞ ഒരു നിലപാട് വിമർശകന് ഉണ്ടായേ മതിയാവൂ. സാഹിത്യരചനകളുടെ കലാപരമായ മഹത്ത്വവുമായി ഇണങ്ങാൻ വിസമ്മതിക്കുന്ന സിദ്ധാന്ത നിയമങ്ങളേയും കലാധാരണകളേയും നിരാകരിക്കണമെന്നാണ്

എന്റെ രേഖപ്പെടുത്തൽ. സിദ്ധാന്ത ബാഹുല്യം വരുമ്പോൾ സിദ്ധാന്ത ങ്ങളെ ചേറ്റിക്കൊഴിക്കേണ്ടിവരികതന്നെ ചെയ്യും. സാഹിത്യസിദ്ധാന്ത ങ്ങളെ പഠനവിധേയമാക്കിക്കൊണ്ട് മാത്രമേ അത് സാധ്യമാവൂ. അതിലൂടെ ബഹിർഗ്ഗമനസ്വഭാവമുള്ള സിദ്ധാന്തങ്ങളുടെ അടിസ്ഥാന മില്ലായ്മയെ ധീരമായി ത്യജിക്കാനുള്ള മനസ്സാന്നിധ്യമാണ് വിമർശകൻ സ്വീകരിക്കേണ്ടത്. കലാനിയമങ്ങൾ വഴിത്തുണകൾ മാത്രമാണ്. ആ യാഥാർത്ഥ്യത്തെ നിരാകരിക്കാനുമാവില്ല. ഇതൊക്കെ മനസ്സിലാക്കാതെ സകല സമീപനങ്ങളിലുമുള്ള വിശ്വാസമാണ് ഇല്ലാതാകേണ്ടത് എന്ന് വാദിക്കുമ്പോൾ അവർ ചെന്നുവീഴുന്നത് ആശയപരമായ കടുത്ത ദുരന്ത ത്തിലായിരിക്കും. വിമർശകന്റെ വഴിത്തുണകളാകാൻ കെല്പുള്ള സിദ്ധാന്തങ്ങളും സാഹിത്യനിയമങ്ങളും പ്രയോജനകരമായി ഉപയോഗ പ്പെടുത്തി സമകാലികമായ അനുഭവങ്ങളുടെ പിന്തുണയോടെ ഇടപെട്ട് നവസിദ്ധാന്തങ്ങളെ ഒരുക്കിയെടുക്കുകയാണ് വിമർശനകലയുടെ പ്രധാന കടമയായിരിക്കേണ്ടത്. വിമർശനത്തിലെ സ്വകാര്യദർശന ത്തിന്റെ പുതിയ കാലത്തെ അത് ഭാവന ചെയ്യുകയും വിമർശകരെ അവിടെക്കൊണ്ടെത്തിക്കുകയും ചെയ്യുന്നു.

സാഹിത്യരചനയിലെ ആത്മാർത്ഥതയെ ചോദ്യം ചെയ്യുന്ന വ്യാഖ്യാ നമല്ല വിമർശനം. വിമർശിക്കുക എന്നതിന്, സാഹിത്യസൃഷ്ടിയിലൂന്നി ഒന്നിളകി ആലോചിക്കുക എന്നാണ് ഞാൻ കൊടുക്കുന്ന അർത്ഥം. അതായത് സ്വന്തം നിരീക്ഷണത്തിന്റെ നിറംപകർന്ന സാഹിത്യരചന യുടെ രക്താണുക്കളെയും ഹൃദയധമനികളെയും സജീവമാക്കുന്ന ആത്മരചനയാണ് അത്. എന്നാൽ വാചകങ്ങൾക്കും വാക്കുകൾക്കും വ്യത്യസ്തരീതിയിലുള്ള ഭാഷ്യമൊരുക്കലാണ് വിമർശനമെന്ന് ധരിച്ചു വശായിട്ടുള്ള ചിലരെങ്കിലുമുണ്ട്. അവർ സമവാക്യനിരൂപണത്തിന്റെ പ്രയോക്താക്കളുമാണ്. വാസ്തവത്തിൽ ഭാഷ്യം നിർമ്മിക്കൽ വിമർശ കൻ നടത്തുന്ന ഏറ്റവും വലിയ കുറ്റകൃത്യമാണ്. അത്തരം സമീപനങ്ങൾ സ്വകാര്യവ്യക്തിത്വത്തിന്റെ പ്രകാശധാരയെയാണ് നിഷ്പ്രഭമാക്കുക. അതറിയാതെ ശാസ്ത്രീയ വ്യാഖ്യാനങ്ങൾക്കുവേണ്ടി പഴയതും പുതിയ തുമായ സിദ്ധാന്തനിലപാടുകളെ അവർ സമീപിക്കുന്നു. മനശ്ശാസ്ത്രം, സമൂഹശാസ്ത്രം, ഫ്രോയ്ഡിയൻ തിയറി തുടങ്ങി നിരവധി പ്രയോഗ ങ്ങൾ വിമർശനത്തിൽ കണ്ടുവരുന്നത് അതിന്റെ ഭാഗമാണ്. ജീവിത നിരീക്ഷണത്തിൽ ദിക്കുതെറ്റി എഴുത്തുകാർ ഉഴറുന്നതുപോലെ വിമർശകൻ ദിക്ഭ്രമത്തിൽപ്പെടുകയാണോ? സാഹിത്യസൃഷ്ടിയുടെ ആന്തരിക ചൈതന്യം തെളിയിക്കുകയെന്ന പ്രാഥമിക പാഠത്തിൽനിന്ന് വിമർശകൻ അശ്രദ്ധയോടെ മാറുമ്പോൾ നിരൂപണം സമവാക്യനിരീ ക്ഷണമായി പരിണമിക്കാനാണ് സാധ്യതയേറെയും.

ഈ സ്ഥിതിവിശേഷം വിമർശനകലയിൽ ഒരുകാലത്തും സംജാത മായിക്കൂടാ. കൃതിയുടെ സമഗ്രസത്തയാണ് വിമർശനത്തിന്റെ ശരിയായ

ലക്ഷ്യം ആയിരിക്കേണ്ടത്. നവീനനിരൂപണം ആ വിജ്ഞാന ലക്ഷ്യത്തിൽ ശ്രദ്ധിച്ചിരുന്നതായി കാണാം. എന്നാൽ അതിന്റെ സിദ്ധാന്ത സങ്കല്പങ്ങൾ പൂർണ്ണമായും കലയുടെ സൗന്ദര്യത്തികവിലെത്താൻ വിമർശനത്തെ സഹായിച്ചോ? പാഠവിചാരസമ്പ്രദായം (Textual Criticism) പാശ്ചാത്യവിമർശകപണ്ഡിതൻമാരോടൊപ്പം നമ്മുടെ ചില നിരൂപകന്മാരും കവിയെ അറിയാൻ ഉപയോഗിച്ചുകണ്ടിട്ടുണ്ട്. എന്നാൽ കാവ്യത്തിന്റെ ആദ്യന്തം നിറഞ്ഞുനില്ക്കുന്ന സൗന്ദര്യത്തെ കണ്ടെത്തുന്നതിൽ ആ വിചാരം വേണ്ടത്ര ഗുണകരമായില്ല. ഒരു പ്രത്യേക മനോഗുണരീതി മാത്രമാണത്. വിമർശനം പ്രത്യാശിക്കുന്ന സമഗ്ര കലാതത്ത്വബോധം ഇങ്ങനെയുള്ള സിദ്ധാന്ത താല്പര്യങ്ങളിലൂടെ സമാഹരിക്കുക അസാധ്യമാണ്. അത് അംഗീകരിക്കപ്പെട്ട വസ്തുതയാണ്. വിമർശനത്തിന്റെ ഉരസ്തടത്തിൽ വീണ്ടും ചൂടേൽക്കേണ്ടതിന്റെ ജാഗ്രത വിമർശകൻ തിരിച്ചറിയുന്നു.

കാപട്യത്തിന്റെ അളവുകോലുമായി സാഹിത്യകൃതികളുടെ ഉള്ളിൽ കടന്നുചെല്ലുന്നതിൽ ചില അപാകതകളുണ്ട്. വിമർശകൻ ആവശ്യപ്പെടുന്ന സ്വാതന്ത്ര്യം അതോടെ നഷ്ടപ്രായമാകുന്നു. സർഗ്ഗാത്മക ഔന്നത്യത്തിലേക്ക് വിമർശനകലയ്ക്ക് ഉയരണമെങ്കിൽ വിമർശകന്റെ സ്വാതന്ത്ര്യബോധം അപഹരിക്കപ്പെടാതെ നിലനിൽക്കേണ്ടതാണ്. അതിനായി അപരമാനദണ്ഡങ്ങൾ സ്വീകരിക്കുന്ന കീഴ്വഴക്കമാണ് തിരസ്കരിക്കേണ്ടത്. സത്യസന്ധമല്ലാത്ത എല്ലാ അളവുകോലുകളും ഉടച്ചുകളഞ്ഞ് ബുദ്ധിപരമായ ഇടപെടലിന് വിമർശകൻ സന്നദ്ധനാകണം. അതോടെ വ്യത്യസ്തവും സ്വതന്ത്രവുമായ കലാനിയമങ്ങൾ കണ്ടെത്താനും സാഹിത്യകലയുടെ മൂല്യാന്വേഷണത്തിൽ പ്രയോജനപ്പെടുത്താനും ചുമതലപ്പെട്ടവനായി വിമർശകൻ പരിണമിക്കുകയായി. വിമർശനം ഒരു പുനഃസൃഷ്ടിയായി മാറുന്നത് അപ്പോഴാണ്. ഈ സിദ്ധാന്ത നിർമ്മിതിയിൽ വിമർശകന്റെ താത്പര്യങ്ങൾ കൂടിച്ചേരാതിരിക്കില്ല. അഭിരുചിയുടെ പ്രശ്നം ഇവിടെ നിന്ന് ആരംഭിക്കുന്നു.

സന്തുലിതമായ ഒരു ഭാവം അനുവാചകനിൽ വിമർശനം ഉന്മിഷത്താക്കുന്നുണ്ട്. ആസ്വാദനത്തിന്റെ രീതിശാസ്ത്രം പ്രബലപ്പെടുന്ന സന്ദർഭമിതാണ്. സാഹിത്യസൃഷ്ടി മനുഷ്യന്റെ അന്തർവൃത്തികളെ അനുവാചകനിലേക്ക് എടുത്തെറിയുകയാണ് വായനയുടെ വേളയിൽ. അതേ അന്തർവൃത്തികളെ സാഹിത്യവിമർശകനും അറിയുന്നു. ഒരു തുലനധ്വനി അയാളുടെ മനസ്സിലുണ്ടാകുന്നു. ആ ധ്വനിവിശേഷത്തിൽ ആത്മാർപ്പണം ചെയ്തുകൊണ്ടാണ് കർക്കശവും ഹിംസാപ്രവണവുമായ ആശയവിചാരത്തിലേക്ക് വിമർശകൻ നീങ്ങുന്നത്. ആദ്യമായി സാഹിത്യസൃഷ്ടിയുടെ സത്താബലത്തിന് ചുറ്റും തന്റെ സൗന്ദര്യബോധത്തിനിണങ്ങുന്ന ഒരു ദാർശനികമണ്ഡലം വിമർശകൻ ഉണർത്തിയെടുക്കുന്നു. വിമർശകന്റെ സർഗ്ഗശക്തിയും അതിന്റെ കർമ്മകാരണമാണ്.

പുറത്തുനിന്ന് വീക്ഷിക്കുമ്പോൾ ശ്രദ്ധയിൽപ്പെടുന്നതിനേക്കാൾ വിശാലമായ ഒരു സാംസ്കാരിക സ്ഥലരാശി വിമർശകൻ രൂപപ്പെടുത്തിയെടുക്കുകയാണ്. അത് വിമർശനത്തിന്റെ കരുത്തായി മാറുന്നു. അങ്ങനെ സാഹിത്യരചനയുടെ ക്രിയാക്ഷേത്രത്തിൽ നിലയുറപ്പിക്കാനും തന്റേതായ ചിത്തസംസ്കാരത്തെ വെളിപ്പെടുത്താനും ആയുന്ന വിമർശകൻ കലാസൃഷ്ടിയെത്തന്നെയാണ് ബലപ്പെടുത്തുന്നത്. ഒരു പുനരാവിഷ്കാരമനോഭാവം അതുണർത്തുന്നു. സ്വാനുകൂലമായ ചിത്തസമഗ്രതമൂലം രൂപപ്പെടുന്ന സർഗ്ഗാത്മകമായ കരുത്ത് വിമർശകവ്യക്തിത്വത്തിന് ലഭിക്കുന്ന അംഗീകാരമാണ്. അടങ്ങാത്ത സ്വാതന്ത്ര്യബോധവും അന്വേഷണവാഞ്ഛയും കൂടിച്ചേർന്നതാണ് ആ വ്യക്തിപ്രഭാവ ഘടകം. വിമർശകന്റെ ഈ സ്വകാര്യമായ വ്യക്തിനിരീക്ഷണപ്രജ്ഞയെ അടച്ചാക്ഷേപിക്കാൻ മുതിരുന്നവർ ഇല്ലാതില്ല. അവർ വിമർശനകലയുടെ വ്യാഖ്യാനതാത്പര്യത്തെ ആസ്വാദനം കൊണ്ട് മറികടക്കാമെന്ന് വിചാരിക്കുന്നവരാണ്.

വിമർശകൻ അനുഭവിക്കുന്ന സ്വാതന്ത്ര്യവും സർഗ്ഗാത്മക എഴുത്തുകാരുടെ സ്വാതന്ത്ര്യവും വിഭിന്നമാണ്. വ്യാഖ്യാനസന്ദർഭത്തിൽ വ്യാഖ്യാതാവായ നിരൂപകൻ നേരിടുന്ന സ്വാതന്ത്ര്യത്തിന്റെ അധികാരം എഴുത്തുകാർ നേരിടുന്നില്ല. വിമർശനകല ക്ലേശകലയാണ്. സ്വതന്ത്രമായ നിരീക്ഷണത്തിലൂടെ അയാൾ അനുവർത്തിക്കുന്ന രീതി ഒരു കലാവിദ്യയായിത്തീരുന്നു. വായനയുടെയും അനുഭവത്തിന്റെയും സാഹചര്യങ്ങളിൽനിന്ന് ആർജ്ജിതമായ സംസ്കാരം ഉപയോഗിച്ച് വിമർശകൻ എല്ലാ സമീപനങ്ങളോടും എല്ലാ കലാനിയമങ്ങളോടും ഒരു പ്രതിബോധം പ്രകടിപ്പിക്കാറുണ്ട്. അതിന്റെ പ്രചോദനശക്തി വിമർശകനിലെ വ്യക്തിതന്നെയാണ്. സമഷ്ടിയെ പരിത്യജിക്കാതെയുള്ള വ്യക്തിദർശനരൂപമായി വിമർശനകല മാറുകയാണ്. അവിടെ ഒരു സ്വയംബോധക്രിയയുടെ ഉണരലുണ്ട്. ആത്മനിഷ്ഠതയുടെ ഈ ക്രിയാംശമാണ് വിമർശകന്റെ ആത്മനിരീക്ഷണത്തിന്റെ പ്രത്യക്ഷതയും പുലരലും. അതായത് വ്യക്ത്യാനുഭവത്തിന്റേയും സമഷ്ട്യാനുഭവത്തിന്റേയും കൂടിച്ചേരലിന്റെ ലാവണ്യബോധം വിമർശനത്തിൽ വരുമ്പോൾ, അത് വ്യത്യസ്തമായ ഒരു സിദ്ധാന്ത താത്പര്യത്തിന്റെ തുടക്കമാകുമെന്ന് ഉറപ്പ്. ഒരു വ്യക്ത്യനുഭവസിദ്ധാന്തം വിമർശനത്തിൽ രൂപപ്പെടുന്നു.

■

പഴയ ശരിയും പുതിയ തെറ്റും

1971ൽ തന്റെ നിരൂപണ നിലപാട് അവതരിപ്പിക്കാൻ എം.എൻ. വിജയൻ അടിസ്ഥാനമാക്കിയത് കുട്ടികൃഷ്ണമാരാരെയാണ്. മാരാരും മുണ്ടശ്ശേരിയും പോളുമാണ് അന്നത്തെ നിരൂപണത്തിന്റെ യഥാർത്ഥ ശബ്ദം എന്ന്, വിയോജിപ്പുകളോടൊപ്പം, അദ്ദേഹം തെളിച്ചുവിളിച്ചു പറഞ്ഞിരുന്നു. വിജയന്റെ അറിവിൽ ആ ശബ്ദമേഖലയിലേക്ക് സുകുമാർ അഴീക്കോട് പ്രവേശിച്ചിരുന്നില്ല. എന്നാൽ, വിജയന്റെ ആ നിലപാടുകൾ സൃഷ്ടിച്ച ഒച്ചപ്പാടുകൾ ചെറുതല്ലായിരുന്നു. വിലയിരുത്തലിലെ തത്ത്വങ്ങൾ മാറുന്നതിന്റെ ഓർമ്മപ്പെടുത്തലായി ആ നിരീക്ഷണങ്ങൾ മാറി. നിരൂപകരുടെ ദൗർബല്യങ്ങളെയാണ് വിജയൻ സ്പർശിച്ചതും ചോദ്യം ചെയ്തതും. അതിൽ എനിക്ക് പൂർണ യോജിപ്പില്ലായിരുന്നു. 'പഴയ ശരിയും പുതിയ തെറ്റും' എന്ന ലേഖനത്തിലെ ആശയങ്ങളോടുള്ള വിയോജിപ്പുകൾ ചൂണ്ടിക്കാണിച്ചുകൊണ്ട് ചില ആശങ്കകൾ അക്കാലത്തു തന്നെ ഞാൻ പങ്കുവെച്ചിരുന്നു. ആ ഓർമ്മയിലാണ് പുതിയ കാലത്തെ സാഹിത്യത്തിലെ മുഴക്കങ്ങളെയും നിശ്ചലതയെയും വിശകലനം ചെയ്യാൻ എം.എൻ. വിജയനിൽ നിന്ന് ആരംഭിക്കുന്നതാകും ശരിയെന്ന് തോന്നിയത്.

നിരൂപണത്തിൽ അദ്ദേഹം ഉപയോഗിച്ച അളവുകോൽ മനഃശാസ്ത്രത്തിന്റേതായിരുന്നു. ഫ്രോയ്ഡും യുങ്ങുമൊക്കെ വായനയിൽ പ്രതിഫലിച്ച വ്യക്തിപ്രതിഭകളായി. വൈലോപ്പിള്ളിയുടെ 'സഹ്യന്റെ മകൻ' എന്ന കവിതയ്ക്കെഴുതിയ പഠനം മനഃശാസ്ത്രത്തിന്റെ താക്കോൽ പ്രയോഗത്തെ ഉദാഹരിക്കുന്നതാണ്. 'ആനൽ ഇറോട്ടിസിസം' എന്ന ഒരു വാക്ക് അദ്ദേഹം പ്രയോഗിക്കുകയുണ്ടായി. അന്നത്തെ യാഥാസ്ഥിതികരെ അത് വല്ലാതെ ചൊടിപ്പിച്ചിരുന്നു. എന്നാൽ, വിജയൻ അതിൽ തെല്ലും പരിഭ്രമിച്ചതേയില്ല. വിജയന്റെ നിരൂപണ നിലപാടുകളെ സമകാലികരായ നിരൂപകർ കാണാതെപോയതിലായിരുന്നു എം. ലീലാവതിക്കു ക്ഷോഭം. അത് പ്രതിഭാശാലികളെ മൗനംകൊണ്ടു നേരിടുകയെന്ന തന്ത്രമായിരിക്കാം. ഇക്കാലത്തും ആ തന്ത്രം തുടരുന്നുണ്ട് എന്ന് നമുക്കറിവുള്ളതുമാണ്. അതേസമയം, ഫ്രോയിഡിനോടൊപ്പം മാർക്സും ഈ

നിരൂപകന്റെ സൗന്ദര്യാഭിമുഖ്യത്തോടൊപ്പം ചേർന്ന് സങ്കീർണ്ണമായ പ്രശ്നങ്ങൾ ക്ഷണിച്ചുവരുത്തിയിരുന്നു. വായനയുടെ സമഗ്രസങ്കല്പങ്ങളിൽനിന്ന് നിരൂപണം തെറിച്ചുപോകുന്നതായി ചിലർക്ക് അനുഭവപ്പെടുകയുണ്ടായി. ആ തർക്കം പിന്നീടൊഴിവായി. സാഹിത്യം മുഖ്യവിഷയമല്ലാതാവുകയും രാഷ്ട്രീയ തത്ത്വചിന്ത വിഷയമാവുകയും ചെയ്തതോടെ നിരൂപണത്തിന്റെ ധർമ്മം പഴയ സാഹിത്യത്തെ നോക്കിക്കാണാനുള്ള പുതിയ കാഴ്ചകൾ നൽകലാണ് എന്ന വിശ്വാസത്തിൽ എം.എൻ. വിജയനെ കൊണ്ടെത്തിച്ചു.

സാഹിത്യത്തിലെ പഴയ ചാലുകൾ വെട്ടിമൂടാതെ ഒരു പുതിയ സമൂഹം രൂപപ്പെടുക അസാധ്യമാണ്. പഴയ ചാലുകൾ മൂടാൻ യാഥാസ്ഥിതികവാദികൾ തയ്യാറാകില്ല. അതു തുറന്ന് പ്രഖ്യാപിച്ചത് വിജയനെ അനഭിമതനാക്കി. അങ്ങനെ വിജയന് അനഭിമതരായവർ കുറെ കഴിഞ്ഞപ്പോൾ സാഹിത്യത്തിൽ നിന്ന് ഒഴിഞ്ഞുപോയി. വിജയന്റെ ചാലുകൾ പിന്തുടർന്ന് ആരുമെത്തിയതുമില്ല. ഒടുവിൽ യാഥാസ്ഥിതിക മാർക്സിസ്റ്റുകൾതന്നെ ആ സഞ്ചാരപഥം തടസ്സപ്പെടുത്തി ആഹ്ലാദിച്ചതും നാം ചരിത്രത്തിൽ കാണുന്നു.

എന്നാൽ, അവർക്ക് കൂടുതൽ കാലം പിടിച്ചുനിൽക്കാൻ സാധിച്ചില്ല. അവർ ഘോഷിച്ച റിയാലിറ്റിയെയും പടുത്തുയർത്തിയ വിശ്വാസ്യതയെയും ആധുനികത തകർത്തുകളഞ്ഞു. എഴുത്തുകാരന് രാഷ്ട്രീയവുമായുള്ള അടുപ്പം ആലോചനയിലെത്തിയത് പുരോഗമന സാഹിത്യപ്രസ്ഥാനത്തിന്റെ ആവിർഭാവത്തോടെയായിരുന്നു. സാഹിത്യത്തിന്റെ വർഗ്ഗബന്ധവും രൂപത്തിൽ കവിഞ്ഞ് ഉള്ളടക്കത്തിനുള്ള പ്രാധാന്യവും പുരോഗമനമാർഗ്ഗത്തിന്റെ ഭാഗമായി ഉന്നയിക്കപ്പെട്ടു. ആ ഉച്ചയിലേക്കാണ് ആധുനികതയുടെ വരവുണ്ടായത്. റിയലിസത്തെ എതിർത്തുകൊണ്ട് ഈ സാഹിത്യപ്രസ്ഥാനം ഉയർത്തിയ വെല്ലുവിളികൾ സാഹിത്യാന്തരീക്ഷത്തെ മുഖരിതമാക്കി. റിയലിസ്റ്റ്–കാല്പനികതന്ത്രങ്ങൾ പിടിച്ചുനിൽക്കാനാവാതെ സാഹിത്യം വഴിമാറിപ്പോവുന്നത് പലരെയും അദ്ഭുതപ്പെടുത്തി. ‘കുരുക്ഷേത്രം’ ആധുനികതയുടെ ആരംഭകവിതയായി വ്യാഖ്യാനിച്ചപ്പോൾ, അതിന് എതിർനിൽക്കാൻ എഴുത്തുകാരെ സംഘടിപ്പിച്ചത് പുരോഗമനസാഹിത്യപ്രസ്ഥാനമാണ്. ആധുനികരും യാഥാസ്ഥിതിക മാർക്സിസ്റ്റുകളും നടത്തിയ യുദ്ധങ്ങൾ കണ്ടുകൊണ്ടാണ് ആധുനികാനന്തര തലമുറ പിറവികൊണ്ടത്. പക്ഷേ, ഈ തർക്കത്തിനിടയിൽ വർഗസമരസിദ്ധാന്തവും ഉള്ളടക്കവാദവും ചോർന്നുപോയത് മാർക്സിസ്റ്റ് പഠിതാക്കൾ അറിഞ്ഞതുമില്ല. ആധുനികത മൃഗീയമായ വെറുപ്പ് പ്രകടിപ്പിച്ചത് റിയലിസത്തോടായിരുന്നു. കാൽപനികതയോടല്ല. അഗാധമായ വേദനകളും ദൃഷ്ടാന്തങ്ങളും പ്രതീക്ഷകളും നൈരാശ്യങ്ങളും എല്ലാം കൂടിച്ചേർന്ന അന്തരീക്ഷം സാഹിത്യത്തിൽ രൂപപ്പെട്ടതോടെ, അതുവരെ വർഗ്ഗസമരം പറഞ്ഞവർ ആധുനികരായി രൂപാന്തരപ്പെടുന്ന

കാഴ്ചയും എഴുപതുകളിൽ നാം കണ്ടു. എന്നിട്ടും രാഷ്ട്രീയം കൈവിടാത്ത ഒരു ആധുനികതയെക്കുറിച്ച് അവരിൽ ചിലരെങ്കിലും ആലോചിച്ചിരിക്കണം.

ശുദ്ധ ആധുനികതയിൽ പിളർപ്പുണ്ടാക്കിയത് 1975ലെ അടിയന്തരാവസ്ഥയാണ്. അദ്ഭുതകരമായിരുന്നു ആ പരിണാമം. സ്വാതന്ത്ര്യം എന്ന പ്രശ്നം വ്യത്യസ്തമായ വികാരത്തോടെ സാഹിത്യത്തിൽ പ്രത്യക്ഷപ്പെടാൻ ഇടയായി. ആധുനികർ ആവർത്തിച്ചുകൊണ്ടിരുന്ന സർവതന്ത്ര സ്വാതന്ത്ര്യവും എഴുത്തുകാരന്റെ രാഷ്ട്രീയ സ്വാതന്ത്ര്യവും വിഭിന്നമാണ് എന്നു വാദിക്കാൻ ചില എഴുത്തുകാർ മുതിർന്നു. ദേശീയതയിൽ അത് ചില വൈചിത്ര്യങ്ങളുമുയർത്തി. മിത്തുകൾ പുനർനിർവചിക്കപ്പെട്ടു. 'ധർമ്മപുരാണം' പോലുള്ള രാഷ്ട്രീയ പരിഹാസനോവലുകളും കാർട്ടൂൺ കവിതകളും എഴുതപ്പെട്ടു. വേദവും ഉപനിഷത്തും വർഗ്ഗസമരത്തോടൊപ്പം സാഹിത്യത്തിനു പ്രചോദനമാവുന്നത് അതിശയകരമായ മറ്റൊരു അനുഭവമായിരുന്നു. കെ.ജി. ശങ്കരപ്പിള്ളയും അയ്യപ്പപ്പണിക്കരും സച്ചിദാനന്ദനും അവതരിപ്പിച്ച രാഷ്ട്രീയ കവിതകൾ മലയാളത്തിലെ മങ്ങിത്തുടങ്ങിയ കാല്പനിക ധാരയെ വീണ്ടും വിഭ്രമിച്ചതായിരുന്നു വേറൊരു അനുഭവം. എന്നാൽ, അടിയന്തരാവസ്ഥക്കാലത്ത് ജയിലിൽ കിടന്നവരെഴുതിയ കവിതകൾ, രൂപത്തിൽ കവിതകളായി നിർവചിച്ചെങ്കിലും, കാവ്യഭാവുകത്വത്തെ സാരമായി ബാധിക്കുകയുണ്ടായില്ല. അത് ഇന്നൊരു നൊസ്റ്റാൾജിയയായി പുനരവതരിപ്പിക്കപ്പെടുന്നു. പുരോഗമന കവിത അപ്പോഴും എഴുതപ്പെട്ടിരുന്നു.

ആധുനികതയിൽനിന്നുള്ള വിച്ഛേദം പ്രകടിപ്പിച്ചുകൊണ്ട് മലയാളത്തിന്റെ രാഷ്ട്രീയകവിത പുരോഗമനകവിതയെക്കാൾ കരുത്ത് പ്രകടിപ്പിച്ചു. അത് വലിയൊരു അനുഭവമായിരുന്നല്ലോ. രൂപാധിഷ്ഠിത കാല്പനികത വ്യവഹാരാധിഷ്ഠിത രൂപംകൊണ്ട് പ്രതിരോധിക്കപ്പെടാനും അതിടയാക്കിയിരുന്നു. അത് ഒരു സൗന്ദര്യശാസ്ത്ര സമരമായിരുന്നു. ഒ.എൻ.വി. കവിത ഇളകിയാടിയത് ആ സമരത്തെ തുടർന്നാണ്. പിടിച്ചുനിൽക്കാൻ കഴിഞ്ഞെങ്കിൽ, അതിനു കാരണം ഈ രാഷ്ട്രീയ കവിതയിലുണ്ടായ മറ്റൊരു പിളർപ്പാണ് എന്നു കാണാം.

ആധുനികതയുടെ വരവും അതിന്റെ സാഹിത്യപരമായ സവിശേഷതകളും സമഗ്രമായി വിലയിരുത്താൻ പാടുപെട്ട നിരൂപകരിലൊരാൾ കെ.പി. അപ്പനാണ്. മാർക്സിസം സമ്പൂർണ്ണ സിദ്ധാന്തമാണെന്ന വിശ്വാസത്തെ സംശയത്തോടെ നോക്കിക്കണ്ടവരുടെ കൂടെയാണ് ആധുനികത എന്നദ്ദേഹം പ്രഖ്യാപിച്ചു. കാമു, ഷെനെ, സാർത്ര് തുടങ്ങിയവരുടെ ചിന്താനിലപാടുകൾ വിശദീകരിച്ചു. മൗനവും ശബ്ദവും സാഹിത്യത്തെ സ്വാധീനിക്കുന്ന രീതികൾ വിശകലനം ചെയ്തുനോക്കി. എന്നാൽ, സമഗ്രവീക്ഷണത്തിൽ കെ.പി. അപ്പൻ ആധുനികരുടെ കൂടെയോ മാർക്സിന്റെ കൂടെയോ എന്ന സംശയം അപൂർവം ചില വായനക്കാർക്കുണ്ടായി.

ആധുനിക വായനക്കാർക്കും കാല്പനിക ഭാഷാപ്രേമികൾക്കും മാർക്സിസ്റ്റ് പക്ഷപാതികൾക്കും അപ്പൻ ഒരുപോലെ സുസമ്മതനായത് എങ്ങനെ എന്നായിരുന്നു അവരുടെ ചോദ്യം. 'പേനയുടെ സമരമുഖങ്ങൾ' എന്നു പ്രയോഗിച്ച് മാവോ സെ തുങ്ങിന്റെ യെനാൻ പ്രസംഗത്തെ അദ്ദേഹം ഓർമപ്പെടുത്തി. അത് ആധുനികത ഏതാണ്ട് മൃതപ്രായമായിത്തുടങ്ങിയപ്പോൾ ആയിരുന്നു. മാവോ തന്റെ പ്രസംഗമാരംഭിച്ചത് യുദ്ധത്തിന്റെ സമരമുഖത്തെയും പേനയുടെ സമരമുഖത്തെയും ഓർമപ്പെടുത്തിക്കൊണ്ടായിരുന്നല്ലോ. "വിവേകശാലിയായ വായനക്കാരാ..." എന്ന് അപ്പൻ സംബോധന ചെയ്യുമ്പോൾ, വായനക്കാരിൽ ഊന്നിക്കൊണ്ടുള്ള ഒരു വിമർശപദ്ധതിയെക്കുറിച്ച് പില്ക്കാല നിരൂപകരിൽ ചിലർ സംസാരിച്ചുതുടങ്ങിയിരുന്നു. ആധുനികത അല്പം രാഷ്ട്രീയനിറം പ്രകടിപ്പിച്ചു തുടങ്ങിയപ്പോൾ, അതിനെ 'ചുവന്ന വാൽ' എന്ന് വിശേഷിപ്പിച്ചതിനുശേഷം നരേന്ദ്രപ്രസാദ് ചലച്ചിത്രത്തിലേക്ക് ഇറങ്ങിപ്പോയി. അല്ലെങ്കിൽ, കയറിപ്പോയി എന്നും പറയാം. നിരൂപണത്തെ ഗൗരവമായിക്കണ്ട ആഷാമേനോൻ പാരിസ്ഥിതിക പഠനത്തിലേക്കും യാത്രകളിലേക്കും മാറിപ്പോയിരുന്നു. താത്ത്വികതയിലും സമഗ്രതയിലുമാണ് എം. തോമസ് മാത്യുവിന്റെ ശ്രദ്ധ. 'രുദിതാനുസാരീ കവി' എന്ന് സ്വാതന്ത്ര്യത്തോടെ പറയാൻ കെല്പുള്ള നിരൂപകൻ അദ്ദേഹം മാത്രമേയുള്ളൂ. നവീന നിരൂപകർക്കിടയിൽ, വേദനിക്കുന്നവരുടെ കൂടെയാണ് തങ്ങളെന്ന് വാദിച്ചുറപ്പിച്ചവർ, ഒരുപക്ഷേ, ആ വാക്യം സംസ്കൃതമാണെന്നാരോപിച്ച് തള്ളിക്കളഞ്ഞേക്കാം. പുതിയ കാലത്തിന്റെ ബുദ്ധിവിധി എന്നു മാത്രം കരുതിയാൽ മതി.

നമ്മുടെ ആധുനിക നിരൂപണത്തിന്റെ ദൗർബല്യം അതിന്റെ വൈവിധ്യക്കുറവാണെന്ന് ധ്വനിപ്പിക്കാറുള്ള വി. രാജകൃഷ്ണൻ പ്രത്യയശാസ്ത്രത്തെ ഉദാഹരിക്കാൻ സാഹിത്യകൃതികളെ സമീപിക്കുന്ന ശൈലിയെ നിഷേധിക്കുന്നു. പാരഡി, ഐറണി എന്നിവയെ രാഷ്ട്രീയ സമൂഹത്തെയും ജീവിതത്തെയും വായിക്കാൻ ആധുനികകവികൾ കണ്ടെത്തിയ ഉപകരണങ്ങളായി തിരിച്ചറിഞ്ഞിട്ടുമുണ്ട്. നമ്മുടെ കാവ്യനിരൂപണം പോയ വഴികൾ പതുക്കെ ഒന്നു പരിശോധിക്കുന്നതിലും തെറ്റില്ല. കവിതയും നിരൂപകനും തമ്മിലുള്ള ബന്ധം സുദൃഢമായിരുന്നോ എന്നറിയേണ്ടതല്ലേ? ആധുനിക കവിത എവിടെനിന്ന് തുടങ്ങുന്നു എന്ന കാര്യത്തിൽ നമ്മുടെ നിരൂപണം ഇനിയും ഒരു തീർപ്പിലെത്തിയിട്ടില്ലെന്നു തോന്നുന്നു. 'കുരുക്ഷേത്ര'ത്തിലാണ് അതു തുടങ്ങിയതെന്ന് അയ്യപ്പപ്പണിക്കർ സ്കൂളിൽ പെട്ടവരും എൻ.വിയാണ് ആധുനിക കവിതയുടെ പ്രോദ്ഘാടകൻ എന്ന് എൻ.വി. ശിഷ്യരും വാദിക്കുന്നത് ചരിത്രത്തിൽ കാണാം. ആശാൻകവിതയിൽനിന്ന് വളരെ മുന്നോട്ടുപോകാൻ ആധുനിക കവിതയ്ക്കു കഴിഞ്ഞു എന്നതു സത്യമാണ്. അതിൽ ആർക്കും തർക്കം കാണില്ല. എന്നാൽ, ഈ കവിതയെ നിർവചിക്കാനും വിശകലനം ചെയ്യാനും കടപ്പെട്ടവർ നമ്മുടെ നിരൂപകരല്ലേ? എന്നാൽ, അത്

ചെയ്തത് കവികളായിപ്പോയി. നവകാവ്യനിരൂപണം ഓർമ്മപ്പെടുത്തുക കവികളുടെ ഈ അധിനിവേശമാണ്. അതിന്റെ മുൻപന്തിയിൽ കെ. സച്ചിദാനന്ദനുണ്ട്. സമകാലിക കവിതയെയും പാരമ്പര്യ കവിതയെയും മുഖാമുഖം നിർത്തി ഭാവുകത്വത്തെ അദ്ദേഹം പരിശോധിച്ചു. എൺപതുകളിൽ പുതിയ കവിതയിൽ ഒരു വിച്ഛേദം സംഭവിച്ചില്ല എന്നും ചില വ്യതിയാനങ്ങളും സമന്വയങ്ങളും ദിക്ബോധങ്ങളുടെ സഭാപ്രവേശവും ആണ് ഉണ്ടായതെന്നും അദ്ദേഹം വാദിക്കുന്നു. കവിതയോടൊപ്പം സാഹിത്യത്തിന്റെ പൊതുമണ്ഡലത്തിൽ കടന്നു ചെന്ന് സച്ചിദാനന്ദൻ വ്യത്യസ്തമായ ചില നിരീക്ഷണങ്ങളും നടത്തുന്നുണ്ട്. ആ ചിന്താജീവിതത്തെ വി. രാജകൃഷ്ണൻ തീവ്രമായി കളിയാക്കിയതും ഓർത്തുപോകുന്നു. "എക്സിസ്റ്റൻഷ്യലിസത്തിൽ നിന്നാരംഭിച്ച്, ഫാഷിസത്തിന്റെയും ആന്റി-റൊമാന്റിസിസത്തിന്റെയും ഫോക്-പോയട്രിയുടെയും വേദാന്തചിന്തയുടെയും വാണിഭശാലകളിൽ മദംപൂണ്ട് പറഞ്ഞുനടന്ന്, ഇന്നിപ്പോൾ വിപ്ലവ തീവ്രവാദത്തിന്റെ ചെമന്ന സൂര്യനിൽ ഒരിടം കണ്ടെത്തിയ സച്ചിദാനന്ദന്റെ വിമർശനസപര്യ ഉദ്വേഗംപകരുന്ന സ്റ്റണ്ട് സിനിമയല്ലാതെ മറ്റെന്താണ്?" ഇത് അതിശയോക്തിപരമായ ഒരു നിരീക്ഷണമാകാം. കവിതയിലല്ല കാവ്യനിരൂപണത്തിലാണോ സച്ചിദാനന്ദൻ മികച്ചുനിൽക്കുക? ആധുനികതയുടെ ആകർഷണമായിരുന്ന ആശയ പരിണാമങ്ങൾ സച്ചിദാനന്ദനെ സ്വാധീനിച്ചിരിക്കാം. അയ്യപ്പപ്പണിക്കർ തന്റെ ആധുനിക കാഴ്ചപ്പാടുമായി ഭാരതീയ കാവ്യശാസ്ത്രത്തെ ഇണക്കാൻ ശ്രമിച്ച കവിയാണ്. കാവ്യപാരായണത്തിന് ആവശ്യമായ വസ്തുക്കളും തന്ത്രങ്ങളും അതിൽനിന്ന് അദ്ദേഹം ഉൾക്കൊണ്ടിരുന്നു. സ്വന്തം രചനകളുടെ പിൻബലത്തിൽ കവിത അപഗ്രഥിക്കാൻ കവികൾതന്നെ നടത്തിയ ശ്രമങ്ങൾക്കു വേറെയും ഉദാഹരണങ്ങളുണ്ട്. വായനക്കാർ അതൊക്കെ സ്വീകരിക്കുകയും ചെയ്തിരുന്നു. മലയാളത്തിലെ രാഷ്ട്രീയ കവിതയെ ഗൗരവത്തോടെ സമീപിച്ച നിരൂപകൻ ബി. രാജീവനാണ്. കവിതയെ കവിയുടെ ആത്മാവിഷ്കാരത്തിന്റെ ഉപാധിയായി കാണുന്ന രീതിയിൽനിന്ന് ഭിന്നമായ രീതി കാവ്യനിരൂപണത്തിൽ പരീക്ഷിച്ചതായി അദ്ദേഹം അഭിപ്രായപ്പെടുകയുണ്ടായി. അപ്പോഴും വർഗ്ഗസമരം കൂടെയുണ്ടായിരുന്നു. മറ്റു സമകാലികരായ നിരൂപകർ നോവലിനും കഥയ്ക്കും പിറകെ ഓടിക്കളിക്കുമ്പോഴായിരുന്നു കവിതയുടെ രാഷ്ട്രീയമായ ഈ അന്നംതേടൽ.

'പിഴച്ചകാലം' എന്ന് ഒരു നിരൂപകൻ ആധുനികകാലത്തെ വിശേഷിപ്പിച്ചത് ഏതർത്ഥത്തിലാണ് എന്ന് എനിക്കറിയില്ല. ആധുനികതക്കനുകൂലമായ സാമൂഹികാവസ്ഥ കേരളക്കരയിലുണ്ടായില്ല എന്നു വാദിച്ചവരുണ്ട്. അവർ ഉത്തരാധുനികതയെയും നിഷേധിച്ചു. ആധുനികമായ ഒരു മനോഭാവം രൂപപ്പെട്ടിട്ടില്ലെങ്കിൽ, പിന്നെ ഉത്തരാധുനിക മനോഭാവം എങ്ങനെ രൂപപ്പെടും? അതൊക്കെ ഉപരിതല തർക്കങ്ങളായിരുന്നു. ഈ പ്രസ്താവങ്ങൾ നിഷ്പ്രഭമാക്കിയത് ആശയവാദത്തെയാണ്. ഏകതാനതയിൽനിന്ന്

ബഹുത്വഭാവങ്ങളിലേക്കുള്ള മാനസിക പരിണാമം സമൂഹം ഉൾക്കൊള്ളാൻ തുടങ്ങിയതോടെ, കേന്ദ്രീകൃത ആശയവാദികളുടെ കാലിടറി. ആധുനികതയുടെ തുടർച്ചയായി ഉത്തരാധുനികതയെ നിർവചിക്കാനായിരുന്നു പിന്നീടുള്ള ശ്രമങ്ങൾ. പാശ്ചാത്യമായ ഉത്തരാധുനിക നിർവചനങ്ങൾ എടുത്തുദ്ധരിച്ച് ആധുനികരായവർ പെട്ടെന്ന് ഉത്തരാധുനികരുമായി. മെനാഫിക്ഷൻ പ്രാബല്യത്തിൽ വന്നു. കാല്പനികത തിരിച്ചു വരുന്നതായി ഒരു നിരൂപകൻ പ്രസ്താവിച്ചു. റിയലിസത്തെയാണ് ആധുനികത പ്രതിരോധിച്ചതെങ്കിൽ റിയലിസത്തിനുശേഷം തിരിച്ചുവരാൻ ഇടയുണ്ടെന്ന് ചിലരെങ്കിലും പ്രതീക്ഷിക്കുന്ന കാല്പനികതയുമായി കലഹിക്കുകയാണ് ഉത്തരാധുനികത ചെയ്യേണ്ടതെന്ന് വാദിച്ചവരുണ്ട്. നാരറ്റോളജിയും നരേറ്ററും നിരൂപണ വ്യവഹാരത്തിലെ പ്രധാന സംജ്ഞകളായി പ്രത്യക്ഷപ്പെട്ടു. ഗ്രാന്റ് നരേറ്റിവുകളുടെ തകർച്ചയ്ക്കുശേഷവും അവശേഷിച്ച മഹാഖ്യാന മനോഭാവങ്ങളിൽ വീണ്ടും വിള്ളലുകൾ വീണു.

സാഹിത്യ-വൈജ്ഞാനിക മേഖലകളിലെ ആധുനികോത്തര പരിണാമം ചില പ്രതിസന്ധികൾക്കു കാരണമായിട്ടുണ്ടോ എന്നന്വേഷിക്കാവുന്നതാണ്. എഴുത്തുകാരുടെ ബുദ്ധിജീവിത വികാസവും സൗന്ദര്യധാരണകളും ചലനാത്മകമല്ലാതായതിന്റെ അനുഭവവും കാണും. വേറൊരു രീതിയിൽ ആചാര്യ പ്രതിസന്ധികൾ ഉണ്ടായതായി കാണാം. ഈയൊരു പ്രതിസന്ധിയിലകപ്പെട്ട നിരൂപകൻ സുകുമാർ അഴീക്കോടാണ്. ആധുനികത അതിന്റെ മധ്യാഹ്നത്തിലെത്തിയ സന്ദർഭം. വിമർശത്തിന്റെ ജ്ഞാനമണ്ഡലം പതുക്കെ നവോത്ഥാന നിരൂപകർ ഒഴിവാക്കാൻ തുടങ്ങിയതായി നാം കാണുന്നു. അതുവരെ, വലിയ വിമർശകൃതികൾ എഴുതിവന്ന അഴീക്കോട് പൊടുന്നനെ അവിടെനിന്ന് മാറിപ്പോയി. പി. കുഞ്ഞിരാമൻ നായർക്കവിതയെക്കുറിച്ചും മറ്റും എഴുതാൻ കുറിപ്പുകൾ തയ്യാറാക്കിവെച്ചിട്ടുണ്ട് എന്നു പറഞ്ഞതല്ലാതെ, എഴുതിയില്ല. 'പിഴച്ച കാല'ത്തിന്റെ കവിതയായി ആധുനികകവിതയെ നിർവചിച്ചെങ്കിലും അതുപോലെ വിമർശാത്മക പ്രകാശമുള്ള മറ്റൊരു പ്രയോഗം പോലും അദ്ദേഹത്തിൽ നിന്ന് നമുക്കു ലഭിക്കുകയുണ്ടായില്ല; എടുത്തു പറയാവുന്ന രാഷ്ട്രീയ-സാംസ്കാരിക നിരീക്ഷണങ്ങൾ ഉണ്ടായിരിക്കുന്നു. തന്റെ നിലപാടുകളെ ക്രൂരമായി വിമർശിച്ച കെ.പി. അപ്പനുമായി സന്ധി ചെയ്തു. അപ്പനാകട്ടെ, ഉത്തരാധുനികനാവാനുള്ള ബദ്ധപ്പാടിൽ യന്ത്രസരസ്വതിയെ വാഴ്ത്തുകയും ഉത്തരാധുനികത വിനോദരസത്തിന്റെ ആശ്വാസത്തെ നിരാകരിക്കുന്നതായി പ്രഖ്യാപിക്കുകയും ചെയ്തു. ഇത് മറ്റൊരു പ്രതിസന്ധിയായിരുന്നു. ആധുനികതയിൽ ആരംഭിച്ച സൗന്ദര്യ മനോഭാവങ്ങളിൽ ഉത്തരാധുനികത വലിയ വിള്ളലുകൾ സൃഷ്ടിച്ചിരുന്നു.

നവസിദ്ധാന്തങ്ങളെ പരിചയപ്പെടുത്തിക്കൊണ്ടുള്ള ഒരു ഡസനോളം പുസ്തകങ്ങൾ നമ്മുടെ പ്രഫസർമാർ തയ്യാറാക്കി പുറത്തുവിട്ടത് ഈ

കാലത്താണ്. അത് വായനക്കാരിൽ ഭീകരമായ മരവിപ്പുതന്നെ സൃഷ്ടിച്ചിരുന്നു. ആ മരവിപ്പിൽനിന്ന് മോചിതമാവാൻ കുളിർമയുള്ള സാഹിത്യ രചനകൾ അന്വേഷിച്ച് വായനക്കാർ അലഞ്ഞത് യാദൃച്ഛികം (അവരാണോ കേട്ടെഴുത്തുകളിൽ ചെന്ന് ചേർന്നത്). ഈ പന്തികേട് മണത്തറിഞ്ഞ സിദ്ധാന്തപക്ഷനിരൂപകർതന്നെ, സിദ്ധാന്ത വിരുദ്ധരുമായി മാറി. അതിനെ തുടർന്ന് സിദ്ധാന്ത നിരാകരണംവരെ സംഭവിച്ചു. മെത്തേഡുകളെ സിദ്ധാന്തമായി വ്യാഖ്യാനിച്ചവർക്ക് ഭാരതീയമായ സൈദ്ധാന്തിക പശ്ചാത്തലവുമായുള്ള ബന്ധം ഇല്ലാതെപോയതോ, എന്തോ?

ഇന്ന് പ്രചാരത്തിൽ കേട്ടെഴുത്തുകളാണ് അധികവും. നിർജീവമെങ്കിലും ഒരു പുതിയ രൂപമായി കേട്ടെഴുത്തുകൾ/അനുഭവമെഴുത്തുകൾ സ്വീകരിക്കപ്പെടാൻ ഇടയായതോടെ സിദ്ധാന്തകമ്പം നന്നേ കുറഞ്ഞുപോയി. കഥയെഴുത്തുകാർ അനുഭവങ്ങൾ തേടി, ആത്മകഥകൾ തേടി പിറകോട്ട് സഞ്ചരിക്കാൻ തുടങ്ങുന്നു. കണ്ടതും കേട്ടതുമൊക്കെ ഒരു തരം പൊങ്ങച്ചഭാഷയിൽ അവതരിപ്പിച്ചാൽ അച്ചടിക്കാൻ ആളുണ്ടാകുമെന്നും വിറ്റഴിക്കപ്പെടുമെന്നും വന്നു. എഴുത്തിന്റെ വില്പനമൂല്യം പുതിയ എഴുത്തുകാരെ വഴിമാറ്റി. ചുരുക്കത്തിൽ ആചാര്യന്മാർ വന്ന വഴിയിൽനിന്ന് തെന്നിയതുപോലെ, പുതിയ തലമുറയിലെ എഴുത്തുകാർ സർഗ്ഗാത്മകതയിൽ നിന്നകലുന്നു. നല്ല കഥയില്ലാതായി; നല്ല കവിതയില്ലാതായി; മികച്ച നോവലുമില്ലാതെയായി.

നമുക്ക് ചിരപരിചിതമായ ചില രൂപങ്ങളുണ്ട്. അവയോടു താത്പര്യവും കാണാം. ചിലപ്പോൾ, അതിൽ ചിലത് തിരോഭവിച്ച് മറ്റൊന്നു പ്രത്യക്ഷപ്പെട്ടുകൂടെന്നില്ല. മറ്റൊരുകാലം ചില ഭേദഗതികളോടെ അതേ രൂപത്തെ പുനരവതരിപ്പിക്കുകയുമാവാം. എഴുത്തിലെ മൂല്യവിചാരണകളിലും അതോടൊപ്പം മാറ്റം സംഭവിക്കാം. ആനന്ദമുണ്ടാക്കുന്ന ഒരു രൂപമുണ്ടാകുമ്പോൾ അത് കൂടുതലായി വിൽക്കാമെന്ന മനോഭാവം ഈ കാലത്തിന്റെ സംഭാവനയാണ്. ഭാവനയുടെ ലോകത്തേക്കും കച്ചവട സ്വഭാവം കയറിക്കൂടുകയാണ്. അതോടെ സാഹിത്യ മൂല്യവാദം നിഷ്പ്രഭമാവുകതന്നെ ചെയ്യും. അതിനെ പ്രതിരോധിക്കാൻ രൂപത്തിൽ ശാഠ്യത്തോടെ ഇടപെടുകതന്നെ വേണം. അതിനു വിരുദ്ധമായ പ്രതികരണങ്ങളാണ് ചില കോണുകളിൽനിന്ന് നാം കേൾക്കുന്നത്. ഇക്കാര്യത്തിൽ നമ്മുടെ നിരൂപകർ മൗനമവലംബിച്ചാലോ? അതിനു ന്യായീകരണമില്ല.

നോവലിന്റെ പാരമ്പര്യത്തെ ഉചിതമായി വെല്ലുവിളിക്കാൻ പുതിയ തലമുറയിലെ നോവലെഴുത്തുകാർക്കു സാധ്യമായില്ല എന്നാണ് എന്റെ വിചാരം. അവർ നോവൽ രൂപത്തെ ചെറുതാക്കിക്കൊണ്ടുവന്നു എന്നത് വാസ്തവം. നോവലിൽനിന്ന് സമഗ്രജീവിതത്തെ എടുത്തു മാറ്റി. വായനക്കാർക്കു പൊടുന്നനെ ഗ്രഹിക്കാവുന്നതും അവരുടെ അഭിരുചിയെ സംതൃപ്തിപ്പെടുത്തുന്നതുമായ രൂപത്തിലേക്ക് നോവൽ ആഖ്യാനം

ചുരുങ്ങിപ്പോയി. ആ രീതി അംഗീകരിക്കപ്പെടുകയും ചെയ്തിരുന്നു. എന്നാൽ, ഇപ്പോൾ രൂപബോധത്തിൽ മറ്റൊരു കീഴ്മേൽമറിച്ചിൽ നടക്കുകയാണോ എന്ന് സംശയിക്കണം. ഇടക്കാലത്ത് വെച്ച് നോവലിന്റെ വലുപ്പം വളരെ ചെറുതായിപ്പോയിരുന്നെങ്കിൽ, ആ പഴയ വലുപ്പം വീണ്ടെടുക്കപ്പെടാൻ തുടങ്ങിയിരിക്കുന്നു. സന്തോഷ്കുമാറിന്റെ 'അന്ധകാരനഴി', സുഭാഷ്ചന്ദ്രന്റെ 'മനുഷ്യനൊരാമുഖം', കെ.പി. രാമനുണ്ണിയുടെ 'ജീവിതത്തിന്റെ പുസ്തകം' തുടങ്ങി ചില നോവലുകൾ ഉദാഹരിക്കാം. എന്നാൽ, ഈ നോവലുകളിൽ ആഖ്യാനഘടനയും ജീവിതത്തിന്റെ സമഗ്ര ഭാവ വീക്ഷണവും എത്രമാത്രം ഇണങ്ങിക്കിടക്കുന്നുണ്ട് എന്നത് മറ്റൊരു ആലോചനാവിഷയമാകുന്നു. ഇന്റർനെറ്റിലെ കേന്ദ്രീകരണങ്ങളെ ഉപയോഗപ്പെടുത്തി നോവലുകൾ തട്ടിക്കൂട്ടുന്ന ഏർപ്പാടും വിരളമല്ല. എഴുതുക മാത്രമാണ് ഒരു കാലത്ത് നോവലിസ്റ്റിന്റെ കർമ്മഭാഗമായിരുന്നത്. ഉള്ളടക്കത്തിന്റെ കരുത്തിൽ നോവൽ സ്വന്തം വഴികൾ തേടുമായിരുന്നു. അതു മാറിയെന്ന് സേതു അഭിപ്രായപ്പെടുകയുണ്ടായി. ഇപ്പോൾ, നോവൽ എഴുതിയാൽ മാത്രം പോരാ, അതെങ്ങനെ വായനക്കാരിൽ എത്തിക്കാമെന്നും നോവലിസ്റ്റിന് ആലോചിക്കേണ്ടി വരുന്നു. അതിനായുള്ള തന്ത്രങ്ങൾ നോവലിസ്റ്റിന് കണ്ടെത്തേണ്ടിയും വരുന്നു. പുതിയ ഫോർമുലകൾ വേണമെന്നു സാരം. നോവലിനെ വായനക്കാരനിലെത്തിക്കാൻ നോവലിസ്റ്റ് അന്വേഷിക്കുന്ന തന്ത്രങ്ങളെ സൂത്രങ്ങൾ എന്നു വിളിക്കുന്നതാകും പുതിയ കാലത്ത് ഉചിതമാവുക. അതിനാൽ, വായനയുടെ പ്രധാന ഉന്നം ഈ സൂത്രങ്ങളായി മാറുന്നു. നിരൂപകനും അതന്വേഷിക്കേണ്ടി വരുന്നു.

കവിതയുടെ കാര്യത്തിൽ മറ്റൊരു കീഴ്വഴക്കമാണ് പ്രത്യക്ഷത്തിൽ കാണുന്നത്. കവിതാരൂപം ചെറുതിലും ചെറുതായി കഴിഞ്ഞിരിക്കുന്നു. നവസമൂഹം ആകെ തിക്കും തിരക്കിലുമായതിനാൽ, അതിനിടയിൽ ഉൾക്കൊള്ളാൻ കഴിയുന്ന ലളിതമായ രൂപം മതി എന്നാകും മുദ്രാവാക്യം. മഹാകാവ്യങ്ങളും ഖണ്ഡകാവ്യങ്ങളും കവിതയുടെ ആലോചനാപരിസരത്തുപോലുമില്ല. ഇത് കവിതയ്ക്കു വന്നുചേർന്ന സ്വാഭാവിക പരിണാമമോ പ്രതിസന്ധിയോ? അതു വിശദീകരണം ആവശ്യപ്പെടുന്ന ഒരാശയമാണ്. ഭാവനയ്ക്ക് എന്തു സംഭവിച്ചു എന്നും പരിശോധിക്കണം. ആശാൻകാലം അസ്തമിച്ചിരിക്കുന്നു. ഒരു ഭാവത്തെ വളർത്തി വികസിപ്പിച്ച് ഒരു പരിണാമത്തിലെത്തിക്കുക എന്ന ആ പഴയ ഭാവോദയരീതി ആഖ്യാനത്തിൽനിന്ന് ഒഴിഞ്ഞു പോയി. ഇത് പ്രതിഭ നേരിടുന്ന ഒരു പ്രതിസന്ധിയാണോ? രൂപവും ഭാവവും ചോർന്നുപോയ ഒരു വ്യവഹാരമായി കവിത മാറിയോ? ഈ അന്വേഷണത്തിനിടയിലാകും ഭാവുകത്വത്തിന്റെ മെലിയൽ നമ്മുടെ ശ്രദ്ധയിൽപെടുക.

ഭാവുകത്വം മെലിഞ്ഞുണങ്ങുകയാണ്. അതെങ്ങനെ മാറ്റിയെടുക്കാമെന്ന അന്വേഷണത്തിലാണ് വിമർശം. നിരൂപണത്തിലെ ഒരു ധാര

നിഷ്പ്രയോജനകരമാവുകയാണോ എന്നും സംശയിക്കണം. നിരൂപണത്തിന്റെ ഒരു വലിയ ഭാഗം ഗവേഷണ വിദ്യാർത്ഥികൾ കൈയടക്കിക്കഴിഞ്ഞു. സാഹിത്യത്തെ ശരിയായ രീതിയിൽ നിർവചിക്കാൻ അവർക്കാവുന്നില്ല. ഓരോ നിമിഷവും അനുഭവങ്ങൾക്കു പരിണാമം സംഭവിക്കുന്നു. തീർച്ചയാണ്. ലോകവും അനുഭവങ്ങളും മാറുന്നതിനനുസരിച്ച് സാഹിത്യത്തിന്റെ അസംസ്കൃത പദാർത്ഥങ്ങളും മാറുന്നുണ്ട്. അറിവുകളുടെ രീതികളിലും മാറ്റം വരുന്നു. ടെക്നോളജി അനുഭവങ്ങളെ പരിവർത്തന വിധേയമാക്കി. ഭാഷാശാസ്ത്രത്തിലും സ്ഫോടനാത്മകമായ പുതിയ ചിന്തകൾ വന്നു. അതുകൊണ്ട്, ഈ കാലത്തെയും അതിന്റെ ഉല്പന്നമായ സാഹിത്യത്തെയും അളക്കാനുള്ള ഉപകരണങ്ങൾ പുതുതായി സൃഷ്ടിക്കേണ്ടതും അതു പ്രയോഗിക്കേണ്ടതും നിരൂപകർതന്നെയാണ്. ഇതൊരിക്കൽ എം.എൻ. വിജയൻ എടുത്തുപറഞ്ഞിട്ടുണ്ട്. എന്നാൽ, നമ്മുടെ നിരൂപകർ നവീന വിജ്ഞാനത്തിൽനിന്ന് ചില ഉദ്ധരണികൾ എടുത്തുനിരത്തുന്നു എന്നല്ലാതെ, പുതിയ ഉപകരണങ്ങൾക്കുവേണ്ടിയുള്ള തിരച്ചിൽ നടത്തുന്നില്ല. അത് നിശ്ശബ്ദതയിലേക്കു നമ്മെ കൊണ്ടുപോവുന്നു. ഈ അന്വേഷണപ്രയോഗനിശ്ശബ്ദത സൗന്ദര്യശാസ്ത്രവാദത്തെയും ഉപേക്ഷിച്ചു കഴിഞ്ഞിരിക്കുന്നു.

ജീവിതവും കലയും തമ്മിലുള്ള ബന്ധം, രചനയുടെ സാമൂഹികമായ അടിത്തറകൾ, രൂപമാണോ ഉള്ളടക്കമാണോ ഭദ്രമായിരിക്കേണ്ടത് തുടങ്ങി അനവധി വിഷയങ്ങൾ പോയ കാലത്ത് നിരന്തരം ചർച്ച ചെയ്യപ്പെട്ടിരുന്നു. ആ ചർച്ചകളിലൂടെയാണ് സാഹിത്യം വായനക്കാരനിലെത്തിയതും നിലനിന്നതുമൊക്കെ. ഇന്നാകട്ടെ, സമൂഹം വാചകമേള സ്വഭാവമുള്ള രൂപവത്കരണങ്ങളിലാണ്. അത് സാഹിത്യത്തെ വായനക്കാരനിൽനിന്നകറ്റിക്കളയുന്നു. വിചാരലോകം ശൂന്യമാക്കപ്പെട്ടു. സൈദ്ധാന്തിക സംവാദങ്ങൾ ഒഴിഞ്ഞു പോയി. കൈയിലൊതുങ്ങാത്ത സിദ്ധാന്തം അനാവശ്യമെന്ന് വാദിച്ച നിരൂപകരുമുണ്ട് കൂട്ടത്തിൽ. എന്നാൽ, ദലിത്, സ്ത്രീ, പ്രത്യയശാസ്ത്രം തുടങ്ങിയ വിചാരങ്ങൾ ഇടയ്ക്കൊക്കെ തലപൊക്കി ഉച്ചത്തിൽ സംസാരിക്കുന്നത് വിസ്മരിക്കുന്നില്ല. എഴുപതുകളുടെ നഷ്ടത്തെക്കുറിച്ചോർത്തുള്ള വിലാപങ്ങളും നാം കേൾക്കുന്നു. പക്ഷേ, യഥാർത്ഥ സംവാദങ്ങൾ നഷ്ടപ്പെട്ടതിന്റെ അരോചകാനുഭവം നമ്മുടെ നിരൂപണം ധാരാളം പങ്കുവെച്ചുകൊണ്ടിരിക്കുന്നു.

■

ശരികൾ ഭ്രഷ്ടമാക്കപ്പെടുന്നു

സർവ്വകലാശാലാ അദ്ധ്യപകർക്ക് വിമർശനം ഒരു മൈനർ ആർട്ടാണ്. അത് ഇംഗ്ലീഷ് സാഹിത്യനിരൂപണവുമായി ബന്ധപ്പെട്ട് വിപുലപ്പെട്ടുവന്ന ഒരാശയമാണ്. ആഴമുള്ള അന്വേഷണത്തിന്റെയോ, നിരീക്ഷണത്തിന്റെയോ ബലം അതിനില്ല. നിരൂപണം ഒരു മൈനർ ആർട്ടാണെന്ന പ്രഖ്യാപനത്തിൽ ഒരു നൈരന്തര്യ ഭംഗം നിലീനമായിരിക്കുന്നു. അദ്ധ്യാപകർക്കുവേണ്ടി അദ്ധ്യപകർ എഴുതുന്ന നിരൂപണം മുൻനിർത്തിയാണ് ആ വിലയിരുത്തൽ. അതിന്റെ ഫലം അക്കാദമിക് താല്പര്യങ്ങൾ വിപുലീകരിക്കപ്പെട്ടു എന്നതു മാത്രമാണ്. ഈ പ്രൊഫസോറിയൽ എഴുത്തിന്റെ രൂപഭാവങ്ങളെക്കുറിച്ച് എഴുതിയിട്ടുള്ള നിരൂപകനായ ജൊനാഥൻ കുള്ളർ, സർവ്വകലാശാലകളുടെ പ്രധാന പ്രവർത്തനമായി നിരൂപണം മാറിയതിന്റെ ഉൽപന്നമാണ് പ്രൊഫസോറിയൽ എഴുത്ത് എന്ന് സൂചിപ്പിക്കുന്നു.

ഒന്ന്

നമ്മുടെ സാഹിത്യ ശാസ്ത്രപാരമ്പര്യത്തിലേക്ക് ഒന്നുതിരിഞ്ഞു നോക്കേണ്ടി വരുന്ന സന്ദർഭമിതാണ്. വിമർശനത്തേയും കവിതയേയും തുല്യമനോഭാവത്തോടെയാണ് ഭാരതീയ ചിന്തകന്മാർ കണ്ടു പോന്നിരുന്നത്. ലോചനാകാരൻ കാവ്യതത്ത്വം കവിയിലും നിരൂപകനിലും സഹൃദയനിലും സമാനമാണ് എന്ന് അഭിപ്രായപ്പെട്ടത് ഇവിടെ ഓർക്കാവുന്നതേയുള്ളൂ. കാവ്യാസ്വാദനത്തിന്റെ രഹസ്യം സഹൃദയ സംവാദമാണ്. സഹൃദയനെന്നാൽ പുതിയ കാലത്ത് വായനക്കാരൻ. അതായത് വായനക്കാരൻ ഉള്ളപ്പോൾ മാത്രമാണ് ഒരു സാഹിത്യകൃതിക്ക് അതിന്റെ അസ്തിത്വം കൈവരുന്നത് എന്ന് സാരം. വായനക്കാരുടെ പ്രസക്തിയെപ്പറ്റി ചിന്തിക്കാൻ പ്രേരിപ്പിക്കുന്ന ഈ നിഗമനം ഭാരതീയർക്ക് മാത്രം സ്വന്തമാണ്. ഇത് സ്വീകരിപ്പെടുമ്പോൾ നിരൂപണം ഒരു മൈനർ ആർട്ടാണ് എന്ന നിലപാട് നിലനില്ക്കാൻ പ്രയാസമാണ്.

വിമർശനത്തിന് അതിന്റേതായ ഒരു സംസ്കാരം ഉണ്ട് എന്ന് ബോധ്യപ്പെടുകയാണ്. അത് വായനകൊണ്ട് രൂപപ്പെടുന്നതും വായനകൊണ്ട് മാത്രം നിലനിർത്താവുന്നതുമാണ്. എന്നാൽ എഴുത്തുകാരിൽ ചിലർ അതംഗീകരിക്കുന്നില്ല. വായനയെ കാര്യമായെടുക്കാതെ അവർ പൊടുന്നനെ ചില നിരീക്ഷണങ്ങളിലേയ്ക്ക് എടുത്തുചാടിയതിന്റെ അടയാളങ്ങൾ വിമർശനചരിത്രത്തിൽ കാണാൻ കഴിയും. സാഹിത്യ വിമർശനത്തിൽ പ്രയോഗികമോ യുക്തിപരമോ അല്ലാത്ത നിരീക്ഷണങ്ങൾ അപ്രസക്തമാണ്. ശ്രോതാവിന്റേയും കവിയുടെയും സമാനാനുഭവങ്ങളെ വിമർശനകലയ്ക്ക് തള്ളിക്കളയാനാവില്ല. വായനക്കാരന്റെ ആർജ്ജിത സംസ്കാരവും സൗന്ദര്യബോധവും വിമർശനത്തിനു ഗൗരവം നൽകുന്ന വിഷയങ്ങളാണ്. എഴുത്തുകാരുടെ ജീവിതവുമായി നിരൂപകരുടെ ജീവിതം താരതമ്യപ്പെടുത്തിയാൽ, കണ്ടെത്തുന്ന ഒരു വസ്തുതയുണ്ട് : എഴുത്തുകാരുടെ അനുഭവത്തേക്കാൾ പ്രയാസകരമായ ജീവിതം അനുഭവിച്ചു തീർക്കുന്നവനാണ് യഥാർത്ഥ വിമർശകൻ. മിക്കവാറും സർവ്വകലാശാലഅദ്ധ്യാപകർക്കില്ലാത്തതും ഈയൊരു ജീവിതമാണ്. അതിനാൽ വിമർശനത്തെ ഒരു തരംതാണ കലാരൂപമായി നിർവ്വചിച്ച്, അതിനെ ഗൗരവത്തിലെടുക്കാതിരിക്കുന്നു.

പ്രൊഫസോറിയൽ നിരൂപണത്തിന്റെ കാതലായ ഒരു പ്രവണതയിലേയ്ക്ക് നാം വരികയാണ്. വായനക്കാർക്ക് ഈ അദ്ധ്യാപകർ പ്രാധാന്യം കൊടുക്കുന്നില്ല. ആ മട്ടിൽ നിരൂപണത്തെ വിലയിരുത്തുകയും ചെയ്യുന്നു. ഒരു സർവ്വകലാശാല അദ്ധ്യാപകൻ തന്റെ കവിതാസംബന്ധമായ കൃതിക്ക് മുഖവുര എഴുതിയപ്പോൾ, തെളിച്ചു രേഖപ്പെടുത്തിയത് "സാഹിത്യാധ്യായനം, അധ്യാപനം എന്നീ പ്രവൃത്തികളുടെ ഒരു നീട്ടലാണ്" അതിലെ പ്രബന്ധങ്ങൾ എന്നാണ്. അദ്ധ്യാപകർ വിദ്യാർത്ഥികൾക്ക് വിഷയങ്ങൾ വിശകലനം ചെയ്യുന്ന രീതി നിരൂപണം സ്വായത്തമാക്കിയിരിക്കുന്നു. ഈ നിരൂപകർക്ക് കലാസൃഷ്ടി ക്ലാസ്സ് മുറികളിൽ വിദ്യാർത്ഥികൾക്ക് പഠിക്കാനുള്ള ഒരു ഉല്പന്നം മാത്രമാണ്. അതുമല്ലെങ്കിൽ കൃത്യമായി തങ്ങളുടെ ശിഷ്യഗണങ്ങൾക്ക് വിശദീകരിച്ച് കൊടുക്കാനുള്ള ഉപാധി. ഒരു സാഹിത്യകൃതി ആവശ്യപ്പെടുന്ന വായനയുടെ വ്യത്യസ്ത ലോകങ്ങൾ അവർക്ക് ആവശ്യമില്ല. അങ്ങനെ വായനയുടെ സംസ്കാരത്തേയും ഭാവനയേയും ആശയലോകത്തേയും നിരർത്ഥകമാക്കുന്നു. വായന ക്ലാസ്സുമുറിക്കുള്ളിൽ തടഞ്ഞു കിടക്കുന്നു. അതോടെ നഷ്ടപ്പെടുന്നത് ആശയ സംഘർഷങ്ങളുടെ ഒരു ലോകമാണ്. ശീലങ്ങളിൽ നിന്ന് പിന്മാറാൻ മടിക്കുന്ന അദ്ധ്യാപകർ പുതിയ നിരീക്ഷണ സംസ്കാരത്തെപ്പോലും ആ ശീലത്തിലേയ്ക്ക് ഒതുക്കി ആനന്ദിക്കാൻ, വിമർശനത്തെ പ്രയോജനപ്പെടുത്തുകയും ചെയ്യുന്നു.

ഒരനുഭവം ഇവിടെ സൂചിപ്പിക്കുന്നതിൽ അപാകതയില്ല എന്ന് വിശ്വസിക്കട്ടെ. ഒരു റിട്ടേയർഡ് പ്രൊഫസറും മറ്റു രണ്ട് അധ്യാപകരും

സന്നിഹിതമായിട്ടുള്ള വേദിയിൽ വെച്ച് കുഞ്ചൻനമ്പ്യാർ കവിതയിലെ ആന്തരികഭാവത്തെക്കുറിച്ച് സംസാരിക്കേണ്ട ഒരു സാഹചര്യമുണ്ടായി. ഫലിതമല്ല നമ്പ്യാർ കവിതകളിലെ രസമെന്ന് സയുക്തികം ഞാൻ അഭിപ്രായപ്പെട്ടു. സ്ഥായീഭാവമായ ക്രോധത്തെ രസമായി സങ്കൽപ്പിച്ചുകൊണ്ടായിരുന്നു ആ പ്രഭാഷണം. അതുകേട്ടപ്പോൾ ഒരു സർവ്വകലാശാല അദ്ധ്യാപകൻ ക്ഷോഭത്തോടെ പറഞ്ഞത് ഞാൻ ഇവിടെ ഓർക്കുന്നു: "ആയിരക്കണക്കിന് വിദ്യാർത്ഥികളെ തങ്ങൾ പഠിപ്പിച്ചത് നമ്പ്യാർ ക്കവിതകളിലെ പ്രധാനരസം ഹാസ്യമാണെന്നാണ്." ഇനി അത് മാറ്റാൻ പറ്റുമോ എന്നായിരുന്നു അദ്ദേഹത്തിന്റെ ചോദ്യം. ഈ അദ്ധ്യാപകരെ നമ്മുടെ ഭാഷാ വിദ്യാർത്ഥികൾ തിരുത്താതെ പോന്നത് എന്തുകൊണ്ടാണെന്നും ആലോചിക്കാതിരുന്നില്ല. അദ്ധ്യാപകർ ക്ലാസ്സ് മുറികളിൽ പ്രസ്താവിക്കുന്നത് മാത്രമാണ് ശരി എന്ന് അനുസരണയോടെ വിശ്വസിക്കുന്നവരായി നമ്മുടെ വിദ്യാർഥികൾ മാറിയിരിക്കുന്നു. അന്ധമായ ആ ഭക്തിയും വിശ്വാസവും നിരൂപണരംഗത്തു സൃഷ്ടിക്കുന്ന വിപത്തുകൾ നിരവധിയാണ്. നിരൂപണം ഒരു പൊതുസമൂഹകലയായി നിലനിന്നു കാണണമെന്ന് ആഗ്രഹിക്കുന്നവർക്കു പ്രതികരിക്കാതിരിക്കാനാവില്ലല്ലോ. സ്വാതന്ത്ര്യചിന്തയും ആഴമുള്ള വായനയും വിമർശനകലയിൽ നിന്ന് എടുത്ത് കളഞ്ഞുകൂടാ. വായന സർഗ്ഗാത്മക രചനയോളമെത്തുന്ന മറ്റൊരു സൃഷ്ടിയാണ് എന്ന വസ്തുത ക്ലാസ്സ്മുറി വിശ്വാസികൾ അംഗീകരിക്കുന്നില്ലെന്നാകാം നാം മനസ്സിലാക്കേണ്ടത്.

ക്ലാസ്സ് മുറികൾക്ക് പുറത്ത് വിശാലമായ ഒരു വിചാരലോകമുണ്ടല്ലോ. അവിടത്തെ ആശയങ്ങൾ ഉൾക്കൊള്ളാൻ അദ്ധ്യാപക വിമർശകർ മടിക്കുന്നു. വായനയുടെ പൊതുമൂല്യത്തെ നിഷേധിക്കുന്ന അവർ വായനയെപ്പോലും ഒരു മൈനർ ആർട്ടായി വിശദീകരിച്ചു കൂടെന്നില്ല. ആശയങ്ങളുടെയും സംഘർഷങ്ങളുടെയും ലോകമാണ് വായനയുടേതെന്ന് ഉറക്കെപ്പറയുക സാഹിത്യ വിമർശനമാണ്. ആ അർത്ഥത്തിലാണ് കവിതയുടെ കേന്ദ്ര സൂചകം അതിന്റെ വായനക്കാരാണ് എന്ന് സ്റ്റാൻലി ഫിഷ് അഭിപ്രായപ്പെട്ടത്. ആ വായനക്കാരന് കവിതയുടെ പ്രമേയവുമായി അടുത്ത ബന്ധമുണ്ട്. കവിതയുടെ കുറവും കുറവില്ലായ്മയും തിരിച്ചറിയുന്ന വിവേചനാശാലിയായ സഹൃദയന്റെ ഹൃദയമാണതെന്ന് കാളിദാസൻ പറയുന്നു. എന്നാൽ ക്ലാസ്സ് മുറി ദേവലോകമായി വിലയിരുത്തുന്ന നിരൂപകർ, ആ വായനക്കാരനെ വിസ്മരിക്കുന്നു. വായനയുടെ വ്യാപകമായ സംസ്കാരത്തിന്റെ കാറ്റ് പ്രവേശിക്കാതിരിക്കാനായി വാതായനങ്ങൾ അടച്ച് കുറ്റിയിടുന്നു. മൂല്യനിർണ്ണയനത്തിന്റെ ആചാരം അവർക്കന്യമാണ്. ക്ലാസ്സ് മുറിയിലെ ശിക്ഷണം സാഹിത്യ വിമർശനത്തെ ജഡസമാനമാക്കുന്നു എന്ന് നാം തിരിച്ചറിയുകയാണ്. സൗന്ദര്യശാസ്ത്രത്തിന്റെ ചൂടേറിയ നിഗമനങ്ങൾ അവർക്ക് അപ്രാപ്യമായിരിക്കുന്നു.

സാഹിത്യ വിമർശനത്തെ ഗവേഷണ രൂപത്തിലേയ്ക്ക് പരിഭാഷ ചെയ്യുകയാണ് സർവ്വകലാശാലകളിൽ. അവിടെ രൂപപ്പെടുന്ന ഗവേഷണ പ്രബന്ധങ്ങളുടെ രീതിശാസ്ത്രവും അന്തർഘടനയും പരിശോധിച്ചു നോക്കുക. ശരിയായ വിമർശനകർമ്മത്തെ പരിക്കേല്പിക്കുന്ന വിധത്തിൽ സംവിധാനം ചെയ്തെടുത്ത ഘടനയാണ് ഈ ഗവേഷണ പ്രബന്ധങ്ങളുടേത് എന്ന് കാണാം. സാഹിത്യകൃതികളിലെ അന്തർഭാവവുമായി ബന്ധപ്പെട്ട ഉന്നതമായ പ്രശ്നങ്ങൾ അവ അവതരിപ്പിക്കുന്നില്ല. യുക്തിവിചാരശീലം ഒഴിവാക്കപ്പെടുന്നു. എന്നിട്ടും വിമർശനമെന്ന പേരിൽ ആ നോട്ടുകൾ പുസ്തകരൂപമായി അച്ചടിക്കപ്പെടുന്നു. ഗവേഷണ പ്രബന്ധങ്ങളുടെ ചുവടുപിടിച്ച് എഴുതപ്പെടുന്ന വിമർശനസാഹസങ്ങൾ വേറെയുമുണ്ട്. ഉറൂബിന്റെ സ്ത്രീ ദർശനത്തെക്കുറിച്ചും ബഷീറിന്റെ കഥാലോകത്തെക്കുറിച്ചും മലയാള കവിതയിലെ മൃത്യുബോധത്തെക്കുറിച്ചും രചിക്കപ്പെട്ട ചില ഗവേഷണ കൃതികൾ എന്റെ ശ്രദ്ധയിൽപ്പെടുകയുണ്ടായി. അത് വിമർശനകലയോട് എത്രമാത്രം അടുത്തുനില്ക്കുന്നു എന്ന് പരിശോധിച്ചു നോക്കി. മലയാളിയുടെ ധൈഷണികജീവിതത്തെ ഒരുതലത്തിലും ഞെട്ടിപ്പിക്കുന്ന ഒരു വായനാരീതിയോ പുതിയതായ ഒരു കാഴ്ചപ്പാടോ ആ സാഹിത്യവിമർശനകൃതികൾ സംഭാവന ചെയ്യുന്നില്ല. വിമർശനാത്മക പ്രതികരണങ്ങളെ ക്ഷണിച്ചുവരുത്തുന്നുമില്ല. മുൻപെ തീർച്ചപ്പെടുത്തി വെച്ച വഴികളിലൂടെയാണ് ക്ലാസ്സ്മുറി വായനക്കാർ നീങ്ങുന്നത്. വിഗ്രഹ ഭഞ്ജനത്തിന്റെ സ്വരം ആ ഗവേഷണ വിമർശനക്കാർ പ്രകടിപ്പിക്കുന്നുമില്ല. പഴയ കാര്യങ്ങൾ വീണ്ടുമെടുത്ത് വേറൊരു മട്ടിൽ രൂപപ്പെടുത്തുക മാത്രമാണ് അവർ ചെയ്യുന്നത്. ഇത്തരം ഗവേഷണരൂപങ്ങളും വിദ്യാർത്ഥികൾക്കെഴുതിക്കൊടുക്കുന്ന നോട്ടുകളുമാണ് സാഹിത്യ വിമർശനമെന്ന പേരിൽ വെളിച്ചം കാണുന്നത്. ഈ ലജ്ജാകരമായ പ്രവർത്തനത്തെ തിരിച്ചറിയാതെ പോവുന്നത് ഖേദകരമായ വസ്തുതയാണ്.

എന്തുകൊണ്ട് ഇപ്രകാരം സംഭവിക്കുന്നു എന്ന മൗലികമായ പ്രശ്നമാണ് ഇവിടെ പ്രധാന വിഷയം. ക്ലാസ്സുമുറികളിൽ ഒരു സദാചാരം നിലനില്ക്കുന്നുണ്ട്. അതു വിദ്യാർത്ഥികളെ ലളിതമായി വീക്ഷിക്കുന്നു. ആ വ്യവസ്ഥയെ മറികടക്കാൻ വിദ്യാർത്ഥികളെ പാകപ്പെടുത്തുന്ന സാഹിത്യ വിദ്യാഭ്യാസം നടക്കേണ്ടതാണ്. എന്നാൽ നിർഭാഗ്യവശാൽ സർവ്വകലാശാലാമുറികളിൽ നവീനമായ സൈദ്ധാന്തിക ചലനങ്ങൾ കടന്നുചെല്ലുന്നില്ല. കടക്കാൻ അനുവദിക്കുന്നില്ല എന്നതാണ് പരമാർത്ഥം. സമകാലിക കാലഘട്ടത്തിൽ നിരവധി പരീക്ഷണങ്ങളും സാങ്കേതിക അന്വേഷണങ്ങളും നടക്കുന്നതിന്റെ സൂചനകൾ ധാരാളമാണ്. എന്നിട്ടും ഈ കാലഘട്ടത്തിൽ വിദ്യാർഥികളെ വിലകുറഞ്ഞ മട്ടിൽ വിലയിരുത്തുകയാണെന്ന് ജൊനാഥൻ കുള്ളർ അഭിപ്രായപ്പെടുന്നു. ഉചിതജ്ഞനായ ഒരു വായനക്കാരനെ (Competent reader) തിരയാനും ആ വായനക്കാരനെ സൃഷ്ടിച്ചെടുക്കാൻ കഴിയുമോ എന്ന് ആരായാനും

അദ്ദേഹം പ്രൊഫസർമാരായ നിരൂപകരെ ഉപദേശിക്കുക കൂടി ചെയ്യുന്നു. പാഠത്തിന്റെ പ്രതിഭാകേന്ദ്രത്തിലെത്തി നമ്മുടേതായ സാംസ്കാരിക സങ്കല്പങ്ങളെ സംബന്ധിച്ചു വിലപ്പെട്ട നിരീക്ഷണങ്ങൾ പ്രകടിപ്പിക്കുന്നതിൽ ഏർപ്പെടുന്നവനാണ് കുള്ളർ ഭാവന ചെയ്യുന്ന വായനക്കാരൻ. ആ വായനക്കാരൻ ശരിയായ സാഹിത്യവിമർശകനായി പരിണമിച്ചേക്കും. എന്നാൽ ഇന്നത്തെ വിമർശനത്തിൽ കൂടുതലായി ഇടപെടുന്നവർ സർവ്വകലാശാല അദ്ധ്യാപകരാണ്. സാഹിത്യ വിഭാവനങ്ങളാകട്ടെ യൂണിവേഴ്സിറ്റി പ്രവർത്തനത്തിന്റെ ഭാഗവുമായി മാറിക്കഴിഞ്ഞു എന്ന് കുള്ളർ അടിവരയിട്ടു പറയുന്നു. ഇത് അമേരിക്കൻ യൂണിവേഴ്സിറ്റികളെ പശ്ചാത്തലമാക്കിയുള്ള ഒരു വിലയിരുത്തലാണ്. എന്നാൽ മലയാളത്തിന്റെ കഥയോ? സാഹിത്യസിദ്ധാന്തങ്ങളെക്കുറിച്ചു എഴുതുന്നതും പറയുന്നതും കൂടുതലായി കോളേജ് അദ്ധ്യാപകർ തന്നെ. പുസ്തക നിരൂപണങ്ങൾ അവരെ സംബന്ധിച്ചിടത്തോളം പാർടൈം ജോലി പോലെയാണ്. മാധ്യമങ്ങളിൽ നിന്ന് പോലും നിരൂപണങ്ങൾ ഒഴിഞ്ഞു പോയത്തിന്റെ ഒരു പ്രധാന ഹേതു ഈ അദ്ധ്യാപകരല്ലെ? വാക്കുകളെ ഇഷ്ടപ്പെടുകയും മനുഷ്യസംസ്കാരത്തിന്റെ ഭാഗമാവാൻ ആഗ്രഹിക്കുകയും ചെയ്യുന്ന വായനക്കാർ അവരുടെ പരിശ്രമങ്ങളിൽ നിന്ന് അകന്നുപോകുന്നു. ചുരുക്കിപ്പറഞ്ഞാൽ ജനകീയ വിമർശനത്തെ (Public Criticism) പ്രൊഫസർമാരുടെ എഴുത്ത് സ്ഥാനഭ്രഷ്ടമാക്കി എന്നർത്ഥം. ഈ വിഷയത്തിൽ നിന്ന് വിമർശന കലയെ വിമോചിപ്പിക്കാൻ വായനയിലും വിഭാവനത്തിലുമൂന്നുന്ന വിമർശന സമ്പ്രദായത്തിന് മാത്രമേ സാധ്യമാവൂ എന്ന് ഞാൻ വിശ്വസിക്കുന്നു. മലയാളത്തിൽ പ്രതികരണ വിമർശനത്തിന്റെ പ്രസക്തി വർധിച്ചുവരികയാണ്.

പ്രൊഫസോറിയൻ എഴുത്തിന്റെ പ്രകടമായ ദുരന്തഭാവം വായനയിലെ അവിശ്വാസമാണ്. അദ്ധ്യാപകരല്ലാത്ത നിരൂപകർ ആവിഷ്കരിക്കുന്ന ആശയങ്ങളെ ഈ എഴുത്ത് അപ്പാടെ നിഷേധിക്കുന്നു. അതോടൊപ്പം പുതിയ കാഴ്ചപ്പാടുകളും സാഹിത്യവിമർശനങ്ങളും അവതരിപ്പിക്കുന്ന പുതിയ നിരൂപകരെ അവഗണിക്കുകയും ചെയ്യുന്നു. പാശ്ചാത്യ സാഹിത്യപരിചയത്തിൽനിന്ന് ഈ പ്രൊഫസർമാർ ആവിഷ്കരിക്കുന്ന പുതിയ ആശയങ്ങൾ, ഭാരതീയ സാഹിത്യകാരന്മാർ പണ്ടേ പറഞ്ഞു വച്ചതാണ് എന്ന് അഭിപ്രായപ്പെട്ട്, തങ്ങളുടെ വിമർശനത്തിന് അടിത്തറ പണിയാനും അവർ മറക്കാറില്ല. അവർ ഭീകരമായ ദയ അർഹിക്കുന്നു. ആ വിമർശനചിന്തകൾ ആഴത്തിലും വ്യാപ്തിയിലും അവർ ഗ്രഹിച്ചിട്ടുണ്ടോ എന്ന സന്ദേഹവും എനിക്കുണ്ട്. ഭാരതീയ സാഹിത്യ മീമാംസാബന്ധം പ്രയോജനപ്പെടുത്തിക്കൊണ്ടാണ് പാശ്ചാത്യ വിമർശന പ്രവണതകളെ പുതിയ നിരൂപകർ സ്വാംശീകരിക്കുന്നത്, മറിച്ചല്ല എന്ന വസ്തുത പ്രൊഫസോറിയൽ നിരൂപകർ പരിശോധിച്ചറിയാൻ വിസമ്മതിക്കുന്നു. നിരൂപകയായ എം. ലീലാവതി ഉത്തരാധുനിക നിരൂപകർക്ക്

നേരെയെടുത്ത ചില നിലപാടുകൾ ഓർത്തുകൊണ്ടാണ് ഇത്രയും പറഞ്ഞത്. അന്ധമായി പാശ്ചാത്യ സിദ്ധാന്തങ്ങളെ നിരൂപകർ സ്വീകരിക്കുന്നതിലെ വിയോജിപ്പ് അവർ ഒരു പ്രഭാഷണത്തിനിടയിൽ പ്രകടിപ്പിച്ചതും എന്റെ ഓർമ്മയിലുണ്ട്. ക്ലാസ്സ് മുറികളുടെ ചുമവരുകൾക്കകത്തുവെച്ച് അഭിനവ ഗുപ്തനേയും രാജശേഖരനേയും വിലയിരുത്തുക, രസം, ധ്വനി, ഔചിത്യം എന്നൊക്കെ ആവർത്തിക്കുക, അതിനപ്പുറം വിമർശകരുടെ പൊതുസമൂഹം അതേ ആശയദർശനങ്ങളെ എങ്ങനെ സ്വീകരിക്കുന്നു എന്നറിയാൻ വായക്കാർക്ക് ബാധ്യതയില്ലേ. സാംസ്കാരികമായി ആ സിദ്ധാന്തങ്ങൾ മരിച്ചതായി അഭിപ്രായപ്പെടാറായില്ല; മ്യൂസിയത്തിൽ പ്രദർശിപ്പിക്കേണ്ട കാലവുമായിട്ടില്ല. ഉത്തരാധുനികദർശന സംവാദങ്ങൾക്കിടയിൽ ഇടപെടാനുള്ള ആർജ്ജവവും കരുത്തും ആ സിദ്ധാന്തങ്ങൾക്ക് ഇപ്പോഴുമുണ്ട്. അതായത് ഉത്തരാധുനികലോകം ഭാരതീയ ചിന്തപദ്ധതികളെയും ദർശനങ്ങളെയും അപ്രസക്തമാക്കുന്നില്ല എന്നു തെളിയുന്നു. മാത്രവുമല്ല ഉത്തരാധുനിക ചിന്താപദ്ധതിയിലെ സങ്കീർണ്ണമായ ചില പ്രശ്നങ്ങൾ ബോധ്യപ്പെടുത്താൻ ഭാരതീയ ദർശനങ്ങളുടെ സാമീപ്യംകൊണ്ട് കഴിയുമെന്ന് കാൾ ഓൾസൺ അഭിപ്രായപ്പെടുകയുണ്ടായി. സംഭാഷണത്തിന്റെ സർഗ്ഗാത്മകവും ചലനാത്മകവുമായ പ്രവണതകളിലൂന്നി ഉത്തരാധുനിക വിമർശകരെപ്പോലെ ഭാരതീയ ചിന്തകന്മാരും സംസാരിച്ചിരുന്നുവെന്ന് ആ താരതമ്യം നമ്മളെ ബോധ്യപ്പെടുത്തുന്നു.

ഇത്തരം വസ്തുതകൾ ബോധപൂർവ്വം തിരസ്കരിക്കുകയാണ് മലയാളത്തിലെ സർവ്വകലാശാല അദ്ധ്യാപകർ. കെ.എം. ഡാനിയേൽ, കെ.എം. തരകൻ, എ.പി.പി. നമ്പൂതിരി, കെ.പി. ശങ്കരൻ, എം.ആർ. ചന്ദ്രശേഖരൻ തുടങ്ങി പി.പി. രവീന്ദ്രൻ, വി.സി. ശ്രീജൻ, പി.കെ. പോക്കർ വരെ പ്രൊഫസോറിയൽ നിരൂപണത്തിന്റെ വക്താക്കളായി ഒരു നീണ്ട നിര നമുക്കിടയിലുണ്ട്. പുതിയ തലമുറയിലെ അദ്ധ്യാപകരായ നിരൂപകർ വേറെയും കാണും. സാഹിത്യവിമർശനത്തിൽ ഇവർ നിരന്തരം ഇടപെട്ടുകൊണ്ടിരിക്കുന്നു. എന്നാൽ തങ്ങളോടൊപ്പമില്ലാത്ത നിരൂപകരെ ഒരു കൈപ്പാടകലെ നിർത്തിക്കൊണ്ടാണ് അവർ നിലപാടുകൾ ആവിഷ്കരിക്കുന്നുവെന്നത് രസകരമായ അനുഭവമാണ്. എം. തോമസ് മാത്യു, എം. ലീലാവതി, വി. രാജകൃഷ്ണൻ, കെ.പി. അപ്പൻ തുടങ്ങിയ നിരൂപകർ ക്ലാസ്സ് നോട്ട് പാരമ്പര്യത്തിൽനിന്ന് വരെ അകലെയാണ്. വിമർശനത്തെ ഒരു സ്വതന്ത്ര കലാരൂപമായി അവർ വിലയിരുത്തുന്നു. രുദിതാനുസാരീകവി, സമയപ്രവാഹവും സാഹിത്യകലയും, ആളൊഴിഞ്ഞ അരങ്ങ് എന്നിങ്ങനെ ചില കൃതികൾ ഉദാഹരിക്കാവുന്നതാണ്. എം. ലീലാവതിയുടെ കവിതാപഠനങ്ങൾ മികച്ച അന്വേഷണങ്ങളാണ്. എന്നാൽ ഉജ്ജയിനിയെക്കുറിച്ചെഴുതിയപ്പോൾ അദ്ധ്യാപനസമ്പ്രദായത്തെ താത്പര്യത്തോടെ സ്വീകരിച്ചോ എന്ന

സംശയം ചില വായനക്കാർ ഉന്നയിച്ചിരുന്നു. പരിതോഷമുണ്ടാകും വരെ ഞാനെന്റെ പ്രയോഗവിജ്ഞാനം സാധുവാണെന്ന് പറഞ്ഞത് കാളിദാസ കവിയാണ്. ശാകുന്തളത്തിലെ ആ സൂത്രധാരവാക്യത്തിലൂടെ വിമർശന ത്തിന്റെ പ്രാണാംശം ഗ്രഹിക്കുകയും വിമർശനത്തെ അംഗീകരിക്കുകയു മാണ് കാളിദാസകവി ചെയ്തത്. വിമർശനത്തെ സ്വീകരിച്ച കാളിദാസനെ സമഗ്രതയിൽ അറിഞ്ഞുകൊണ്ടാണോ ഒ.എൻ.വി.യുടെ ഉജ്ജയനീ കാവ്യം വായിച്ചത് എന്ന് സന്ദേഹിക്കേണ്ടിവരുന്നു. അത് ഒരു പോസ്റ്റ് ഗ്രാജുവേറ്റ് വായനയുടെ അപ്പുറം പോകുന്നില്ല. വിമർശനത്തിന്റെ പുതിയ ചാലുകളും സൗന്ദര്യശാസ്ത്ര നിഗമനങ്ങളും ഉന്തിപ്പുറത്താക്കാൻ വ്യഗ്രതപ്പെടുന്ന അധ്യാപകനിരൂപണം ശരിയായ വിമർശനത്തിന്റെ പടിക്കുപുറത്താണ്.

രണ്ട്

യൂണിവേഴ്സിറ്റി വിദ്യാഭ്യാസത്തിന്റെ ഭാഗമായി സാഹിത്യനിരൂപണം മാറിക്കഴിഞ്ഞതിന്റെ അനുഭവമാണ് നാമിതുവരെ പരിശോധിച്ചത്. നിരൂപണസംസ്കാരത്തെ അധ്യാപകവൃത്തിയുടെയും ഗവേഷണ പ്രവർത്തനത്തിന്റെയും ഭാഗമല്ലാതെ കാണാൻ പലർക്കും കഴിയുന്നില്ല. സാഹിത്യഭാവന എന്നത് യൂണിവേഴ്സിറ്റിയുടെ മുറികളിൽ സംഭവി ക്കേണ്ട കൃത്യമായി പരിണമിക്കുകയാണ്. അതിന്റെ ഫലമായി അധ്യാ പകരല്ലാത്ത, ഗവേഷകരല്ലാത്ത നിരൂപകരെ സ്വീകരിക്കാൻ പ്രയാസ പ്പെടുന്ന ഒരു വിഭാഗവും രൂപപ്പെട്ടിരിക്കുന്നു.

കുട്ടികൃഷ്ണമാരാരെ നിരൂപകനായി അംഗീകരിക്കാൻ വളരെ കാലമെടുത്തില്ലേ? 'നോവൽ: സിദ്ധിയും സാധനയും', 'ചന്തുമേനോൻ : ഒരു പഠനം' പോലുള്ള കൃതികളെഴുതിയ പി.കെ. ബാലകൃഷ്ണൻ യൂണിവേഴ്സിറ്റി വിമർശകരുടെ വിചാരഭൂമിയിൽ എപ്പോഴെങ്കിലും കടന്നുവന്നിട്ടുണ്ടോ? മാത്രവുമല്ല, പുതിയ തലമുറയിലെ അധ്യാപക രല്ലാത്ത എഴുത്തുകാരെ ബോധപൂർവ്വം തമസ്കരിക്കാനുള്ള ശ്രമവും നടന്നു വരുന്നതായി കാണാം. വാസ്തവത്തിൽ മലയാളത്തിലെ ജനകീയവിമർശനത്തെ തിരസ്കരിക്കുന്ന നിലപാടാണ് സൈദ്ധാന്തിക വിമർശനത്തിന്റെ പേരിൽ അവർ സ്വീകരിച്ചുകാണുന്നത്. ക്ലാസ്മുറിക്കു പുറത്തുള്ളവർ ആവിഷ്കരിക്കുന്ന പുതിയ സൈദ്ധാന്തിക കാഴ്ച പ്പാടുകൾക്കുനേരെ കണ്ണടക്കുക പതിവായിക്കഴിഞ്ഞിരിക്കുന്നു. അതാ യത് ജനകീയ വിമർശകല അപ്രാപ്യമായി എന്നു മാത്രമല്ല, സൗന്ദര്യ ശാസ്ത്രത്തിന്റെ ചരിത്രപരമായ വികാസവും അവഗണിക്കപ്പെടുകയാണ്.

മാരാരും മുണ്ടശ്ശേരിയും ബാലകൃഷ്ണനും നിരൂപണത്തിലേർപ്പെട്ടത് പ്രൊഫസർമാർക്ക് വേണ്ടിയായിരുന്നില്ലല്ലോ. ഒരു ജുഡീഷ്യറിയുടെ നിലപാടിലേക്ക് നിരൂപണം ചുരുങ്ങിയതായും അനുഭവപ്പെടുന്നു. അത്

ചില ബോധ്യങ്ങളിലേക്ക് വായനയെ കീഴ്പ്പെടുത്തുകയും ചെയ്യുന്നു. അതിന്റെ വികൃതമായ സ്വാധീനമാണ് ഇപ്പോഴത്തെ നിരൂപണം ഏറ്റെടുത്തിരിക്കുന്നത്. 'മാരാരെ സംസ്കരിക്കുക' എന്ന ലേഖനത്തിൽ (മാധ്യമം ആഴ്ചപ്പതിപ്പ്, ലക്കം: 129) മാരാരെ കുഴിച്ചുമൂടണം എന്ന ആഹ്വാനമാണുള്ളത്. മാരാരുടെ ചിന്തകൾ ഇപ്പോഴും ചലനരഹിതമായിട്ടില്ലെന്ന ബോധ്യപ്പെടലും ആ എഴുത്തിന് പിറകിലുണ്ടെന്ന് സംശയിക്കണം. വിമർശനത്തിലുള്ള സൗന്ദര്യ സങ്കല്പത്തിന് അനുപൂരകമായി തന്റേതായ ഒരു സൗന്ദര്യദർശനം വികസിപ്പിച്ചെടുക്കാൻ കഴിയാത്തതിനാൽ, അദ്ദേഹത്തെ സംസ്കരിച്ചുകളയണമെന്നാണ് പുതിയ ഗവേഷകമതം. മാരാർ വിമർശകലയെ ഒരു സ്തംഭനത്തിലെത്തിച്ചുവെന്നും തുടർന്ന് പറയുന്നു. കുട്ടികൃഷ്ണമാരാർ കൊണ്ടുവന്നിട്ടുള്ള ആശയ സംസ്കാരങ്ങളെ ഗുണഭേദമോ രൂപഭേദമോ വരുത്തി ശുദ്ധീകരിക്കണമെന്ന വിചാരം ഇതെഴുതുന്ന ആളിനുമുണ്ട്. ആ അർത്ഥത്തിൽ മാരാരുടെ ആശയലോകത്തെ സംസ്കരിക്കാവുന്നതുമാണ്. പുതിയ വിമർശനസംസ്കാരം രൂപപ്പെടുമ്പോൾ ഇത്തരം സമീപനങ്ങളുടെ അനിവാര്യത തീർച്ചയായും വരാവുന്നതാണ്. സൗന്ദര്യശാസ്ത്ര രംഗത്തുണ്ടാവുന്ന വികാസം ശ്രദ്ധിച്ചാലറിയാം, മുമ്പുള്ള സൗന്ദര്യ മനോഭാവങ്ങളെ ശുദ്ധീകരിച്ചോ ചോദ്യം ചെയ്തോ വികസിപ്പിച്ചോ ആണ് പിൽക്കാല സൗന്ദര്യദർശനങ്ങൾ രൂപപ്പെട്ടിട്ടുള്ളത് എന്ന സത്യം.

സാഹിത്യനിരൂപണത്തിൽ മാരാർ ചെയ്തതെന്താണ്? പ്രബലമായിരുന്ന ധ്വനിവാദത്തെ നിഷേധിക്കുകയും അനുമാനവാദത്തെ ശിരസ്സാവഹിക്കുകയും ചെയ്തുകൊണ്ടാണല്ലോ തന്റെ സൗന്ദര്യശാസ്ത്ര നിലപാടുകൾ മാരാർ അവതരിപ്പിച്ചത്. മാരാർ തന്റേതായ സൗന്ദര്യദർശനം വികസിപ്പിച്ചെടുക്കാൻ ശ്രമിച്ചില്ലെന്ന് പറയുന്നവർ, അദ്ദേഹത്തെ വേണ്ട പോലെ വായിച്ചിരിക്കാനിടയില്ല. എന്നാൽ പുതിയ സൗന്ദര്യദർശനം രൂപപ്പെടുത്തുന്നതിൽ മാരാരുടെ ശ്രദ്ധ തെറ്റിപ്പോയി എന്നതാണ് വസ്തുത. മാരാരെ സംസ്കരിക്കണമെന്ന് പറയുന്ന ലേഖകൻ 'വായനയുടെ ഉപനിഷത്ത് എന്ന കൃതി വായിച്ചിരിക്കുമെന്ന് ഞാൻ വിചാരിക്കുന്നു. ആദ്യ അധ്യായത്തിൽ നിന്ന് ഒരു വരി ഉദ്ധരിക്കട്ടെ:

"മാരാർ വായനക്കാരനെ അടുത്തകണ്ട നിരൂപകനായിട്ടും സിദ്ധാന്തരൂപവൽകരണങ്ങൾക്കിടയിൽ അദ്ദേഹത്തിന് ഒരു അപഭ്രംശം സംഭവിച്ചു എന്നല്ലേ? അത് പരിശോധിക്കുമ്പോൾ പൂർവ്വകാല സിദ്ധാന്തത്തെയും അതിന്റെ വിശിഷ്ടമല്ലാതെ പോയ വളർച്ചയെയും ആണ് അടുത്തു കാണാനാവുക." ഈ പുസതകത്തിലെ അടിസ്ഥാന നിലപാട് ആരംഭിക്കുന്നതു തന്നെ ഈ പശ്ചാത്തലത്തിൽ നിന്നാണ്. സൈദ്ധാന്തികമായി അല്ലെങ്കിൽ ദർശനപരമായി മാരാർക്ക് അപഭ്രംശം സംഭവിച്ചുപോയതിനാൽ, ധ്വനിയെ നിഷേധിച്ചോ അനുമാനത്തെ അംഗീകരിച്ചോ വായനയുടെ സിദ്ധാന്തവൽകരണത്തിലെത്താൻ മാരാർക്ക് സാധിച്ചില്ല.

ആ ദർശനപരമായ പോരായ്മ ഉന്നയിച്ചുകൊണ്ട് ഒരു പുതിയ സിദ്ധാന്തത്തിലേക്ക് എങ്ങനെ വരാം എന്ന ആലോചനയാണ് നടത്തിയത്. ആ വിചാര ഭൂമിയിൽനിന്ന് രൂപപ്പെട്ട ഒരാശയം വ്യത്യസ്തമായ ഭാഷയിൽ വീണ്ടും എഴുതിപ്പിടിപ്പിക്കുന്നതാണ് 'മാരാരെ സംസ്കരിക്കുക' എന്ന ലേഖനം. പുതിയതെന്ന മട്ടിൽ ആവിഷ്കരിക്കപ്പെടുന്ന ആശയങ്ങൾ മുമ്പെ സാഹിത്യചരിത്രത്തിൽ എഴുതപ്പെട്ടിട്ടുണ്ടെങ്കിൽ, അത് സൂചിപ്പിക്കാൻ പോലും ലേഖകൻ തയ്യാറാവാതെ പോവുന്നു. വായനയുടെ വൈപുല്യക്കുറവാകാം അതിന് കാരണം.

വിമർശനസംസ്കാരത്തെ സംബന്ധിക്കുന്ന ഒരു പുതിയ പ്രശ്നം ഉരുത്തിരിഞ്ഞുവരികയാണ്. ഭാരതീയ വിമർശനത്തെയും കവിതയെയും തുല്യ മനോഭാവത്തോടെയാണ് വിലയിരുത്തിപ്പോന്നിട്ടുള്ളത് എന്ന് നടേ സൂചിപ്പിക്കുകയുണ്ടായി. കാവ്യാസ്വാദനത്തിന്റെ രഹസ്യം സഹൃദയ സംവാദമാണ്. അതായത് വായനയില്ലെങ്കിൽ ഒരു സാഹിത്യസൃഷ്ടിക്കും അസ്തിത്വമില്ലെന്ന് വരുന്നു. ഈ വഴിക്കുള്ള വിചാരം അനുവാചകനെ വായനയുടെ പ്രസക്തിയിലെത്തിക്കുമെന്ന് മാത്രമല്ല, ഒരു വിമർശ സംസ്കാരം ഉണ്ട് എന്ന് ബോധ്യപ്പെടുത്തുകയും ചെയ്യും. അത് വായനകൊണ്ട് ഉണ്ടാവുന്നതും, വായനകൊണ്ട് മാത്രം നിലനിർത്താവുന്നതുമാണ്. എന്നാൽ ചില എഴുത്തുകാർ വായനയെ അത്രയും ഗൗരവമായെടുക്കാതെ അപൂർവവും അസാധാരണവുമായ നിഗമനങ്ങളിലേക്കെടുത്തു ചാടാൻ വെമ്പൽ കൊള്ളുന്നത് കാണാം. എന്നാൽ സാഹിത്യനിരൂപണം ആ മട്ടിലാകാൻ പാടില്ല. ശ്രോതാവിന്റെയും കവിയുടെയും സാമാന്യ ഭാവങ്ങളോടൊപ്പം ശ്രോതാവിന്റെ ആർജ്ജിത സംസ്കാരവും സൗന്ദര്യ ബോധവും വിമർശകലക്ക് ഗൗരവം വർധിപ്പിക്കുന്ന ഘടകങ്ങളാണ്. കവിതയെ എന്നല്ല നിരൂപണം വിലയിരുത്തുമ്പോൾ പോലും അത് പ്രസക്തമാണ്.

എന്നാൽ മാരാർ വിമർശനകലയെ 'സ്തംഭിപ്പിച്ചു' എന്നെഴുതുന്നതിൽ അതിന്ന് വിരുദ്ധമായ ആ മനോഭാവമാണ് പ്രവർത്തിച്ചത് എന്ന് കാണാം. 'ഞെട്ടിപ്പിക്കു'മെന്ന തോന്നൽ ഉളവാക്കിക്കൊണ്ടാണ് ഇത്തരം പ്രയോഗങ്ങൾ സംവേദന ലോകത്തേക്ക് പ്രവേശിക്കുന്നത്. എന്നാൽ അറിവല്ല, അജ്ഞതയാണ് ആ ഞെട്ടിപ്പിക്കലിലൂടെ കടന്നുവരുന്നത്. സംസ്കരിക്കുക. സ്തംഭിപ്പിക്കുക എന്നിങ്ങനെയുള്ള പ്രയോഗങ്ങൾ ദർശനപരമായ അറിവിലേക്കുള്ള സൂചകമാവാതെ, ഒടുങ്ങിപ്പോവുന്നതാണ് വായനയിലുണ്ടാവുന്ന അനുഭവം. "കുറച്ചു കാലമായി മലയാളനിരൂപണത്തിൽ ഒരു മുന്നോട്ട് പോക്ക് ഉണ്ടായിട്ടില്ല" എന്ന് മറ്റൊരു വായനക്കാരൻ എഴുതുന്നതും വായനക്കാരെ ഞെട്ടിപ്പിക്കാനാണ്. ഞെട്ടേണ്ട വായനക്കാർ സാഹിത്യചരിത്രത്തിലെ അജ്ഞത കണ്ട് ഊറിയൂറിച്ചിരിക്കുകയാണ് ഇപ്പോൾ. അറിവില്ലായ്മയുടെ ജ്ഞാനമാണ് വിമർശനത്തിലെ പുതിയ ചെക്കന്മാരെ നയിക്കുന്നത്. ഇത്തരം പ്രയോഗങ്ങളും അതിലൂടെ വരുന്ന

ഇരുണ്ട സംസ്കാരവും വായനയെ സ്തംഭിപ്പിക്കുന്നു. അത്തരം പ്രയോഗങ്ങളിൽ കുടുങ്ങിപ്പോവാതെ, ആശയ ലോകത്ത് സംഘർഷങ്ങൾ സൃഷ്ടിക്കുകയാണ് മാരാർ ചെയ്തത്. സംസ്കൃത പരിജ്ഞാനത്തിൽ നിന്ന് ലഭിച്ച 'യുക്തിവിചാര കൗശല'മാണ് എഴുത്തിലുടനീളം മാരാർ പ്രയോജനപ്പെടുത്തിയത്. അദ്വൈതത്തിന്റെ വ്യാപക ഭാവമായിരുന്നില്ല, സൂക്ഷ്മ വിചാരമായിരുന്നു മാരാരെ സ്വാധീനിച്ചതും നിയന്ത്രിച്ചതും. അത് നിരൂപണത്തിൽ പുതിയ തർക്കങ്ങളുടെ ലോകങ്ങൾ തുറന്നിട്ടു. മലയാള ഭാവുകത്വത്തിൽ ഇന്നും ആ സംഘർഷം നിലനിൽക്കുന്നുണ്ട്. അതുൾക്കൊള്ളുക എന്നതിനർഥം മാരാരിലേക്ക് ചുരുങ്ങുക, ബഹുമാനിക്കുക എന്നല്ല, മാരാരിൽനിന്ന് മുന്നോട്ട് ചലിക്കുക എന്നാണ്. അത് അറിയാതെ അദ്ധ്യാപക നിരൂപകന്മാർ പറയുന്നതാണ് ശരി എന്ന് ധരിച്ചുപോവുന്ന വിദ്യാർഥികൾ നിരൂപണത്തിൽ സൃഷ്ടിക്കുന്ന ദുരന്തങ്ങൾ ധാരാളമാണ്. അവർ അവഗണിക്കുന്നത് വായനയുടെ പൊതുസംസ്കാരത്തെയാണ്. ആശയങ്ങളുടെയും സംഘർഷങ്ങളുടെയും ലോകമാണ് വായനയുടെ ലോകമെന്ന യാഥാർഥ്യം വിസ്മരിതമാവുന്നു. ആ പരിമിത വീക്ഷണത്തിലൂടെ മാത്രമെ അവർക്ക് സാഹിത്യചരിത്രത്തെ നോക്കിക്കാണാൻ കഴിയുന്നുള്ളൂ. മാരാരെ വിലയിരുത്തുന്നതും ആ മൈനർ വിചാരനേത്രം കൊണ്ടായാലോ? അവിടെവെച്ച് ദർശനപരമായ ക്രമം തന്നെ തെറ്റിപ്പോകുന്നു.

മാരാരോടൊപ്പം ആഷാമേനോനെയും വി.സി. ശ്രീജനെയും ചേർത്തുവെച്ച് വായിക്കുമ്പോൾ സംഭവിക്കുന്നത് ഈ ക്രമം തെറ്റലാണ്. ക്രമം തെറ്റിച്ചാലെന്ത് എന്ന് ഒരു മറുചോദ്യം പ്രതീക്ഷിക്കുകയും ചെയ്യുന്നു. സംശയം ഇത്രയേയുള്ളൂ: ആഷാമേനോനും വി.സി. ശ്രീജനും മാരാർ പാരമ്പര്യത്തിന്റേതായി അവകാശപ്പെടാൻ എന്താണുള്ളത്? ഭാഷയുടെ പൈതൃകമായ ഒരു സമ്പത്ത് ആഷാമേനോന്റെ പക്കലുണ്ട്. ആസ്വാദനപരമായ ഒറ്റപ്പെട്ട നിലപാടാണ് നിരൂപണത്തിൽ അദ്ദേഹത്തിന്റേത്. 'ജീവന്റെ കൈയൊപ്പി'ലും 'പരാഗകോശങ്ങളി'ലുമെല്ലാം ഭാരതീയമായ നിരൂപണസമ്പ്രദായം ആഷാമോനോൻ സ്വീകരിച്ചു കാണുന്നേയില്ല. വി.സി. ശ്രീജന് ഭാരതീയ സാഹിത്യ മീമാംസയിൽ വേണ്ടത്ര പരിചയമില്ലെന്ന് 'അർഥാന്തരന്യാസം' എന്ന കൃതി വിശദീകരിച്ചകഴിഞ്ഞ കാര്യമാണ്. താത്ത്വികവും ജ്ഞാനപരവുമായ പിശകുകൾ നിറഞ്ഞ ഈ പുസ്തകം തെറ്റായ പല ധാരണകളും വിദ്യാർഥികൾക്ക് പകർന്നുകൊടുക്കുന്നു. ഭട്ടനായകന്റെ സാഹിത്യസിദ്ധാന്തം അഭിനവഗുപ്തന്റേതാണെന്ന് എഴുതിപ്പിടിപ്പിക്കാൻ ഒരധ്യാപകന് അസാമാന്യമായ ചങ്കുറപ്പ് തന്നെ വേണം. ഈയടിസ്ഥാനത്തിൽ മാരാരുടെ പിന്തുടർച്ചാവകാശം ഈ നിരൂപകർക്കെങ്ങനെ അവകാശപ്പെടാനാവും? വാസ്തവത്തിൽ മലയാളവിമർശനം വികസിച്ചുപോരുന്നത് രണ്ട് പ്രധാനപ്പെട്ട ദർശനധാരകളിലൂടെയാണ്. ഭാരതീയ സാഹിത്യപാരമ്പര്യം ഉൾക്കൊള്ളുകയാണ് ആദ്യത്തെ ധാര ചെയ്യുന്നത്. വേദാന്തത്തിന്റെയും ഗാന്ധിയുടെയും

അർത്ഥാംശങ്ങൾ ആ ധാരയാൽ സ്വാംശീകരിക്കപ്പെടുന്നുമുണ്ട്. കുട്ടികൃഷ്ണമാരാർ, സുകുമാർ അഴീക്കോട് എന്നിവരാണ് ആ പാരമ്പര്യത്തിന്റെ പോയകാല പ്രതിനിധികൾ. അതേ പാരമ്പര്യത്തിൽ ഉൾപ്പെടുന്ന മുണ്ടശ്ശേരി എന്നാൽ പൗരസ്ത്യവും പാശ്ചാത്യവുമായ സമന്വയത്തിന്റെ പാതയിലേക്ക് തിരിയുന്നത് 'നാടകാന്തം കവിത്വ'ത്തിലും 'കാവ്യപീഠിക'യിലും മറ്റും നാം കാണുന്നു. കേസരിയുടേതാണ് രണ്ടാമത്തെ നിരൂപണധാര. അത് തികച്ചും പാശ്ചാത്യമാണ്. എം.എൻ. വിജയൻ, കെ.പി. അപ്പൻ, ആഷാ മോനോൻ തുടങ്ങിയവർ കേസരിയുടെ അവധൂതത്വത്തെ സാംശീകരിച്ച് എഴുതിത്തുടങ്ങിയവരാണ്. നിരൂപണത്തിലെ ഈ ആധുനിക പാശ്ചാത്യ സമീപനം വി.സി. ശ്രീജൻ പിന്തുടരുന്നതിനാൽ അപ്പന്റെ തലമുറയിലാണ് അദ്ദേഹത്തെ ഉൾപ്പെടുത്തേണ്ടിവരിക.

വിചാര ലോകത്തിന്റെയും സൗന്ദര്യദർശനത്തിന്റെയും അടിസ്ഥാനത്തിലായിരിക്കണം ഒരു വിമർശകന്റെ തുടർച്ച നാം മനസ്സിലാക്കേണ്ടത്. അല്ലാതെ ഗുരു ശിഷ്യബന്ധത്തിന്റെ അടിസ്ഥാനത്തിലാകരുത്. ഭാരതീയ സാഹിത്യമീമാംസ മനസ്സിരുത്തി വായിച്ചിട്ടില്ലാത്ത നിരൂപകന്മാർക്ക് മാരാരുടെ വിചാര ശൈലി മനസ്സിലാവുമോ? മീമാംസാ ചരിത്രത്തെ എത്രമാത്രം ക്രമം തെറ്റി ശുദ്ധിയില്ലാതെ വായിക്കാമെന്ന് തെളിയിക്കുന്ന കൃതിയാണ് 'അർത്ഥാന്തരന്യാസം'. കുറെ വർഷങ്ങളായി മലയാള നിരൂപണത്തിൽ ഭാരതീയ സിദ്ധാന്തമുപയോഗിച്ച് വന്ന മുന്നേറ്റങ്ങളെയെല്ലാം കണ്ടില്ലെന്ന് നടിച്ച്, പുതിയ സിദ്ധാന്തം പടുത്തുയർത്താൻ പോയ ശ്രീജന്റെ ആശയപരമായ വിക്ക് ആ കൃതിയിലൂടെ നാം കണ്ടതാണ്. ചരിത്രബോധമില്ലാതെ ഭാരതീയ സാഹിത്യമീമാംസയെ വിലയിരുത്തിയതിന്റെ അപകടങ്ങൾ 'അർഥാന്തരന്യാസ'ത്തിലുണ്ട്. രസധ്വനികളെ കുറിച്ചെഴുതുമ്പോഴും ആ പ്രശ്നം കാണാം. വ്യാഖ്യാനങ്ങൾ വായിച്ച് സിദ്ധാന്തം രൂപപ്പെടുത്താൻ പോയതിലെ അപകടം വി.സി. ശ്രീജൻ തിരിച്ചറിഞ്ഞു വരുന്നതേയുള്ളൂ. ഭാരതീയ സാഹിത്യ മീമാംസയുമായുള്ള അടുപ്പത്തിന്റെ കാര്യത്തിൽ മാരാരുടെ നാലയൽപ്പക്കത്ത് പോലും ചെന്നുനിൽക്കാൻ ബലമില്ലാത്ത ഒരു നിരൂപകനെ മാരാരുടെ തുടർച്ചയാക്കുക എന്നത് വലിയ ഹീനതന്ത്രമാണ്. പുതിയ ആശയങ്ങൾ സൃഷ്ടിക്കാനുള്ള അമിതമായ താത്പര്യം അധ്യാപക നിരൂപണത്തിലെ ഒരു പൊതു പ്രവണതയായി മാറിക്കഴിഞ്ഞിരിക്കുന്നു. ആസ്വാദന സംസ്കാരത്തെയും അതിലെ ജനാധിപത്യത്തെയും 'സംസ്കരിക്കണം' എന്ന് പറയുന്നതിലൂടെ, ഭ്രഷ്ടമാക്കപ്പെടുന്നത് മലയാളത്തിലെ ശരികളാണ്. മാരാരെയും, പി.കെ. ബാലകൃഷ്ണനെയും പുറത്തുനിർത്തി കേസരിയെക്കുറിച്ചെഴുതുന്നതുപോലെ, മൗലികനിരൂപണത്തെ പുറത്തുനിർത്തി പാശ്ചാത്യമായ യാഥാസ്ഥിതികതയെക്കുറിച്ച് അധ്യാപക നിരൂപണം ഇപ്പോൾ സംസാരിച്ചുകൊണ്ടിരിക്കുന്നു. നിരൂപണത്തെയും വായനയെയും അവിശ്വസിക്കാനാവും അത് പ്രേരകമാവുക.

■

ഉത്തരാധുനികത വിമർശനത്തിൽ

ഉത്തരാധുനികതയുടെ ശക്തിയും പ്രാബല്യവും കുറഞ്ഞു വരികയാണെന്ന് ചിലരെങ്കിലും വിശ്വസിച്ചു തുടങ്ങിയിരിക്കുന്നു. അത്രത്തോളം ശക്തമാണ് ഉത്തരാധുനികതയോടുള്ള എതിർപ്പുകൾ. ഏതു പ്രസ്ഥാനവും ആരംഭിക്കുന്ന ഘട്ടത്തിൽ ചില ആർഭാടങ്ങളൊക്കെ പ്രകടിപ്പിക്കാറുണ്ട്. ഉത്തരാധുനികതയും ആർഭാടകരമായ ഒരു അസ്വാസ്ഥ്യം പ്രകടിപ്പിച്ചുകൊണ്ടാണ് കടന്നുവന്നത്. എന്നാൽ, ആ ആർഭാടം മാറ്റിവെച്ച്, അത് പതുക്കെ ആഖ്യാനത്തിലും പ്രമേയത്തിലും ഒരു ഐഡിയോളജിയായി പ്രവർത്തിക്കാൻ തുടങ്ങിയിരുന്നു. തുടക്കത്തിൽ ഉത്തരാധുനികതയെ ഉപഹാസത്തോടെ വീക്ഷിച്ചവർക്കുപോലും ഇപ്പോൾ അതിന്റെ ആഖ്യാനതന്ത്രം സ്വീകരിക്കുന്നതിൽ വിരോധമില്ലെന്നായിട്ടുണ്ട്. എങ്കിലും ഉത്താരധുനികതക്കെതിരെയുള്ള വിമർശനവും പ്രവർത്തനങ്ങളും തീവ്രമായിത്തന്നെ അരങ്ങേറുന്നു. ഈ പ്രസ്ഥാനത്തിൽ അത്രമാത്രം ഭയപ്പെടാൻ എന്താണ് ഉള്ളത്.

ഉത്തരാധുനികത ഒരു പ്രവണത മാത്രമാണ്. ആ പ്രവണതയെ മുൻനിർത്തി പൊടുന്നനെ ഒരു നിഗമനത്തിലെത്തുക പ്രയാസമാണെന്നാണ് എന്റെ വിശ്വാസം. എന്നാൽ, അതേപ്പറ്റി ഒരു അവസാന വാക്ക് പറയാനുള്ള ശ്രമങ്ങളെ വളരെ കരുതലോടെ നിരീക്ഷിക്കേണ്ടതുമാണ്. പുറമെനിന്ന് വരികയോ, നാം ആകർഷിച്ചുകൊണ്ടുവരികയോ ചെയ്യുന്ന സാഹിത്യ പ്രവണതകളും തത്ത്വചിന്തകളും ഇവിടത്തെ സംസ്കാരവും സമൂഹവുമായും വേണ്ടപോലെ ഇണങ്ങാൻ കുറച്ച് സമയമെടുത്തേക്കും. ആ സമയം അനുവദിച്ചുകൊടുക്കുക തന്നെ വേണം. അതിനുമുമ്പേ ഒരു മുൻവിധിയിലെത്തുന്നത് ശരിയല്ല. സംസ്കാരവുമായി സംവദിക്കാനുള്ള സമയം അനുവദിച്ചുകൊടുക്കാതെ, പ്രസ്ഥാനത്തെക്കുറിച്ച് തീർപ്പിലെത്താനുള്ള ചിലരുടെ തിടുക്കങ്ങൾ വിളിച്ചുണർത്തുന്നത് കുറെ സംശയങ്ങളാണ്. നമ്മുടെ ജീവിതവും സംസ്കാരവുമായി സംവദിക്കാനുള്ള സമയം ആധുനികതക്കുപോലും ലഭിക്കുകയുണ്ടായില്ല. അതിനുമുമ്പേ യാഥാസ്ഥിതികരും ചില പുരോഗമനവാദികളും ചേർന്ന് ആധുനികതയെ ആട്ടിപ്പായിക്കാനുള്ള എല്ലാവിധ ശ്രമങ്ങളും

നടത്തി. അതിന്റെ ഭവിഷ്യത്തുകൾ മലയാള ഭാവുകത്വം പിന്നീട് അനുഭവിക്കുകയും ചെയ്തു. ഉത്തരാധുനികത നേരിടുന്നതും ഈയൊരു സാഹചര്യമാണ്. ഉത്തരാധുനിക വിരുദ്ധർ എന്നറിയപ്പെടുന്ന ഒരുവിഭാഗം ആളുകൾ മലയാളത്തിൽ സംഘടിതമായിക്കഴിഞ്ഞിരിക്കുന്നു. ട്രേഡ് യൂണിയൻ വികാരത്തോടെയാണ് ഉത്തരാധുനിക വിരുദ്ധരായ നിരൂപകരും എഴുത്തുകാരും ഇപ്പോൾ പ്രവർത്തിച്ചുകൊണ്ടിരിക്കുന്നത്.

എന്തുകൊണ്ട്. ഇങ്ങനെ സംഭവിക്കുന്നു? തങ്ങളുടെ പ്രശസ്തി വർധിപ്പിക്കുന്നതിനുള്ള ഒരു സമീപനമായിട്ടാണ് വിരുദ്ധ നിലപാടുകൾ കൈക്കൊള്ളാൻ നിരൂപകർ പ്രേരിതമാവുന്നത്. ഉത്തരാധുനികതയെ ഭയക്കുന്നത് ആരാണ് എന്ന വിദഗ്ധമായ ചോദ്യം രൂപപ്പെടുന്നതും ഈ പശ്ചാത്തലത്തിലാണ്. ആശയ അനവധാനതയുടെയും ആശയദൗർബല്യങ്ങളുടെയും സൃഷ്ടിയായ ഒരു വാമനത്വം അവരുടെ നിരീക്ഷണങ്ങളിലും തെളിഞ്ഞുകാണാനുണ്ട്. ഈയിടെ ഒരു സാഹിത്യ സംവാദത്തിനിടയിൽ ഒരു നിരൂപകൻ സ്വീകരിച്ച സമീപനം എന്നെ അദ്ഭുതപ്പെടുത്തുകയുണ്ടായി. 'ഉത്തര സംവേദനം' എന്ന എന്റെ പുസ്തകത്തിൽ ഒരിടത്ത് ഉത്തരാധുനികതയെ എതിർക്കുന്നു എന്ന കണ്ടെത്തൽ അവതരിപ്പിക്കാനുള്ള പഴുത് അദ്ദേഹം ആരായുന്നത് കണ്ടു. ആന്റി മോഡേണിസത്തിന്റെ അംശം ഭാഷയിൽ പ്രകടമാവുന്നുണ്ടെന്നും അത് ലിംഗ്വിസ്റ്റിസിസത്തിലെത്തുമെന്നും തൊണ്ണൂറുകളുടെ ആദ്യത്തിലെഴുതിയ ലേഖനത്തിൽ പറഞ്ഞുവെച്ചിരുന്നു. അത് പോസ്റ്റ് മോഡേണിസത്തിന്റെ അധീശത്വമല്ല എന്നും പ്രസ്താവിച്ചിരുന്നു. ഇതിൽ എവിടെയാണ് ഉത്തരാധുനികവിരുദ്ധത? ഒരു സാഹിത്യപ്രവണത കടന്നുവരുമ്പോൾ അത് പൂർണ്ണമായും സ്വീകരിക്കുന്നതിന് മുന്നോടിയായി പല തലത്തിൽ നിന്നുമുള്ള യുക്തിപരമായ അന്വേഷണം അനിവാര്യമാണ്. തത്ത്വശാസ്ത്രവും സാഹിത്യപ്രവണതകളുമാകട്ടെ പ്രാരംഭ ഘട്ടത്തിൽ, ചില സന്ദേഹങ്ങൾ ഉന്നയിക്കാനിടയുണ്ട്. അത്തരം സന്ദർഭങ്ങളിൽ വേണ്ടത്, നിരൂപണത്തിന്റേതായ ഒരു സ്ഥാനം കണ്ടെത്തുകയാണ്. പിന്നീട് ആ സന്ദേഹത്തിൽ മാറ്റം വരാവുന്നതുമാണ്. എഴുത്തിലും സിദ്ധാന്ത നിലപാടുകളിലും യാഥാർഥ്യങ്ങൾ തെളിഞ്ഞുവരാൻ തുടങ്ങുകയും ചെയ്യും. ആ യാഥാർഥ്യങ്ങളെ സ്വാംശീകരിക്കാൻ ആവശ്യമായ മനസ്സാന്നിധ്യം ഒരു എഴുത്തുകാരന് ഉണ്ടാവാൻ പാടില്ലെന്നുണ്ടോ? ഉത്തരാധുനികതയുടെ കാര്യത്തിൽ ആ നിലപാട് ഞാൻ സ്വീകരിച്ചിട്ടുള്ളതാണ്. ഉത്തരാധുനികതയിൽ ഒരു പ്രത്യയശാസ്ത്രമുണ്ടോ എന്ന് അന്വേഷിക്കുകയും ചെയ്തു. അതുവഴി സ്വീകാര്യമായ ഒരു നിലപാടിലെത്തുകയും ചെയ്തു. നിരൂപണത്തിലെ ഇത്തരം താത്ത്വികമായ സമീപനങ്ങൾ വിവേചിച്ചറിയാതെ ഏതെങ്കിലും ലേഖനത്തിൽനിന്ന് ഒരുവരി ഊരിയെടുത്ത് അത് ഉത്തരാധുനിക വിരുദ്ധമാണ് എന്ന് പ്രഖ്യാപിക്കുന്നതിൽ പ്രകടമാവുന്നത് നിരീക്ഷണ ദൗർബല്യമാണ്.

നമ്മുടെ നിരൂപകരിൽ പലരും പെരുമാറുന്നത് യാഥാസ്ഥിതികരെപ്പോലെയാണ്. ആധുനികതയുടെ കാലഘട്ടത്തിലും സംഭവിച്ചത് മറിച്ചായിരുന്നില്ല.

ആധുനികതയെ കൂടുതലായി വിമർശിക്കാൻ സന്ദർഭം കണ്ടെത്തിയവരിൽ മിക്കവരും സാഹിത്യത്തിലെ പാരമ്പര്യവാദികളായിരുന്നു. ചില ഇടതുപക്ഷ ബുദ്ധിജീവികളുമുണ്ടായിരുന്നു അക്കൂട്ടത്തിൽ. ആധുനികതക്ക് ഊരുവിലക്ക് കല്പിച്ചവരുമുണ്ട്. അതുപോലെ മലയാളത്തിലെ ഇടതുപക്ഷ ബുദ്ധിജീവികളിൽ ചിലരെങ്കിലും ഉത്തരാധുനികതയോട് പുലർത്തിപ്പോന്ന സമീപനവും വ്യത്യസ്തമായിരുന്നു. ധിഷണയിലെ പൊക്കമില്ലായ്മ വിചാരശാസ്ത്രത്തെ നിയന്ത്രിക്കാൻ തുടങ്ങിയാലോ? മഹാഖ്യാനമായ മാർക്സിസത്തിന് അപചയം സംഭവിച്ചുവെന്ന് ലിയോത്തോർ പോലുള്ള ചിന്തകന്മാർ പറഞ്ഞു കഴിഞ്ഞിട്ടും ഇടതുപക്ഷ ബുദ്ധിജീവികളും പുരോഗമന ബുദ്ധിജീവികളും മഹാഖ്യാനമെന്നാൽ പാർട്ടി ഉത്തരവാണ് എന്ന് തെറ്റിദ്ധരിച്ചപോലുണ്ട്. ഇവരിൽ ഒരാൾ നിരൂപണമാരംഭിക്കുന്നത് ഉത്തരാധുനികത പാശ്ചാത്യാനുകരണമാണ് എന്ന് പറഞ്ഞുകൊണ്ടാണ്. പോസ്റ്റ് മോഡേണിസം ഒരു പാശ്ചാത്യ സംജ്ഞയാണ് എന്ന കാര്യത്തിൽ തർക്കമില്ല. ഈ ആംഗലേയ സംജ്ഞയ്ക്ക് പകരമെന്നോ ഉചിതമെന്നോ തോന്നിപ്പിക്കാവുന്ന ആധുനികോത്തരത, ഉത്തരാധുനികത എന്നീ പദങ്ങൾ ഉപയോഗിച്ചാൽ, അത് ഒരു പ്രസ്ഥാനമായിത്തീരില്ല എന്നും അവർ ആശങ്കിക്കുന്നു. വാസ്തവത്തിൽ പാശ്ചാത്യ ചിന്താപദ്ധതികളോടുള്ള അടുപ്പമാണ്, വൈവിദ്ധ്യമുള്ള സാഹിത്യപ്രസ്ഥാനങ്ങളുടെ ആവിർഭാവത്തിന് ഇവിടെയും കാരണമായിട്ടുള്ളത്. കാല്പനികതയും ആധുനികതയും പുരോഗമന സാഹിത്യവും വേരുകൾ തേടി എത്തിച്ചേർന്നത് യൂറോപ്പിലാണ്. ഇതാണ് വസ്തുതയെങ്കിൽ പോസ്റ്റ് മോഡേണിസത്തെ എന്തിന് അനുകരണമാണെന്ന് മുദ്രകുത്തുന്നു. അത് അനുകരണാത്മകമാണ് എന്ന് വ്യാഖ്യാനിക്കുന്നതിൽ ഒരു പ്രതിവിചാര ശൈലിയുണ്ട്. അതാണ് ഉത്തരാധുനിക വിരുദ്ധരും അനുകരണത്തിന്റെ വക്താക്കളാണ് എന്ന് സംശയിക്കാൻ ഇടവരുത്തുന്നത്. പാശ്ചാത്യ സമൂഹം പോസ്റ്റ് മോഡേൺ ആയതുപോലെ നമ്മുടെ സമൂഹം പോസ്റ്റ് മോഡേൺ ആയിട്ടില്ല എന്ന അനുകരണവാദക്കാരുടെ വിശ്വാസമാണ് പരിശോധിക്കേണ്ടത്. സാർവലൗകികതയും സാർവദേശീയതയും അംഗീകരിച്ച മനുഷ്യരാശിയാണ് നമ്മുടേത്. ഈയൊരു സാഹചര്യത്തിൽ ഉത്തരാധുനികതപോലുള്ള പ്രവണതകൾ സ്വീകരിക്കുമ്പോൾ, ആ മനോഭാവം രൂപപ്പെടാനിടയായ സാഹചര്യംകൂടി കണക്കിലെടുക്കണം. അവിടെ ഉത്തരാധുനികത രൂപപ്പെടാൻ ഇടയായ സാഹചര്യം ഇവിടെയും ഉണ്ടാവണമെന്ന വാശിക്ക് കാരണമെന്താണ്? നമ്മുടെ എഴുത്തുകാരുടെ നിഷ്കളങ്കമായ ഒരു വിചാരം എന്നുമാത്രം പറയട്ടെ; ഭൂമിശാസ്ത്രപരവും വ്യാവസായികവുമായ

പ്രശ്നങ്ങളാണ്, സാമൂഹിക-രാഷ്ട്രീയ-സാംസ്കാരിക ഘടനകളെ ആകൃതിപ്പെടുത്തുന്നതും സമൂഹത്തെ മുന്നോട്ട് ചലിപ്പിക്കുന്നതും. പോസ്റ്റ് മോഡേണിസത്തിന്റെ പിറവിക്ക് പിറകിലും ഒരു സാമൂഹിക പരിണാമത്തിന്റെ സാന്നിദ്ധ്യമുണ്ട്. അത് ചരിത്രം നമുക്ക് പറഞ്ഞു തരുന്നു. പാശ്ചാത്യസമൂഹം ഉൾക്കൊണ്ട ദർശനവിച്ഛേദവും വ്യവസായാനന്തര സമൂഹത്തിന്റെയും സംസ്കാരത്തിന്റെയും മൂല്യാനുശീലനം സൃഷ്ടിച്ച ഘടനയും ഉത്തരാധുനിക മനോഭാവത്തെ പ്രബലപ്പെടുത്തി. നമ്മുടെ ഭൂമിശാസ്ത്രഘടന, വ്യവസായ - കാർഷിക മേഖല എല്ലാം യുറോപ്പിലേതിൽനിന്നും ഭിന്നമാണ്. അതിന്റെ ആന്തരികസ്വഭാവം പോലും വ്യത്യസ്തമാണ്. എങ്കിലും നമ്മുടെ സമൂഹം അതിന്റേതായ രീതിയിൽ നാഗരികമായിട്ടുണ്ട്. അതായത് യൂറോപ്പ് ആധുനികമായതു പോലെയല്ല ഇന്ത്യൻ സമൂഹം ആധുനികമായത് എന്നർത്ഥം. ആ മട്ടിൽ ഇന്ത്യൻ സമൂഹം ആധുനികമാവാൻ പ്രയാസവുമുണ്ട്. ലളിതമായ ഒരു യാഥാർഥ്യമാണത്. രാഷ്ട്രീയ - സാമൂഹിക സാഹചര്യങ്ങൾ പോലും ഭിന്നമായിരിക്കേ പ്രത്യേകിച്ചും. അതിനാൽ യൂറോപ്പിൽ പോസ്റ്റ് മോഡേണിസം ആവിർഭവിച്ചതുപോലെ ഇവിടെയും പോസ്റ്റ് മോഡേണിസം രൂപപ്പെടണമെന്ന് ശാഠ്യംകൊള്ളുന്നതിൽ ഒരു യുക്തിവൈകല്യം നമുക്ക് കാണാൻ കഴിയും. ആശയപരമോ ദർശനപരമോ ആയ യോജിപ്പുകൾ സിദ്ധാന്തങ്ങൾ തമ്മിലുണ്ടാകാൻ വിരോധമില്ല. യാഥാർഥ്യങ്ങൾ കാണാനും അംഗീകരിക്കാനുമാണ് സാധിക്കേണ്ടത്. മറ്റു സാഹചര്യങ്ങളിലേക്ക് വരേണ്ടത് അതിനുശേഷമാണ്. നാം റിയലിസത്തെ സ്വീകരിച്ച രീതി ചരിത്രത്തിൽ പരിശോധിച്ചുനോക്കുക. തകഴി വായിച്ചത് ചെക്കോവിനെയാണ്. റിയലിസ്റ്റിക് രീതി അവലംബിച്ചുകൊണ്ടാണ് തകഴിയും വർക്കിയുമെല്ലാം എഴുത്താരംഭിക്കുന്നത്. എന്നിട്ടും അവർ കേരളീയരായ എഴുത്തുകാരായിത്തന്നെ നിലകൊള്ളുന്നു. അവർ ഏഷ്യനൈസ് ചെയ്തുവോ എന്നൊന്നും അക്കാലത്ത് നാം അന്വേഷിച്ചതേയില്ല. അതായത്, പുതിയ പ്രസ്ഥാനങ്ങൾ എവിടെനിന്നു കടന്നുവന്നാലും ദർശനപരമായ യോജിപ്പിന്റെ അടിസ്ഥാനത്തിലുള്ള തിരിച്ചറിവിലൂടെയാണ് എഴുത്തുകാർ ആ പ്രസ്ഥാനങ്ങളെ സ്വീകരിക്കാൻ തയാറാവുക എന്ന് ഞാൻ കരുതുന്നു. ചിലപ്പോൾ ആ സ്വീകാരം രൂപപരമായിരിക്കാം. പോസ്റ്റ് മോഡേണിസത്തിന്റെ സ്വീകാര്യതയിലും ഈയൊരു കാഴ്ചപ്പാടും സമീപനവുമാണ് ആവശ്യമായിട്ടുള്ളത്. ദർശനപരമായ ഒരു വീണ്ടെടുക്കൽ ഭാരതീയമോ കേരളീയമോ ആയ പശ്ചാത്തലത്തിൽ നമ്മുടെ എഴുത്തുകാർക്ക് നടപ്പിലാക്കാവുന്നതേയുള്ളൂ. എന്നാൽ, ഗുണപരമായ സംവാദം നഷ്ടപ്പെടുകയും ആഴവും ചേർച്ചയുമില്ലാത്ത വിചാരങ്ങൾ പുറപ്പെടുവിക്കുകയും ചെയ്തുകൊണ്ട് ഉത്തരാധുനിക വിരുദ്ധർ താത്പര്യങ്ങളെ പോഷിപ്പിക്കുന്നതിലാണ് ശ്രദ്ധചെലുത്തുന്നതെന്ന് തോന്നിപ്പോകുന്നു.

കഴിഞ്ഞ അരനൂറ്റാണ്ടിനിടയിൽ നമ്മുടെ സമൂഹത്തിലുണ്ടായ പ്രതിരോധബോധവും വ്യവസ്ഥാപിത ആശയങ്ങളോടുള്ള രോധവും രാഷ്ട്രീയ മനസ്സിന്റെ പൊരുളായ മൂല്യനിരാസവും വിപ്ലവത്തകർച്ചയും ശാസ്ത്രനിഷേധവും എല്ലാം ഉത്തരാധുനിക വിരുദ്ധർ കാണുന്നില്ല. മലയാള സാഹിത്യത്തെയും നിരൂപണത്തെയും നിയന്ത്രിച്ചുപോരുന്നത് നൂറ്റാണ്ടുകളായി പാശ്ചാത്യമാതൃകകളാണെന്ന് ചില നിരൂപകർ ആവർത്തിക്കുകയും ചെയ്യുന്നു. ആ നിഷേധം, ആശയങ്ങളുടെ നിഷേധാത്മകമായ വളർച്ചയെ സർഗ്ഗാത്മകമാക്കുന്ന സ്വാതന്ത്ര്യത്തെയാണ് നഷ്ടപ്പെടുത്തുന്നത്. ഭാരതീയമായ ഒരു ഉത്തരാധുനികത ഇവിടെ ആലോചനാവിഷയം ആവുന്നില്ല. മറിച്ച് യൂറോപ്പിലേതുപോലുള്ള ഭൗതികസാഹചര്യം കേരളത്തിലുണ്ടായിട്ടില്ലെന്ന പ്രതിവാദം ഉന്നയിക്കുകയും ചെയ്യുന്നു. അതിന്റെ ബലത്തിനായി ഡാനിയൽ ബെൽ, ഇഹാബ് ഹസൻ, ലിയോട്ടാർഡ്, ലോത്തിയാർ തുടങ്ങിയവരെ ഉദ്ധരിക്കുകയുമാണ്. ഇത് പാശ്ചാത്യമായ അനുകരണം അല്ലാതാവുന്നതെങ്ങനെ? ഉത്തരാധുനികതയെ എതിരിടുന്നത് അനുകരണത്തിന്റെ പേരിലാണ്. അങ്ങനെയെങ്കിൽ എതിരിടലിന്റെ ആവശ്യത്തിലേക്കായി പാശ്ചാത്യമാതൃകകളും ആംഗലേയ സൈദ്ധാന്തികരുടെ നിരീക്ഷണങ്ങളും പരിഭാഷപ്പെടുത്തി അതിനെ ആശ്രയിക്കുന്നത് എത്രമാത്രം ശരിയാണ്? ഉത്തരാധുനിക വിരുദ്ധരായ നമ്മുടെ അദ്ധ്യാപക നിരൂപകന്മാർ ചെയ്തുപോരുന്ന രീതിയാണ് സൂചിപ്പിച്ചത്.

നമ്മുടെ സാഹിത്യത്തിലും സമൂഹത്തിലും പ്രത്യക്ഷപ്പെട്ടിട്ടുള്ള പ്രവണതകൾ തിരിച്ചറിയുകയും നമ്മുടേതായ ഉത്തരാധുനികത ഉണ്ട് എന്ന യാഥാർത്ഥ്യത്തെ സ്പർശിക്കുകയും വേണം. സമൂഹത്തിന്റെ വായനയാണ് അതിനാവശ്യം. വിമർശകർ സാഹിത്യം വിട്ട് അല്പാല്പമായി സാമൂഹ്യനിരീക്ഷണങ്ങളിലേക്ക് മാറിക്കൊണ്ടിരിക്കുന്നു എന്ന് താത്പര്യം.

ഉത്തരാധുനികത ഇവിടെ പ്രവേശിച്ചത് ആദ്യം സിദ്ധാന്തത്തിലോ സാഹിത്യത്തിലോ അല്ല; രാഷ്ട്രീയത്തിലാണ്. ആ ദിവസംപോലും എനിക്കോർമ്മയുണ്ട്. 1975 ജൂൺ 25-ന് അടിയന്തരാവസ്ഥ പ്രഖ്യാപിക്കപ്പെടുന്നു. അതോടെ ഇന്ത്യൻ രാഷ്ട്രീയ സമൂഹം ഉത്തരാധുനികമായി എന്നുപറയാം. അതുവരെ കേന്ദ്രത്തിൽ നിലനിന്നിരുന്ന ദേശീയത പലതായി വിഘടിക്കാൻ തുടങ്ങിയതും പ്രാദേശികത ഇന്ത്യയിലുടനീളം തിടംവെച്ചുവരാൻ ആരംഭിച്ചതും നാം പിന്നീട് കാണുന്നു. അത് എഴുത്തുകാർക്ക് സ്വാതന്ത്ര്യത്തെക്കുറിച്ചുള്ള പുതിയ ബോധം പകർന്നുകൊടുത്തു. രാഷ്ട്രീയ സമൂഹത്തിലെ ഏകീകൃത സ്വഭാവം തിരസ്കരിക്കാൻ ആരംഭിച്ചതും എഴുപതുകളിലാണ്. രാഷ്ട്രീയമായി ബഹുസ്വരമായ ഒരു സമൂഹത്തെയാണ് എഴുപതുകൾക്കുശേഷം ഇന്ത്യൻ സമൂഹം അഭിമുഖീകരിക്കുന്നത്. ഇപ്പോൾ വീണ്ടും ചില

പ്രശ്നങ്ങൾ ഉയർന്നുവരികയാണ്. 'ഹിന്ദുത്വം' എന്നുവിളിക്കുന്ന കേന്ദ്രീകൃതമായ ആശയം ആകൃതിപ്പെടുത്തിയെടുക്കാനുള്ള പ്രബലമായ ശ്രമങ്ങൾ സമൂഹത്തിലൊട്ടാകെ നടന്നുകൊണ്ടിരിക്കുന്നു. വർഗീയ-മത താത്പര്യങ്ങളാണ് അതിന്റെ പിറകിൽ. ആ താത്പര്യം ഇന്ത്യൻ മനസ്സിന്റെ യഥാർഥ വഴി മാറ്റിയെടുക്കുമെന്ന സങ്കീർണ്ണമായ സാഹചര്യം വന്നുചേർന്നിരിക്കുന്നു. ഇന്ത്യൻ ദേശീയത 'ഹിന്ദു ദേശീയത'യായും 'രാഷ്ട്രീയ ദേശീയ'തയായും 'സാംസ്കാരികദേശീയ' തയായും വ്യാഖ്യാനിക്കപ്പെടുന്നു. ഈ അനുഭവമാണ് ഉത്തരാധുനികത രാഷ്ട്രീയത്തിലാണ് പ്രത്യക്ഷപ്പെടുന്നതെന്ന് പറയാൻ പ്രാപ്ത മാക്കുന്ന സുപ്രധാന ഘടകങ്ങൾ. ഈ വ്യവസ്ഥയുളവാക്കുന്ന അനുഭവങ്ങൾ ക്രിയാത്മകമായ സ്വാധീനമായി സാഹിത്യത്തിലും കണ്ടുതുടങ്ങിയിരിക്കുന്നു. 'ജാതി പറഞ്ഞാലെന്ത്' എന്നപേരിൽ പുസ്തക മിറക്കാൻ നരേന്ദ്രപ്രസാദ് തയ്യാറായി. 'ജാതി പറയരുത്' എന്ന് ആവർത്തിച്ചുകൊണ്ട് ആവിർഭവിച്ച വിശുദ്ധമായ ഒരു സമൂഹത്തിൽ 'ജാതിയാണ് സ്വത്വം' എന്ന നിരീക്ഷണം അവതരിപ്പിക്കപ്പെടാൻ സാഹചര്യം സൃഷ്ടിക്കപ്പെട്ടു. ഇത് എഴുത്തിൽ ജനാധിപത്യപരമായ ഒരു നിലപാടിനെക്കുറിച്ച് ആലോചിക്കാൻ പ്രേരകമാവുന്ന സന്ദർഭമാണ്. ഉത്തരാധുനികത ജനാധിപത്യപരമായ ഒരാശയമാണ് എന്ന് വിമർശകർ തിരിച്ചറിയുകയാണ്.

സാഹിത്യമെന്നത് ഒരു പ്രതികരണശൃംഖലയുടെ ഭാഗമാണ്. സാംസ്കാരികവും സാമൂഹികവുമായ അവബോധവുമായി അത് ബന്ധപ്പെട്ടിരിക്കുന്നു. അതുകൊണ്ട് ഒരു കല/സാഹിത്യം എവിടെ വെച്ചാണ് അനുകരണാത്മകമാവുന്നത് എന്ന് ആരായാനുള്ള ബാധ്യത വായനക്കാർക്ക് അവകാശപ്പെട്ടതാണ്. ഓരോ എഴുത്തുകാരനും അന്വേഷിക്കുന്നത് അവന്റെ ആത്മസ്വത്വമാണ്. അത് അവന്റെ സമൂഹത്തിലുള്ള സ്ഥാനം അടയാളപ്പെടുത്തലാണ്. അത് എഴുത്തു കാരന് സമൂഹം അനുവദിച്ചുകൊടുക്കുന്നതുമാണ്. അത് സാഹിത്യകൃതി സാമൂഹികതയിലേക്ക് എത്തുന്ന രീതിയാണ്. ആത്മാന്വേഷണത്തിൽ ഏർപ്പെടുന്ന എഴുത്തുകാരൻ അതിന്റെ ഭാഗമായി പൗരസ്ത്യവും പാശ്ചാത്യവുമായ വിചാരധാരകളുമായി ബന്ധപ്പെടുന്നു. വായനയെ ആ മട്ടിൽ മാറ്റിയെടുക്കുകയും ചെയ്യുന്നു. ഏതു ഭാഷയിൽ എഴുതപ്പെട്ടു എന്നതായിരിക്കില്ല, ഇവിടെ എഴുത്തുകാരൻ സ്വീകരിക്കുന്ന വിചാര മാനദണ്ഡം. കൃതിയുടെ അന്തർഭാവങ്ങളിലെത്തുക എന്നതായിരിക്കും അയാളുടെ പരമമായ ലക്ഷ്യം. വായനയിലുള്ള അന്തർഭാവ സാക്ഷാ ത്കാരത്തിനായി നമ്മുടെ ചുറ്റുപാടുമുള്ള സൂചകങ്ങളും സങ്കല്പന ങ്ങളും പ്രയോജനപ്പെടുത്തുക സ്വാഭാവികമാണ്. അത് പുതിയ ഭാവുകത്വത്തെ ആകൃതിപ്പെടുത്തിയെടുക്കുന്നു. സംവേദനത്തെ നിയന്ത്രിക്കുന്നു. പുതിയ പ്രവണതകൾ കടന്നുവരാനും അവയെ

പ്രസ്ഥാനങ്ങളായി വിശദീകരിക്കാനുമുള്ള പ്രയത്നം എഴുത്തുകാരുടെ ഭാഗത്തുനിന്നുണ്ടാവാൻ അത് കാരണമാകാം. ഭാവുകത്വങ്ങളുടെ ചരിത്രം അങ്ങനെ സൃഷ്ടിക്കപ്പെടുന്നതാണ്.

ആധുനികത വരുമ്പോൾ പുരോഗമന സാഹിത്യപ്രസ്ഥാനവും റിയലിസ്റ്റിക് എഴുത്തും പുതിയ ആഖ്യാനസമ്പ്രദായങ്ങളെ ആവശ്യപ്പെടാവുന്നവിധം ഒരു സംവേദന സാഹചര്യം ഒരുക്കിക്കഴിഞ്ഞിരുന്നു. ആ സാഹിത്യപ്രസ്ഥാനങ്ങൾ അത്രയ്ക്കും ജീർണ്ണമായിക്കഴിഞ്ഞിരുന്നുവെന്ന് സാരം. ആയർത്ഥത്തിൽ നിലവിലുള്ളതിൽ നിന്ന് വ്യത്യസ്തമായ ആഖ്യാനശാസ്ത്രത്തിന്റെ ആവശ്യകത ആധുനികത കണ്ടെത്തി. ഈ പുതിയ ഉണർവിനെ കാക്കനാടൻ അകർമണ്യതയുടെ കലയായും ജീവിതനിരാസത്തിന്റെ സമ്പ്രദായമായും വിശദീകരിച്ചത് സാഹിത്യചരിത്രത്തിൽ കാണാം. ആ ആഖ്യാനസമ്പ്രദായം പൊടുന്നനെ ശിഥിലമാവാൻ തുടങ്ങി. ജീവിതസാഹചര്യം മാറി. പുതിയ അനുഭവങ്ങൾ ഭൗതികമായും അല്ലാതെയും മനുഷ്യനെ സ്വാധീനിക്കാൻ ആരംഭിച്ചു. അങ്ങനെ ദർശനപരമായി ദുർബലമാവാൻ തുടങ്ങിയ ആധുനികതയ്ക്ക്, മറ്റൊന്നിനുവേണ്ടി വഴിമാറിക്കൊടുക്കാതെ വയ്യല്ലോ. ആധുനികത വഴിമാറിക്കൊടുത്തത് ഉത്തരാധുനികതക്കാണ്. ആധുനികത സ്ഥാപനവത്കരിക്കപ്പെട്ടതിന്റെ പേരിൽ ചില പാറ്റേണുകൾ സാഹിത്യത്തിലും വിമർശനത്തിലും ആവിർഭവിച്ചു. ആധുനികത നിർമ്മിച്ചെടുത്ത നിശ്ചലതയുടെ പരിണാമ മാർഗമാണ് ഉത്തരാധുനികത എന്ന് ഞാൻ കരുതുന്നു. അതായത് എന്ത് സാഹിത്യപ്രസ്ഥാനവും വ്യവസ്ഥാവത്കരണത്തിലെത്തുമ്പോൾ, അതുതന്നെ സ്വയം നിഷേധത്തെ സ്വരൂപിച്ചുകൂടെന്നില്ല. എന്നാൽ, ആധുനികത പ്രബലപ്പെടുത്തിയ മാതൃകാനിർമ്മാണം ചോദ്യം ചെയ്യപ്പെട്ടതിന്റെ ചരിത്രമാണ് ഉത്തരാധുനികതക്ക് പറയാനുള്ളത്. 'കണ്ടീഷനിംഗ് ദീർഘകാലം നിലനിൽക്കില്ലെന്ന് ബ്രയാൻ മക്ഹെയാൽ പറഞ്ഞതും ഇവിടെ സ്മരിക്കാം. അത് കഥയെ സിദ്ധാന്തവത്കരിക്കുന്ന ഒരു കാലഘട്ടത്തിലേക്ക് പ്രവേശിപ്പിക്കുകയും ചെയ്യുന്നു. കഥ പറയുകയല്ല. സിദ്ധാന്തം എഴുതുകയാണ് എന്ന രീതിയാണ് തുടർന്ന് ആഖ്യാനത്തിൽ വന്നുചേർന്നത്. ഈ ആഖ്യാനരീതി പഠിച്ചറിഞ്ഞ് ശരിയായ രൂപത്തിൽ ഉപയോഗിക്കാൻ മലയാള കാഥികർക്ക് കഴിഞ്ഞിട്ടില്ല. ആഖ്യാനപരാജയം ഉത്തരാധുനികതയെ നിഷേധിക്കാൻ അവരെ പ്രേരിപ്പിച്ചുകൊണ്ടിരിക്കുന്നു.

ഒരു സാഹിത്യസംവാദത്തിനിടയിൽ സി.വി. ബാലകൃഷ്ണൻ കഥയ്ക്ക് മോശമായ കാലഘട്ടമാണ് എന്ന് അഭിപ്രായപ്പെട്ടിരുന്നു. ഉത്തരാധുനിക നിരൂപണം കഥയുടെ വികാസത്തെ തടഞ്ഞുനിർത്തുകയാണെന്നും അദ്ദേഹം തുടർന്ന് പറഞ്ഞിരുന്നു. അവനവന്റെ ആഖ്യാനങ്ങളെ കാലോചിതമായി പരിഷ്കരിക്കാൻ എഴുത്തുകാർക്ക് കഴിയേണ്ടതാണ്.

യാഥാർഥ്യങ്ങളിൽ കണ്ണുംനട്ടിരിക്കുന്ന എഴുത്തുകാർക്ക് മാത്രമേ പുതിയ വഴക്കങ്ങൾ തിരിച്ചറിയാനൊക്കൂ. അതെല്ലാം ചോർന്നുപോയ ഘട്ടത്തിൽ സംഭവിക്കുന്ന പുത്തൻവീക്ഷണങ്ങളെയും നിരൂപണരീതികളെയും എതിർവശത്ത് നിർത്തി ശകാരിക്കുന്നതിൽ വലിയ പന്തികേടുണ്ട്. ദർശനപരമായ വരൾച്ചയുടെ ഘട്ടത്തിലാണ് ഉത്തരാധുനികത പാശ്ചാത്യമായ മുഖപ്രസാദങ്ങളോടെ പ്രത്യക്ഷപ്പെടുന്നത്. നമ്മുടെ എഴുത്തുകാർ സ്വാഭാവികമായും ആ ഭാവനകളുമായി ഇടപഴകുകയും അതിന്റെ സങ്കേതങ്ങളുമായി സാത്മ്യപ്പെടാൻ പരിശ്രമിക്കുകയുമുണ്ടായി. അതാണ് ചിലരുടെയെല്ലാം പരാതിക്കടിസ്ഥാനം. അത് ശരിയായ ഒരു നിലപാടാണ് എന്ന് ഞാൻ കരുതുന്നില്ല. ഒരു സങ്കേതവുമായി, ഒരു ശൈലിയുമായി, ഒരു ദർശനവുമായി എഴുത്തുകാർ ബന്ധപ്പെടുന്നതിലെ പ്രത്യേകതയാണ് മുഖ്യപ്രശ്നമായി സ്വീകരിക്കേണ്ടത്. അതായത് എഴുത്തുകാർ സ്വീകരിക്കുന്നത് എന്തായാലും അതിന്റെ സ്വത്വവുമായി സംവദിക്കാനും അതിനെ പുതിയ ജീവിതാനുഭവമാക്കിമാറ്റാനും എഴുത്തിലൂടെ സാധ്യമായോ എന്നാണ് ആരായേണ്ടത്. എഴുത്തുകാരന്റെ സ്വത്വപശ്ചാത്തലവും സംസ്കാരവും പുതിയ മോചനത്തിന്റെ ശാസ്ത്രമാവുന്നതിലൂടെ കലയാണ് സ്വതന്ത്രമാവുന്നത്. പോസ്റ്റ് മോഡേണിസം ചരിത്രപരമായ പുനർവായനയുടെയും പുനർനിർവചനത്തിന്റെയും സന്ദർഭത്തിൽ പ്രവേശിക്കുന്നുവെന്ന് കരുതാം. ഈ വായനയിൽ അപ്രിയമായ യാഥാർഥ്യങ്ങൾ കൺമിഴിക്കുന്നതിൽ നമ്മുടെ എഴുത്തുകാർ എന്തിന് ക്ഷോഭിക്കണം. അല്ലെങ്കിൽ ആ വായനയെ ഭയപ്പെടണം? ഉത്തരാധുനിക വിമർശനം ഇതിന് ഉത്തരമന്വേഷിക്കുന്നു.

എം. മുകുന്ദന് ഘടനയുടെ അതിലംഘനമാണ് പോസ്റ്റ് മോഡേണിസം. ബോർഹേസിയൻ കഥകളുടെ സ്വാധീനതാംശങ്ങൾ രൂപപ്പെടുത്തിയ ഭാഷാപരമായ സത്യമായിരുന്നു വി.പി. ശിവകുമാറിന് പോസ്റ്റ് മോഡേണിസം. ഇന്ന് നമ്മുടെ പുതിയ എഴുത്തുകാർക്ക് എത്തിപ്പെടാനാവാത്ത ദർശനമായി അത് മാറിയിരിക്കുന്നു. ഉത്തരാധുനികതയിൽനിന്ന് രചനക്കാവശ്യമായത് മാത്രമേ അവർ സ്വീകരിക്കുന്നുള്ളൂ. അത് വികലമായ ഒരു രീതിയിലാണ്. എന്നാൽ, അതേ എഴുത്തുകാർ കേരളീയമായ അനുഭവങ്ങളെ പ്രമേയമാക്കി ആഖ്യാനനിർവ്വഹണം നടത്തുന്നുമുണ്ട്. ഭാഷ നമ്മുടേതാണ്. അവർ കൈകാര്യം ചെയ്യുന്ന ജീവിതപ്രശ്നങ്ങൾ മറ്റാരുടേതുമല്ല. അതുകൊണ്ട് പാശ്ചാത്യമായ ചില പ്രവണതകൾ നിലനിർത്തിക്കൊണ്ടുതന്നെ, ഉത്തരാധുനികത കേരളീയമായ/ഭാരതീയമായ ഒരു പ്രസ്ഥാനമായി മാറിക്കൊണ്ടിരിക്കുന്നു. നോക്കൂ, ആനന്ദിന്റെ 'വ്യാസനും വിഘ്നേശ്വരനും' എന്ന കൃതിയിലേക്ക്, എം. മുകുന്ദന്റെ കേശവന്റെ വിലാപങ്ങളിലേക്ക്, കൊച്ചുബാവയുടെ വില്ലന്മാർ സംസാരിക്കുമ്പോൾ എന്ന കഥയിലേക്ക്....

ഉത്തരാധുനികത ഒരു പ്രസ്ഥാനമോ പ്രവണതയോ ആയി മാറിക്കഴിഞ്ഞെന്ന് നാം മനസ്സിലാക്കുന്നു. അതിന്റെ രാഷ്ട്രീയവും സാംസ്കാരികവുമായ വശങ്ങൾ വേണ്ടപോലെ ചർച്ച ചെയ്യപ്പെടുന്നില്ലെന്നു മാത്രം. ഉത്തരാധുനികതയിൽത്തന്നെ ഒരു പാശ്ചാത്യ മോചനം നടന്നുകഴിഞ്ഞിരിക്കുന്നു. പോസ്റ്റ് മോഡേണിസത്തിന്റെ സമകാലികമായ മനോഭാവങ്ങളെ ഇങ്ങനെ ചുരുക്കിയെഴുതാമെന്ന് തോന്നുന്നു.

1. അസ്തിത്വം, സ്വത്വബോധം എന്നീ ആശയങ്ങളെ ഉത്തരാധുനികത പുനർമൂല്യവത്കരിക്കുന്നു. സ്വത്വം എന്നത് വ്യക്തിനിഷ്ഠമായ ഒന്നല്ലെന്നും അത് ബഹുസ്വരതയുടെ ഉൽപന്നമാണെന്നും തിരിച്ചറിയുന്നു.
2. ചരിത്ര-പാരമ്പര്യ വ്യവസ്ഥകളെ നിഷേധിക്കുന്നു. എന്നാൽ, ചരിത്രത്തെ ക്രിയേറ്റീവ് ആക്കുന്നതിന്റെ ഭാഗമായി വർത്തമാനത്തിൽ ഊന്നി ചരിത്രവുമായി സംവദിക്കുന്നു.
3. മാർക്സിസം അടക്കമുള്ള മഹാഖ്യാനങ്ങൾ ശിഥിലമായി എന്ന് ഉത്തരാധുനികത വിശ്വസിക്കുന്നു.
4. ആഖ്യാന പ്രാബല്യങ്ങളേ നിഷേധിക്കുന്ന ഉത്തരാധുനികത പ്രാദേശിക ആഖ്യാനങ്ങളുടെ പശ്ചാത്തലത്തിൽ മഹാഖ്യാനങ്ങളെ വായിക്കണമെന്ന് ശഠിക്കുന്നു. അത് കാലത്തിന്റെ ആവശ്യമാണ്.
5. ദേശീയത എന്ന ബൃഹദാഖ്യാനം തകരുകയും ചെറു ദേശീയതകൾ പ്രബലമാവുകയും ചെയ്തത് രചനകളെ കേന്ദ്രീകരണത്തിൽനിന്ന് വ്യാവർത്തിപ്പിക്കുകന്നു.
6. ജനാധിപത്യം അന്തഃസത്തയില്ലാത്തതായി എന്ന് ഉത്തരാധുനികത വിശ്വസിക്കുന്നു. കൂടുതൽ വായനയെ ജനാധിപത്യപരമാക്കുന്നു.
7. സമഗ്രത എക്കാലത്തേക്കുമായി നഷ്ടപ്പെട്ടുകഴിഞ്ഞു. സമഗ്ര ദർശന എന്ന സങ്കല്പവും ഇല്ലാതായി. അല്ലെങ്കിൽ സമഗ്രതയെ ഉത്തരാധുനികത തള്ളിക്കളയുകയാണ്.
8. സമൂഹം ഒന്നിലധികം ഘടകങ്ങളുടെ കൂട്ടായ്മയാണ്. സാഹിത്യത്തിലും അതുപോലെ അനേകം ഘടകങ്ങളുണ്ട്. ആ ഘടകങ്ങളുടെ അഴിച്ചെടുക്കൽ അനിവാര്യമാണെന്നറിയുന്നു.
9. ഫാഷിസം, പൗരോഹിത്യം തുടങ്ങിയവയോട് കർക്കശമായ നിലപാടാണ് ഉത്തരാധുനികതക്കുള്ളത്.
10. ലോകത്തിലെ സംസ്കാരങ്ങൾ തമ്മിൽ പരസ്പരാശ്രയങ്ങളുണ്ട്. ഒരു സംസ്കാരം മറ്റൊരു സംസ്കാരത്തിന് മീതെയോ താഴെയോ അല്ല.
11. അതുപോലെ എല്ലാ കലകൾക്കും തുല്യപ്രാധാന്യമാണ്. അവ അകന്നു കഴിയേണ്ടവയല്ല. കലകൾ തമ്മിലുള്ള അതിരുകൾ നഷ്ടപ്പെടുന്ന അവസ്ഥ ഉത്തരാധുനികത ഭാവന ചെയ്യുന്നു.

12. സംഘടനകളോടും സ്ഥാപനങ്ങളോടുമുള്ള ഉത്തരാധുനിക സമീപനം വിരുദ്ധമായ ഒന്നാണ്.

13. സിദ്ധാന്തങ്ങളെയും ദർശനങ്ങളെയും അപ്പാടെ തള്ളിക്കളയുന്നില്ല. അവയെ പുനഃപഠനാധിഷ്ഠിതമാക്കുകയും പുനർവായിക്കുകയുമാണ് ചെയ്യുന്നത്.

14. ഉത്തരാധുനികത ബഹുസ്വരമാണ്.

15. മിത്തുകൾ ആധികവും മതാത്മകമായതുകൊണ്ട് മിത്തുകളെ സാഹിത്യത്തിൽനിന്ന് അകറ്റിനിർത്താൻ ശ്രമിക്കുന്നു. അല്ലെങ്കിൽ അവയെ ശുദ്ധിചെയ്തുകൊണ്ട് മാത്രമേ സ്വീകരിക്കാവൂ എന്ന് വാദിക്കുന്നു. മിത്തുകളുടെ കേന്ദ്രീകരണത്തെ നിഷേധിക്കുന്നു.

16. ഫലത്തിൽ ഉത്തരാധുനികത സകലവിധ കേന്ദ്രീകരണത്തെയും കേന്ദ്രം എന്ന ആശയത്തെയും എതിർക്കുന്നു.

■

ഭാവനയെ ആരാണ് എടുത്തുമാറ്റിയത്?

അലങ്കാരം, വ്യാകരണം എന്നിവയ്ക്കൊന്നും ഇന്ന് ഭാഷയിൽ വലിയ സ്ഥാനമില്ല. പഠനരംഗത്ത് നിന്നുപോലും അതെല്ലാം എടുത്തുപോയിരിക്കുന്നു. കവിതയിലെ സർവ്വാധിപതിയായിരുന്ന ഛന്ദസ്സും ഇല്ലാതായി. പിന്നീട് അവശേഷിച്ചത് അനുഭവം, ഭാവന എന്നിങ്ങനെ ചിലതു മാത്രമാണ്. ഇവയൊന്നുമില്ലെങ്കിൽ സാഹിത്യമില്ലല്ലൊ. എന്നാൽ ഇപ്പോൾ സാഹിത്യവും നന്നേ കുറഞ്ഞു നോവലുകൾ ഖണ്ഡശഃ പ്രസിദ്ധീകരിക്കുന്നത് മാധ്യമങ്ങൾ ഒഴിവാക്കിത്തുടങ്ങി. ചെറുകഥകളുടെ സ്ഥാനവും ചെറുതായി. കവിതകളുടെ എണ്ണം വർദ്ധിച്ചെങ്കിലും മിക്കവാറും കവിത ഗദ്യരൂപമായി. ചെറുകഥകളുടെയും നോവലുകളുടെയും ഒഴിവുസ്ഥലങ്ങളിൽ മറ്റുചില രൂപങ്ങൾ കയറിക്കൂടിക്കഴിഞ്ഞു. ഓർമ്മ, അനുഭവം എന്നൊക്കെയുള്ള ചില രൂപങ്ങൾ! അതോടെ സാഹിത്യത്തോട് പുച്ഛവും സാഹിത്യപഠനങ്ങളോട് പരിഹാസ്യതയും വർദ്ധിച്ചു. ഇതെങ്ങനെ സംഭവിച്ചു എന്നാലോചിക്കുമ്പോൾ നിരവധി പ്രശ്നങ്ങളാവും നമ്മുടെ മുന്നിലെത്തുക.

ആർക്ക് വേണം സാഹിത്യപഠനം എന്ന് ഈയിടെ ഒരു പത്രാധിപ സുഹൃത്താണ് എന്നോട് ചോദിച്ചത്. സാഹിത്യം വായിച്ചോ സാഹിത്യമെഴുതിയോ പരിചയമില്ലാത്ത ഒരു ജേർണലിസ്റ്റിൽനിന്ന് മറിച്ചൊന്നും പ്രതീക്ഷിക്കാനാവില്ലല്ലോ. നേരത്തേ സൂചിപ്പിച്ച സാഹിത്യത്തിന്റെ ഒഴിഞ്ഞുപോക്കിനെ സംബന്ധിച്ച് നടന്ന ഒരു സംഭാഷണത്തിനിടയിലായിരുന്നു ആ പ്രയോഗം. അതൊരു പൊതുപ്രശ്നമാണെന്ന് എനിക്ക് തോന്നി. മികച്ച സാഹിത്യകൃതികൾ ഉണ്ടാകാത്തതിനെക്കുറിച്ച് ചില ആശയങ്ങൾ സംസാരത്തിനിടയിൽ ഉയർന്നുവരികയും ചെയ്തു. അത് സാഹിത്യത്തിൽ വികസിച്ചുവന്നിട്ടുള്ള അജ്ഞതയുടെ അടയാളമായിട്ടാണ് അനുഭവപ്പെട്ടത്. ഉത്തമകലയെ സംബന്ധിച്ച് നമ്മുടെ മുൻകാല എഴുത്തുകാർ ഗൗരവമായി ആലോചിച്ചിരുന്നു. അവർ സാഹിത്യത്തെയും കലയെയും കണ്ടത് മൂല്യവത്തായ അനുഭവങ്ങളുടെ രൂപമായിട്ടാണ്. ഭാവനയുടെ ജീവൻ എന്ന ലേഖനം അവസാനിപ്പിക്കുന്നിടത്ത് പ്രൊഫസർ ജോസഫ് മുണ്ടശ്ശേരി അനുഭവവും സംവേദനവും ത മ്മിലുള്ള

ബന്ധം വിശദീകരിക്കുന്നതുകാണാം. മൂല്യമുള്ള അനുഭവങ്ങളുടെ വിജയകരമായ സംവേദനമാണ് സാഹിത്യമെന്ന് അദ്ദേഹം സാഹിത്യത്തെ നിർവ്വചിക്കുന്നു. ഈ പുതിയ കാലത്തും കല അതായിരിക്കാനേ സാധ്യതയുള്ളൂ. കാലം ഇൻഫർമേഷൻ ടെക്നോളജിയുടേതാണ് എന്നതുകൊണ്ടുമാത്രം സാഹിത്യത്തിന്റെ അടിസ്ഥാനം മാറുമോ? കിഴക്കും പടിഞ്ഞാറും തെക്കും വടക്കും ഒക്കെ കല അനുഭവസംവേദനമാണ് നിർവ്വഹിക്കുന്നത് എന്ന് ആർക്കാണ് അറിയാത്തത്? അതെന്തായാലും സാഹിത്യം നിലനില്ക്കുന്നുണ്ടെങ്കിൽ അനുഭവവും ഭാവനയുമൊക്കെ നിലനിന്നേ മതിയാകൂ. സാഹിത്യമേ ആവശ്യമില്ല എന്നു വാദിക്കുമ്പോൾ അനുഭവങ്ങളുടെ രൂപപ്പെടലും ഭാവനയും വേണ്ടായെന്ന ഉറച്ച ധാരണയുടെ അടയാളപ്പെടുത്തലാവുകയാണ്. ഇത് സാഹിത്യത്തെ തെറ്റിദ്ധരിപ്പിക്കുന്നു. നല്ല കൃതികൾ എഴുതപ്പെടുന്നില്ലായെന്ന് പ്രസ്താവിച്ച് പുതിയ എഴുത്ത് രീതികൾക്ക് മൂടുപടം ചാർത്തികൊടുക്കുകയാണ് ചിലർ. അവരാണ് അനുഭവം, ഓർമ്മ എന്നിങ്ങനെയുള്ള പദങ്ങളുടെ പ്രചാരം ആഗ്രഹിക്കുന്നത്.

സാഹിത്യം മാത്രമേ വായിക്കാവൂ എന്ന് ശഠിക്കാനല്ല ഈ ലേഖനം. നമ്മുടെ മുമ്പിലെത്തുന്ന ഏതു പുസ്തകവും വായിക്കാനുള്ള സ്വാതന്ത്ര്യം നമുക്കുണ്ട്. പ്രത്യേകിച്ച് ജ്ഞാനമേഖലകൾ വിപുലമായിത്തീർന്ന ഈ കാലത്ത് അത്തരം നിർബന്ധബുദ്ധികൾക്ക് അർത്ഥമില്ല. ജ്ഞാനമേഖലകളിലുണ്ടായ വികാസം നമ്മുടെ അഭിരുചിയേയും മാറ്റിയെടുത്തിട്ടുണ്ട് എന്നതാണ് പരമാർത്ഥം. അതോടെ വായനാവസ്തുക്കളിന്മേലുള്ള തെരഞ്ഞെടുപ്പ് സാധ്യതകളും വർദ്ധിച്ചു. പ്രൊഫഷണൽ രംഗത്ത് പ്രവർത്തിക്കുന്ന വായനാശീലമുള്ളവർ അവരവരുടെ വിഷയങ്ങളുമായി ബന്ധപ്പെട്ട പുസ്തകങ്ങൾ തെരഞ്ഞു പോകുന്നു. ഫെമിനിസ്റ്റ് കൃതികൾ വായിക്കുന്നവരുടെ ഒരു സംഘംതന്നെ രൂപപ്പെട്ടുകഴിഞ്ഞിട്ടുണ്ട്. കായിക എഴുത്താണല്ലോ കായിക താത്പര്യമുള്ളവർ തേടുക. രജനീഷും പൗലോകൊയ്‌ലോവും ജെസ്മിയും ഒക്കെ അധികമായി വായിക്കപ്പെടുന്നതിൽ മാറിവന്ന ഈ മനോഭാവത്തിന്റെ സ്വാധീനം സ്പഷ്ടമാണ്. പരമ്പരാഗത ഉള്ളടക്ക സങ്കല്പങ്ങളെ വിപ്ലവാത്മകമായി പരിണാമപ്പെടുത്തിയതാണ് ഈവക രചനകളെന്ന് നിഷ്കളങ്കതയോടെ വാദിക്കുന്നവരുമുണ്ട്. എന്നാൽ ഇതൊക്കെ ചില കാലങ്ങളിൽ സംഭവിക്കുന്ന ചില വ്യതിയാനങ്ങൾ മാത്രം. ഒരു കാര്യം വാസ്തവമാണ്; സാഹിത്യ സങ്കല്പവുമായി ബന്ധപ്പെട്ട ഉള്ളടക്കം, ആഖ്യാനം, ഭാഷ തുടങ്ങിയ പരമ്പരാഗത ആശയങ്ങളിൽ എന്തൊക്കെ പരിണാമങ്ങൾ വന്നാലും മാറാതെ നില്ക്കുന്ന ചിലതുണ്ടാകും; അനുഭവം, ഭാവന എന്നിങ്ങനെ ചിലത്. ഇവയിൽ ഏതെങ്കിലുമൊന്ന് എടുത്തുമാറ്റിയാൽ അത് ശരിയായ സാഹിത്യമല്ലാതാവുകയും ചെയ്യും.

പിന്നിലേക്ക് ഒന്നുനോക്കാം. അമ്പതുകളിൽ നമ്മുടെ ഭാഷയിലെ പ്രധാന സംവാദം രൂപവും ഭാവവുമായിരുന്നല്ലോ. സാഹിത്യത്തെ സുഘടിതമാക്കിനിറുത്തുന്നത് രൂപഭാവങ്ങളാണെന്നും അതിനാൽ ഭാവത്തിന്നുതകിയ രൂപം ആവശ്യമാണെന്നുമുള്ള ഒരാശയം അന്ന് ഉണ്ടായി. പിന്നീട് ആ സംവാദം തുടരുകയും ചെയ്തു. 1966ൽ നടന്ന ഒരു സാഹിത്യപരിഷത്ത് സമ്മേളനത്തിൽ വെച്ച് "പദവാക്യഛന്ദോലങ്കാരങ്ങൾ കൊണ്ടൊരു കാര്യമില്ലെന്ന്" മുണ്ടശ്ശേരി പ്രസംഗിച്ചത് വിവാദമായി. അത് തെറ്റിദ്ധാരണ പരത്തുന്ന ഒന്നാണെന്ന് സി. നാരായണപിള്ള വിമർശിച്ചതും സാഹിത്യചരിത്രത്തിലെ പ്രധാനസംഗതിയാണ്. അതിനെത്തുടർന്ന് മംഗളോദയം വാരികയിൽ മുണ്ടശ്ശേരിയുടെ നിലപാടുകൾ വിശദീകരിച്ചുകൊണ്ട് പത്രാധിപരെഴുതിയ ഒരു കുറിപ്പുണ്ട്. ആ കുറിപ്പിൽനിന്ന് ഒരു ഖണ്ഡിക താഴെ ഉദ്ധരിച്ചുചേർക്കുന്നു:

"പദങ്ങളും വാക്യങ്ങളും ഛന്ദസ്സുകളുമെല്ലാം കൈകാര്യം ചെയ്യാൻ സ്വതേ പഠിച്ചുറപ്പിച്ചുവെക്കുക- അതെത്രയോ പേർ ചെയ്യുന്നുണ്ട്. സാഹിത്യരചനയിലേക്ക് കടന്നുവരുന്ന ഏവനും ചെയ്യുന്നതാണത്; ചെയ്യേണ്ടതുമാണ്. എന്നാൽ ജീവിതാനുഭൂതികളിൽനിന്ന് വിശേഷിച്ചൊരർത്ഥകല്പനയോടുകൂടി എന്തെങ്കിലുമൊന്ന് മിനഞ്ഞൊപ്പിച്ച് അത് യുക്തരൂപത്തിലാവിഷ്ക്കരിക്കാൻ പദങ്ങളും വാക്യങ്ങളും ഛന്ദസ്സുകളും മറ്റും ഉപയോഗപ്പെടുത്തുന്നുണ്ടല്ലോ, അതൊന്നുവേറെയാണ്. പദവാക്യഛന്ദസ്സുകളെച്ചൊല്ലിയുള്ള വെറും പാണ്ഡിത്യത്തിൽനിന്നുണ്ടാകുന്നതല്ല ആ കഴിവ്. പറയാനെന്തുണ്ടെന്നും പറയേണ്ടതേതുരൂപത്തിലാണെന്നും മനസ്സിൽ കുറിട്ട് കാണാൻ കഴിയാത്ത ഒരു എഴുത്തുകാരന്റെ മേൽപ്പറഞ്ഞ പാണ്ഡിത്യംകൊണ്ടൊരു കാര്യവുമില്ല. പല എഴുത്തുകാരും പദവാക്യഛന്ദസ്സുകളിൽനിന്നുതുടങ്ങി പദവാക്യഛന്ദസ്സുകളിൽത്തന്നെ ഒടുങ്ങുന്നവരാണ്. സാഹിത്യരചനയെ സംബന്ധിച്ചിടത്തോളം ആ കാഴ്ചപ്പാടമ്പേ തെറ്റാണെന്നാണ് മുണ്ടശ്ശേരി പറഞ്ഞതിന്റെ സാരം." (മംഗളോദയം, 1966 ജൂലൈ ലക്കം)

ഛന്ദസ്സ്, അലങ്കാരം എന്നൊക്കെ നമ്മുടെ കാലത്ത് പ്രയോഗിക്കുമ്പോൾ ശക്തമായ എതിർപ്പുകൾ ഞാൻ പ്രതീക്ഷിക്കുന്നു. അതു മനസ്സിലാക്കിക്കൊണ്ടുത്തന്നെയാണ് മേൽക്കുറിപ്പ് ഉദ്ധരിച്ചത്. രചനാരൂപത്തെ വിശദീകരിക്കുന്ന രീതിയാണ് അതിന്റെ ഉള്ളടക്കം. (മുണ്ടശ്ശേരിയുടെ സാഹിത്യനിലപാടുകൾ ഉണ്ടാക്കിയ ചില തെറ്റിദ്ധാരണകളെ തിരുത്തുകയാകാം 'ഭാവപക്ഷത്തൂന്നണം' എന്ന പേരിലെഴുതിയ ഈ കുറിപ്പിന്നാധാരം. മംഗളോദയത്തിന്റെ അന്നത്തെ പത്രാധിപർ മുണ്ടശ്ശേരിതന്നെ ആയിരുന്നതിനാൽ ഈ കുറിപ്പ് അദ്ദേഹം തയ്യാറാക്കിയതാണെന്ന് വിശ്വസിക്കേണ്ടതല്ലേ?) അനുഭവമാണ് എഴുത്തിന്റെ അന്തർഭാവം. അല്ലെങ്കിൽ അനുഭൂതിയാണ്. ആ അനുഭൂതിയെ ഭാഷയിലേക്കൊതുക്കുമ്പോൾ നേരിയ ഒരദ്ധ്വാനം എഴുത്തുകാരന്റെ ഭാഗത്തുനിന്ന്

തീർച്ചയായും ഉണ്ടാവേണ്ടതാണ്. തന്റെ അനുഭൂതികൾ എങ്ങനെ രൂപമാവുന്നു എന്നാലോചിക്കുന്നതിനിടയിൽ 'യുക്തരൂപം' എന്ന് പ്രയോഗിച്ചുകാണുന്നു. ജീവിതാനുഭവങ്ങളിൽനിന്ന് വിശേഷിച്ച് ഒരർത്ഥകല്പനയോടുകൂടി ചിലത് മിനഞ്ഞൊപ്പിക്കുമ്പോൾ, ഛന്ദസ്സും അലങ്കാരവും പദവാക്യങ്ങളുമൊക്കെ പ്രയോജനപ്പെടുത്താതിരിക്കാനാവില്ല. എന്നാൽ പദവാക്യഛന്ദോലങ്കാരങ്ങളിലുള്ള പാണ്ഡിത്യമല്ല ഇതൊക്കെ ചെയ്യിക്കുന്നതത്രെ. അനവധി പണ്ഡിതന്മാരുണ്ടായിരുന്നെങ്കിലും രാമായണകഥയുടെ സങ്കല്പം വാല്മീകിക്ക് മാത്രം അവകാശപ്പെട്ടതാണ്. ആ വിശ്വോത്തരസങ്കല്പത്തെ സ്വന്തം ഭാഷയും ഛന്ദസ്സും അലങ്കാരവുമെല്ലാം ഉപയോഗിച്ച് വാല്മീകി ആവിഷ്കരിച്ചപ്പോൾ രാമായണം ഉണ്ടായി എന്ന് സൂചിപ്പിക്കുന്നു. കൃതികൾ ശ്രദ്ധേയമായ രീതിയിൽ രചിക്കപ്പെടുന്നതിൽ ഈയൊരു ശ്രദ്ധ എല്ലാകാലത്തുമുണ്ടെന്നാണ് മംഗളോദയം പത്രാധിപർ അടിവരയിടുന്നത്. അന്നത്തെയും ഇന്നത്തെയും പത്രാധിപന്മാർ തമ്മിലുള്ള വ്യത്യാസം എപ്പോഴെങ്കിലും ചർച്ചചെയ്യേണ്ടതുതന്നെ.

നമ്മുടെ കാലം മികച്ച കൃതികൾക്ക് ജന്മം നൽകുന്നില്ലെന്ന് ആണയിടുമ്പോൾ സാഹിത്യസങ്കല്പവും സാഹിത്യോപാധികളും തമ്മിലുള്ള ഇഴയടുപ്പം നഷ്ടപ്പെട്ടിരിക്കുന്നു എന്നാണ് അർത്ഥമാക്കേണ്ടത്. എഴുത്തുകാരന് വേണ്ടത് സ്വതന്ത്രവും സ്വന്തവുമായ സങ്കല്പശക്തിയാണ്, അല്ലെങ്കിൽ ഭാവനാശക്തിയാണ്. അതോടൊപ്പം അനുഭവയാഥാർത്ഥ്യങ്ങളെ സാഹിത്യരൂപമായി മാറ്റുന്നതിനാവശ്യമായ ശേമുഷിയും വേണം. മുണ്ടശ്ശേരി പറഞ്ഞതുപോലെ കൃതിയുടെ ജീവൻ ഇവിടെയും ഭാവം തന്നെ. അങ്ങിനെയാണെങ്കിൽ അലങ്കാരം, ഛന്ദസ്സ് എന്നൊക്കെ പറയുന്നത് കാലമാണ്. ആഖ്യാനപരമായ കാലനിർണ്ണയനം അതിന്റെ പ്രയോഗഭാഗമാണ്. ഇതെല്ലാം ഒഴിവാക്കിയെന്ന് ആർക്കും പ്രസ്താവിക്കാം. പക്ഷേ, കവിയായാലും ഫിക്ഷൻ എഴുത്തുകാരനായാലും അവരുടെ അനുഭവ-ഭാവനാരീതിക്ക് തുല്യമായ ഛന്ദസ്സും ഭാഷയും ഉപയോഗിക്കാതിരിക്കുന്നില്ല. പഴയകാലത്തേതുപോലെ അത് ഫോമിൽ ഉൾപ്പെടുത്തി നിർവ്വചിക്കുന്നില്ലെന്നുമാത്രം. ഈ സന്ദർഭത്തിലാണ് ഭാവരൂപങ്ങൾക്ക് സ്ഥാനചലനങ്ങൾ സംഭവിക്കുന്നുണ്ടോയെന്ന് ആരായേണ്ടിവരുന്നത്. ഇതിവൃത്തം, ആശയം തുടങ്ങിയ കാര്യങ്ങളെ ഭാവവുമായി ബന്ധപ്പെടുത്തുക പതിവാണ്. അത് വെറും സങ്കല്പമല്ല. ആശയമാണ് ഭാവമെന്ന് ഉറക്കെ വാദിക്കുന്നവരേയും കണ്ടേക്കാം. ആ വിചാരമാകട്ടെ ആശയമാണ് എല്ലാം എന്ന ഒരു സങ്കല്പത്തിലേക്ക് ഒടുവിൽ പരിണമിക്കുകയും ചെയ്യും.

ഈയൊരു വക്രതയാണ് സാഹിത്യത്തിൽനിന്ന് ഭാവനയെ എടുത്തുമാറ്റാൻ കാരണമായതെന്ന് കരുതാമോ? ആശയവാദികളുടെ

നിഘണ്ടുവിൽ ഭാവനയോ അലങ്കാരമോ ഛന്ദസ്സോ ഇല്ല. എല്ലാറ്റിനും മീതെ പ്രത്യയശാസ്ത്രം പ്രതിഷ്ഠിക്കപ്പെടുന്നു. ഉള്ളടക്കമാണ് പ്രധാന മെന്ന് വാദിക്കുക, ഭാവനയെ കൃതിക്കുള്ളിൽനിന്ന് പുറന്തള്ളുക, അപരവസ്തുക്കൾ കൃതിയുടെ അന്തർഭാവത്തിലേക്ക് പുറത്തുനിന്നും ഉന്തിക്കയറ്റുക; ഇതാണ് നമ്മുടെ സാഹിത്യാന്തരീക്ഷത്തിൽ ഇപ്പോൾ സംഭവിച്ചുകൊണ്ടിരിക്കുന്നത്. സാഹിത്യത്തിലെ ഉപാധിവാങ്മയങ്ങൾ പൊതുവെ വെറുക്കപ്പെട്ടതായി. സ്വന്തമായ ഭാഷ വേണ്ടായെന്നുവന്നു. മറ്റുള്ളവരുടെ വ്യവഹാരങ്ങളിൽ അവരുടെ അനുഭവങ്ങൾ പകർത്തി യെഴുതിയാൽ വായിക്കാൻ ആളുണ്ടാകുമെന്ന വിശ്വാസം വർദ്ധിച്ചു. ഇത് ഒരു പ്രവണതയാണ്; നല്ലതോ ചീത്തയോ എന്ന് പുനർമൂല്യനിർണ്ണയം ആവശ്യപ്പെടുന്നത്. സാഹിത്യത്തിലെ ഏത് പ്രവണതകളും, ചെറുതോ വലുതോ ആകട്ടെ, സാഹിത്യഭാവുകത്വമായി ബന്ധപ്പെട്ടിരിക്കുന്നതാ ണെന്ന് നരേന്ദ്രപ്രസാദ് വാദിച്ചത് ഇവിടെ ഓർത്തുപോകുന്നു. ഒരു കുറ്റിയിലും തളഞ്ഞുകിടക്കാതിരിക്കട്ടെ നമ്മുടെ സാഹിത്യമെന്ന് അദ്ദേഹം പ്രാർത്ഥിച്ചിട്ടുണ്ട്. വ്യത്യസ്തമായ ഭാവുകത്വത്തിനുവേണ്ടി യുള്ള ഒരു അന്വേഷണമായിരുന്നു അത്. "മരണമല്ല; മാറ്റമാണ്" എന്ന ഒരു ലേഖനത്തിൽ (മലയാളമനോരമ ദിനപത്രം, 1987 മെയ് 16) അദ്ദേഹമെഴുതി: "സാഹിത്യകൃതികളിൽ എക്കാലവും ഉൾപ്പെടുന്ന ചില ഘടകങ്ങളുടെ ചേരുവയിൽ വരുന്ന വ്യത്യാസമാണ് പുതിയ പ്രവണതകൾക്ക് ജന്മം കൊടുക്കുന്നതെന്ന കാര്യം വിസ്മരിച്ചുകൂടാ. കാല്പനികപ്രസ്ഥാനം ഉണ്ടാകുന്നതിന് മുമ്പും കാല്പനികതയുടെ അംശങ്ങൾ സാഹിത്യത്തിലുണ്ടായിരുന്നല്ലോ. റിയലിസ്റ്റ് കാലഘട്ട ത്തിനുമുമ്പും സാഹിത്യത്തിൽ യഥാതഥമായ ജീവിതചിത്രീ കരണമുണ്ടായിരുന്നു. ഫാന്റസിയും സ്വപ്നവും യുക്ത്യതീതമായ ജീവിതചിത്രീകരണവും നവീനതയുടെ ലക്ഷണങ്ങളിൽ ചിലതാണ്. എന്നാൽ അവ പ്രാചീനകൃതികളിൽപ്പോലും കാണുന്ന ചില അംശ ങ്ങളുടെ പുതിയ ചേരുവ മാത്രമാണ്. കടുത്ത നിഷേധവും സ്വീകൃത മൂല്യങ്ങളുടെ നിരാകരണവും നവീനതയിലുണ്ട്. എന്നാൽ അവ മുമ്പില്ലേ മറ്റൊരു ചേരുവയും?" തീർച്ചയായും ഈ നിലപാടിൽ എനിക്ക് യോജിപ്പേ ഉള്ളൂ. ചേരുവ മാറുന്നതിനനുസരിച്ച് ഭാഷയിലും ആഖ്യാന ഘടകങ്ങളായ അലങ്കാരം, ഛന്ദസ്സ് എന്നിവകളിലും ഏറ്റക്കുറച്ചിലുകൾ സ്വാഭാവികമാണെന്ന് ചൂണ്ടിക്കാണിക്കാനാണ് നരേന്ദ്രപ്രസാദിന്റെ ഈ വരികൾ ഞാൻ എടുത്തുചേർത്തത്. ഇതേ കാരണത്താലാണ് ചില ഘട്ടങ്ങളിൽ രൂപമാണ് പ്രധാനമെന്നും മറ്റു ചിലപ്പോൾ ഭാവമാണ് പ്രധാനമെന്നും ഉള്ള വാദങ്ങൾ ഉണ്ടാകുന്നത്.

പുതിയ ചേരുവകൾ രൂപപ്പെട്ടതുമൂലമാണ് വൃത്തനിരാസവും ഛന്ദ സ്സിന്റെ തിരസ്കാരവും സാഹിത്യത്തിൽ സംഭവിച്ചത്. റൊമാന്റിസിസവും

റിയലിസവും മലയാളത്തിൽ അധികകാലം നിലനിന്നില്ല. ആധുനികതയും ഉത്തരാധുനികതയും പെട്ടെന്ന് മാറിപ്പോയി. വ്യാകരണവും അലങ്കാരവും വൃത്തവും ഈ പരിണാമങ്ങൾക്കിടയിൽ അപ്രധാനമായി. അതിനാൽ വീണ്ടും നമുക്ക് ചോദിക്കേണ്ടിവരുന്നു, ഭാവനയ്ക്ക് എന്താണ് സംഭവിച്ചത്? നമ്മുടെ പുതിയ കവികൾ ഭാവനയെന്ന പദംപോലും മറന്നുപോയിരിക്കുന്നു. 'പറച്ചിൽ' എന്നേ അവർ പറയൂ. രൂപവിരോധവും വളർന്നുവന്നു. അതോടെ നിരൂപകരെ ഇതുവരെ ഭരിച്ചുകൊണ്ടിരുന്ന സങ്കല്പങ്ങളിലും അനിവാര്യമായ പരിണാമങ്ങൾ രൂപപ്പെട്ടിരിക്കുന്നു. കവിതാനിർമ്മിതിയിൽ കവി പ്രയോജനപ്പെടുത്തുന്ന പ്രമേയവും മനോവികാരവും പറച്ചിലുമെല്ലാം ചേർത്ത് ടെക്നിക് എന്ന പദത്തിലേക്ക് ആ മാറ്റത്തെ വികസിപ്പിക്കാനാണ് എനിക്ക് താത്പര്യം. രസവാദവും ഭാവവാദവും ഏതാണ്ട് അപ്രധാനമായല്ലോ. പക്ഷേ, രസവാദത്തെ തള്ളിക്കളയാനുമാവില്ല.

ഫിക്ഷന്റെ ചേരുവയിലും മാറ്റം സംഭവിച്ചിരിക്കുന്നു. തോട്ടിയുടെ മകൻ നിരൂപണം ചെയ്തപ്പോൾ രൂപഭദ്രതാകാരൻ ഉന്നയിച്ച ഭാവരൂപ ചേരുവയെക്കുറിച്ച് ആരും ഉൽക്കണ്ഠപ്പെടാറില്ല. രൂപത്തെ നിർണ്ണയിക്കുന്നതിൽ പ്രതിപാദനത്തിന്റെ പ്രാധാന്യം എടുത്തുപറയാറില്ല. അനുഭവങ്ങളെ അനുഭൂതിയിലെത്തിക്കുന്ന ഘടകങ്ങളിൽ എഴുത്തുകാർക്ക് എന്ത് താത്പര്യം? അവർ അനുഭവങ്ങളെ അനുഭവമെഴുത്തുകാർക്ക് വിട്ടുകൊടുത്തിരിക്കുന്നു. ഫിക്ഷനെ ഒരു റഫറൻസ് രൂപമാക്കിത്തീർക്കുന്നതിലാണ് നോവലെഴുത്തുകാരുടെ ശ്രദ്ധ എന്നുതോന്നിപ്പോകുന്നു. ചരിത്രനോവലുകളിൽ ചരിത്രാനുഭവങ്ങളുടെ മുൻപരാമർശങ്ങളാണ് നിറഞ്ഞുനിന്നിരുന്നത്. കേരളീയമല്ലാത്ത ചരിത്രരേഖകൾ നോവലുകളിൽ പ്രവേശിപ്പിച്ചുകൊണ്ട് ആനന്ദ് നടത്തിയ ആഖ്യാനം ആധുനികതയുടെ കാലത്ത് സ്വാഗതം ചെയ്യപ്പെട്ടിരുന്നു. അതിന്റെ അനുഭവത്തിൽ ഒരുപറ്റം വായനക്കാർ പുതുമ കണ്ടെത്തുകയും ചെയ്തു. ചരിത്രവും അനുഭവങ്ങളും തമ്മിൽ ആനന്ദ് കണ്ടെത്തിയ ചേരുവാതോത്, ചരിത്രനോവലുകളിലേത് ആയിരുന്നില്ലല്ലോ. ഇതിന്റെ തുടർച്ചയെന്നോണം ചില പുതിയ എഴുത്തുകാർ റഫറൻസുകളുടെ ആധിക്യത്തിലേക്ക് നോവൽരൂപത്തെ പറിച്ചുനടുകയാണ്. (റഫറൻസ് നോവലുകൾ എന്നൊരുവിഭാഗം നോവൽസാഹിത്യത്തിനുകീഴിൽ രൂപപ്പെടുകയാണോ എന്ന് സംശയിക്കേണ്ടിയിരിക്കുന്നു.) മനുഷ്യമാംസത്തീറ്റ നോവലിൽ വരുന്നു, ഗണിതശാസ്ത്രമുണ്ട്, അന്യദേശങ്ങളിലെ വിചിത്രമായ അനുഭവങ്ങൾ ഉള്ളടക്കമാവുന്നു; ഇതൊന്നും നോവലിസ്റ്റിന്റെ സ്വന്തം അനുഭവങ്ങൾ എന്ന രീതിയിൽ ആവിഷ്കരിക്കപ്പെടുന്നതല്ല. ഇങ്ങനെ തന്റേതല്ലാത്ത അനുഭവങ്ങൾ റഫറൻസുകളായി നോവലിൽ വരുമ്പോൾ, നോവൽ അതിന്റെ വ്യവസ്ഥാപിത

രൂപത്തിൽനിന്ന് മറ്റൊന്നായി മാറിയതായി വ്യാഖ്യാനിക്കാൻ എളുപ്പമാണ്. നോവലിസ്റ്റിന്റെ ഭാവന സ്വന്തം ജീവിതാനുഭവങ്ങളുടെ സൃഷ്ടിയല്ലാതായി എന്ന സത്യം വിസ്മരിക്കപ്പെടുകയാണ്. നവ മാധ്യമങ്ങളിലൂടെ ശേഖരിക്കപ്പെടുന്ന അറിവുകൾ ഭാവനയെ അതിരിലേക്ക് മാറ്റി എന്നു പറയുന്നതാവും ശരി. നോവലിസ്റ്റിന്റെ കാഴ്ചയിൽപ്പെടുന്ന വസ്തുത കളും അവ പകർന്നുതരുന്ന അറിവിന്റെ അംശങ്ങളും യാഥാർത്ഥ്യങ്ങൾ തന്നെയാണ്. എന്നാൽ എഴുത്തുകാരന്റെ സ്വന്തം ഭാവനയ്ക്ക് അതിൽ ഇടമില്ലാതെ പോകുന്നത് അത് അയാളുടെ യാഥാർത്ഥ്യമല്ലാത്തതി നാലാണ്. സ്വന്തം അനുഭവത്തോട് ഇഴുകിച്ചേരാനായിരിക്കുമല്ലോ സ്വഭാവനയ്ക്കു താത്പര്യം. ഭാവന അറിവിൽനിന്ന് പിൻമടങ്ങുകയാണ്. അല്ലെങ്കിൽ ഫിക്ഷനിൽ നിറയുന്ന റഫറൻസുകൾ ഭാവനയെ വിഛേദി ക്കുകയാണ്. ഈ വിഛേദം സൂക്ഷ്മമായി അനുഭവപ്പെട്ടതുകൊണ്ടാ കണം ആനന്ദ് തന്റെ പുതിയ നോവലിന്റെ (ദ്വീപുകളും തീരങ്ങളും) ആമുഖത്തിൽ ഇപ്രകാരമെഴുതിയത്:

'യാഥാർത്ഥ്യത്തിന്റേയും ഭാവനയുടേയും വേഴ്ചയിൽനിന്നുണ്ടാകുന്ന സങ്കരസൃഷ്ടികളാണല്ലോ നാമെഴുതുന്നതേറെയും'.

ഭാവനയും യാഥാർത്ഥ്യവും രണ്ടാണ്, അവ അകന്നുനില്ക്കുന്നു; ഈ തോന്നലാണ് മേൽപ്രസ്താവനയിൽനിന്ന് നമുക്ക് ലഭിക്കുക. യാഥാർത്ഥ്യം എഴുത്തുകാരന്റെ കാഴ്ചയിൽപ്പെട്ടതും മുൻകാലങ്ങളി ലെപ്പോഴോ സംഭവിച്ചതുമാണ്. വിശ്വാസവും പുരാണവും ഇതുവരെ എഴുതപ്പെട്ടതുമെല്ലാം എഴുതാനിരിക്കുന്നവരെ സംബന്ധിച്ചിടത്തോളം യഥാർത്ഥമാണ്. ഭാവനയാണ് പ്രശ്നം സൃഷ്ടിക്കുക. ഭാവന എവിടെ യാണിരിക്കുന്നതെന്ന് ആലോചിക്കേണ്ടിവരുന്നത് ഈ പശ്ചാത്തലത്തി ലാണ്. കൃതിയുടെ ആന്തരികതയിലാണ് ഭാവനയുടെ ഇരിപ്പിടം. ഭാരതീയാലങ്കാരികന്മാർ അതിനെ അന്തർഭാവമെന്ന് പറയും. വികാര ങ്ങൾ, ചിന്തകൾ, അനുഭവങ്ങൾ, ഓർമ്മകൾ എല്ലാം ആന്തരികതയുടെ ഭാവാംശങ്ങളാണ്. അതൊക്കെയാണല്ലോ സ്ഥായീഭാവവും സഞ്ചാരീഭാവവുമായി രൂപാന്തരപ്പെടുന്നത്. ഭാവനകൂടി അക്കൂട്ടത്തിലുണ്ട് എന്നാണ് എന്റെ കാഴ്ചപ്പാട്. ഈ ഭാവാംശങ്ങളിൽനിന്ന് ഏതെങ്കിലും ഒന്ന് ഭാവനയുമായി കൂടിച്ചേരുമ്പോൾ കാവ്യമുണ്ടാവുന്നു. അതായത് ഭാവന ഇവിടെ കാവ്യഹേതുവാകുകയാണ്. ഇത് കവിതയുടെ കാര്യം. ഫിക്ഷന്റെ കാര്യമോ? വ്യത്യസ്തമല്ല. ആനന്ദ് സൂചിപ്പിച്ചതുപോലെ യാഥാർത്ഥ്യങ്ങൾ മാത്രമുണ്ടായാൽ ഉത്തമമായ ഒരു കഥയോ നോവലോ ഉണ്ടാകില്ല; ഭാവനയുമായി ഒരു വേഴ്ച നടക്കണം. ഭാവനയില്ലെങ്കിൽ ഫിക്ഷൻ വെറും ഒരു ഉല്പന്നമായി അധഃപതിക്കും. ഇപ്പോൾ സാഹിത്യ ത്തിലെ പ്രധാന പ്രശ്നം ഭാവനയുടെ ഈ ഒഴിഞ്ഞുപോക്കാണ്; അനുഭവ മെഴുത്തിൽ ഭാവനയേയില്ല.

അനുഭവ വസ്തുക്കളും ഭാവനയും കൂടിച്ചേർന്ന് കൃതിക്കുള്ളിൽ ഒരു വ്യക്തിത്വം രൂപപ്പെടുന്നു. പിന്നീടത് രൂപനിർമ്മാണ ഘടകങ്ങളിലേക്ക് വ്യാപിക്കുന്നു. പദവാക്യങ്ങളും ഛന്ദസ്സും അലങ്കാരവുമെല്ലാം അപ്പോഴത്തെ കാര്യങ്ങളാണ്. ഇവയൊന്നുമില്ലാതെ രൂപനിർമ്മാണം നടക്കുമോ എന്നതാണ് കാതലായ മറ്റൊരു പ്രശ്നം? ഭാവനയുമായി ഇണങ്ങി ഉള്ളിലെ രൂപനിമ്മിതിയെ സജ്ജമാക്കുന്ന ഘടകങ്ങളിൽ എന്തും നമുക്ക് ഒഴിവാക്കാം; കാലത്തിന്റെ പ്രത്യേകതയ്ക്കനുസരിച്ച്. എന്നാൽ ഭാവനയെ ഒഴിവാക്കാനാവില്ല. അതാണ് കൃതിക്ക് അർത്ഥങ്ങൾ നല്കുന്ന ഘടകം. സാഹിത്യരൂപത്തിന്റെ വ്യത്യസ്തതയ്ക്കനുസരിച്ച് ഭാവനയുടെ അർത്ഥങ്ങളും വ്യത്യസ്തമായിരിക്കും. അതിന്റെ അടിസ്ഥാനത്തിലായിരിക്കണം പഴയ നിരൂപകനായ ഐ.എ. റിച്ചാർഡ്സ് ഭാവന എന്ന പദത്തിന് ചുരുങ്ങിയത് ആറ് അർത്ഥങ്ങളെങ്കിലുമുണ്ടെന്ന് വിശദീകരിച്ചത്. അതിന്റെ ഏറ്റവും ലളിതമായ അർത്ഥം ചിത്രസമാനമായ ബിംബങ്ങൾ എന്നാണ്. കവിതയിലെ ദൃശ്യബിംബങ്ങളെ ആശ്രയിക്കുന്ന ഒരു നിരൂപണരീതി നമുക്ക് പണ്ടേ പരിചതമായിരുന്നു. അലങ്കാരം ഭാവനയുടെ അർത്ഥമാണത്രെ. ഉപമ, രൂപകം എന്നിങ്ങനെയുള്ള അലങ്കാരങ്ങൾ നമ്മുടെ പാരമ്പര്യകവിതയിൽ ധാരാളമായി പ്രയോജനപ്പെടുത്തിയിരുന്നു. ചിതറിക്കിടക്കുന്ന അനുഭവാംശങ്ങളെ കാവ്യത്തിൽ ഒരുമിപ്പിക്കാൻ രൂപകത്തിലൂടെ സാധ്യമാകുമത്രേ. അഥവാ ഭാവനയുടെ കാവ്യപരമായ ഇടപെടലാണ് രൂപകങ്ങൾ എന്നുപറയാം. അന്യരുടെ മാനസികാവസ്ഥയുടെ പരിശോധനയാണ് നാടകത്തിലെ ഭാവന. സംഭാഷണങ്ങളും, രംഗകഥാപാത്രങ്ങളും ലക്ഷ്യമാക്കുന്നത് പ്രേക്ഷകന്റെ ഭാവനയെയാണ്. അവിടെ ശാസ്ത്രീയവും വൈകാരികവുമായ അർത്ഥങ്ങളാണ് ഭാവന ആരായുന്നത്. സർഗ്ഗാത്മകതയിൽനിന്ന് അകന്നുനില്ക്കുന്ന ഒന്നാണ് ഭാവന എന്ന വിചാരം എനിക്കില്ല. കലാസൃഷ്ടിയിൽ ഒരു ക്രമപ്പെടുത്തൽ നടക്കുന്നുണ്ട്. ക്രമരഹിതവും ചിതറിക്കിടക്കുന്നതുമായ കാര്യങ്ങളെ വിശേഷപ്പെട്ടരീതിയിൽ ക്രമപ്പെടുത്തുന്ന ഭാവനയാണല്ലോ സർഗ്ഗാത്മകത. ആ ശക്തിവിശേഷത്തെ 'ഉൽഗ്രഥനാത്മകമാന്ത്രികത' എന്ന് റിച്ചാർഡ്സ് വിശേഷിപ്പിക്കുന്നു. അത് ഒരു പ്രതികരണമാണ്. അങ്ങനെ ഭാവനയുടെ വ്യാപാരം ചർച്ചക്കെടുക്കുന്ന ഈ നിരൂപകൻ ഭാവനയുടെ ദിവ്യത എന്നത് ആഹ്ലാദമാണെന്ന് നിരീക്ഷിക്കുന്നു. ഭാവന മൂലം ചിരപരിചിതമായ വിഷയങ്ങൾക്ക് നൂതനത്വം സമാർജ്ജിക്കാൻ കഴിയുമത്രെ. എന്നുവെച്ച് ഭാവന മുഴക്കമുണ്ടാക്കുന്ന ഒരു സംജ്ഞയാണ് എന്ന് എനിക്ക് അഭിപ്രായമില്ല. അതിന്റെ യഥാർത്ഥ അർത്ഥം നിശ്ശബ്ദതയാണ്. ആ നിശ്ശബ്ദത ആസ്വാദകനിലേക്ക് പകർന്ന് ഒരു നിഷ്ഠ രൂപപ്പെടുത്താൻ പ്രേരകമാവുമ്പോഴാണ് പുതിയ പാഠം എന്ന സങ്കല്പം രൂപപ്പെടുക. അത് ആസ്വാദകനിൽ ആനന്ദമുണ്ടാക്കും; സാംസ്കാരികമായ ഉണർവ്വുണ്ടാക്കും.

ഈ ആനന്ദമോ, ഈ സംസ്കാരികമായ ഉണർവോ അനുഭവിക്കാനാവുന്നില്ല എന്നതാണ് സാഹിത്യസംബന്ധിയായ സമകാലികപരാതി. സാഹിത്യം ഒരു ചരക്കായി എന്നും ചിലർ പരാതിപ്പെടുന്നു.

ധിഷണയ്ക്ക് സാഹിത്യത്തിൽ വലിയ പ്രാധാന്യം കൈവന്ന സന്ദർഭം നമുക്ക് മറക്കാറായിട്ടില്ല. അക്കാലത്താണ് സാഹിത്യത്തിൽനിന്ന് ഭാവാംശം ഒഴിഞ്ഞുപോയത്. കൃതിയുടെ അന്തർഭാവത്തിന്റെ പ്രധാന അംശമായി ഭാവന പരിഗണിക്കപ്പെട്ടിരുന്ന കാലത്ത്, കവിതയിൽ വികാര വിചാരങ്ങളുടെ ഒരു ക്രമം സാക്ഷാത്കരിക്കപ്പെട്ടിരുന്നു. ആ ക്രമത്തെ ബുദ്ധിപരമായ സാങ്കേതികതയാണ് വികലമാക്കിയത് എന്ന് പറയാമോ? കവിത ഭാവപരമല്ലാതായി എന്നതാണ് വാസ്തവം. ആസ്വാദന സംവാദങ്ങൾക്കിടയിൽ രൂപകാര്യങ്ങൾ കടന്നുവരാറുണ്ടെങ്കിലും ഭാവന അകന്നുപോയി. ചരിത്രാനുഭവങ്ങളും സംഭവങ്ങളും 'ബിംബ'വൽക്കരിക്കപ്പെട്ടതോടെ, ഭാവന അവഗണിക്കപ്പെട്ടു. 'മിത്തുകൾ' കവിതകളിലെ സാന്നിധ്യമായി. എന്നാൽ ധിഷണയെ മൂല്യമായി കണ്ടിരുന്ന ചിലയാളുകൾ, ഭാവനയെ അപ്പാടെ തിരസ്കരിക്കാതെ കവിതയ്ക്കകത്ത് ഭാവനാസ്പർശം നിലനിർത്താൻ ശ്രമിക്കുന്നതായും കണ്ടു. വിരുദ്ധോക്തികളുടെ രൂപപ്പെടൽ ആ ചേരുവയുടെ ഭാഗമായിരുന്നു. ഐറണി ഭാവനയുടെ വേറിട്ട അർത്ഥരീതിയാണ്. എഴുപതുകളിൽ നമ്മുടെ കവികളും കഥാകാരന്മാരും സമർത്ഥമായിട്ടാണ് ഈ ഭാവനാരൂപത്തെ കവിതയിൽ കൊണ്ടുവന്നത്. എന്നാലിപ്പോൾ ആ ഭാവനാരീതിയും അരങ്ങൊഴിഞ്ഞതുപോലെയായി. മലയാളിയുടെ ഉപഭോഗരീതികളിൽ വന്ന മാറ്റം സാഹിത്യഭാവനയേയും ബാധിച്ചതിന്റെ തെളിവടയാളമാണിതെല്ലാം. എഴുത്തിൽനിന്ന് ഭാവനയെ പിഴുതുമാറ്റിയവർ നേരെ ചെന്നത് സംവേദനത്തിന്റെ അങ്ങാടിയിലേക്കാണ്. വ്യവസായസംസ്കാരം ഭാവുകത്വത്തേയും പുതിയ വിഘടനത്തിൽ കൊണ്ടെത്തിച്ചിരിക്കുന്നു. അറിവും സാങ്കേതികതയും ആ വിഘടനത്തിന് ആഴം വർദ്ധിപ്പിക്കുകയും ചെയ്തു. അത് സാഹിത്യമൂല്യങ്ങളേയും അതിരുകളിലേക്ക് മാറ്റി. വെറുതെ ഒന്നാലോചിച്ചുനോക്കുക; നമ്മുടെ നർമ്മബോധത്തിന് സംഭവിച്ചതെന്താണ്? പരസ്പരം കാണുമ്പോഴും സൗഹൃദം പങ്കുവെക്കുമ്പോഴും തമാശകൾ പറഞ്ഞ് പൊട്ടിച്ചിരിക്കാൻ ശീലിച്ച മലയാളിയാണിന്ന് ചിരിക്കാൻ സ്ഥലവും കാലവുമന്വേഷിച്ച് പോവുന്നത്. കുശലങ്ങൾക്കിടയിൽ അവരിപ്പോൾ നർമ്മം പങ്കുവെക്കാറില്ല. അത് അവർക്ക് ഒരു കുറ്റകൃത്യം പോലെയാണ്. ഇത്തരമൊരു മാനസികാവസ്ഥ എന്തുകൊണ്ടുണ്ടായി? ചിരിയുടെ തനിമയിലേക്കെത്താൻ പ്രത്യേകമായ സമയം നിശ്ചയിച്ചുറപ്പിച്ചിട്ടാണ് നാമോരുത്തരും ദിനകൃത്യങ്ങളിലേക്ക് പ്രവേശിക്കുന്നതുതന്നെ. ഈ കാലത്ത് ചാനലുകളിലേക്ക് നമ്മെ ക്ഷണിക്കുന്ന 'സിനിമാല' പോലുള്ള പ്രോഗ്രാമുകൾക്കായി മലയാളി ഒരുമടിയുമില്ലാതെ കാത്തിരിക്കുന്നു. ആ സമയത്ത് മാത്രം കുലുങ്ങിച്ചിരിക്കുന്നു.

നർമ്മബോധത്തെ ചാനലുകളിലേക്ക് സ്വയമെടുത്തുകൊടുത്തു എന്ന് സാരം. ഹാസ്യമെഴുത്ത് ഇല്ലാതായി. ഒരു എഴുത്തുകാരനും ഇതെന്തു കൊണ്ട് എന്ന് ചോദിച്ചതായി അറിയില്ല. വി.കെ.എൻ. ഇല്ലാതായതോടെ ചിരിയെ ഗൗരവമായി സ്വീകരിച്ചുപോന്ന ആ വായനാസമൂഹവും നഷ്ടപ്പെട്ടു. നമ്മുടെ സമൂഹത്തിന്റെ സംഗീതത്തെ, ജീവിതത്തിന്റെ താളത്തെ, നർമ്മപഠിതാക്കൾ വിശദീകരിച്ചരീതി വ്യത്യസ്തമായി രുന്നല്ലോ. സമകാലിക രാഷ്ട്രീയപാഠങ്ങൾ ചരിത്രവുമായി ഇടകലർത്തി ആഖ്യാനകർമ്മത്തെ നവീകരിച്ച ആ പഴയ എഴുത്തും അസ്തമിച്ചു. പാരമ്പര്യരീതികൾ പുതിയ തലമുറ സ്വീകരിക്കണമെന്നില്ല; നിഷേധി ക്കേണ്ടതുമില്ല. അനുഭവങ്ങളും ചുറ്റുപാടുകളും വ്യത്യസ്തമായി രൂപ പ്പെടുമ്പോൾ അഭിരുചി മാറുകതന്നെ ഫലം. നവോത്ഥാന കാലഘട്ട ത്തിൽ റിയാലിറ്റി സ്വീകരിക്കപ്പെട്ടതുപോലെ ഇന്നത്തെ അറിവ്സമൂഹം റിയാലിറ്റിയെ ഉൾക്കൊള്ളണമെന്നില്ലല്ലോ. പുതിയ കാഴ്ചകൾ നമ്മെ തേടി വരുമ്പോൾ പഴയകാഴ്ചകളോടുള്ള കൂറ് അല്പം കുറഞ്ഞു പോയാൽ പരിതപിക്കുക സർവ്വസാധാരണമാണ്. ഭാവരൂപങ്ങളെ സംബന്ധിച്ച ചർച്ച വീണ്ടും കടന്നുവരേണ്ട സാഹചര്യമായി എന്നാണ് എനിക്ക് തോന്നുന്നത്. അതുകൊണ്ടാണ് വ്യാഖ്യാനങ്ങൾ നവീകരിക്ക പ്പെടണം എന്ന് ഞാൻ ആശിച്ചുപോവുന്നത്.

ഭാവന എടുത്തുമാറ്റിയതിന്റെ ചരിത്രവും പുനർനിർമ്മിച്ചതിന്റെ ചരിത്രവുമാണ് നമ്മുടെ സൗന്ദര്യശാസ്ത്രത്തിന്റെ ചരിത്രം. 'റിയാ ലിറ്റി'യുടെ സാന്നിധ്യം ക്ലാസിക് ഭാവനയെ വ്യതിയാനപ്പെടുത്തിയതാ യിരുന്നു ഒരു കാലത്ത് വിഷയം. There are no facts, only interpretation എന്ന് വർഷങ്ങൾക്ക് മുൻപ് നീഷേ പറഞ്ഞപ്പോൾ, അത് സാഹിത്യ സംവേദനത്തിൽ പുതിയൊരു തുടക്കമായി; അഭിരുചി വീണ്ടും മാറു മെന്നുവന്നു. വ്യാഖ്യാനം എന്നത് മനുഷ്യമനസ്സിന്റെ അവബോധപരമായ കർമ്മമാണ് എന്നും അദ്ദേഹം നിർച്ചചിക്കുകയുണ്ടായി. ഒരു കൃതിയെ സമഗ്രമായി വായനക്കാർ സ്വീകരിക്കുന്നേയില്ല. അവർക്കാവശ്യമുള്ളത് മാത്രം കൃതിക്കുള്ളിൽനിന്നും പെറുക്കിയെടുത്ത് ഉപയോഗിക്കുകയോ ആഹ്ലാദിക്കുകയോ ആണ് ചെയ്യുന്നത്. ഒരു പാഠം സ്വീകരിക്കപ്പെടുന്ന തിലൂടെ കിട്ടുന്ന ആനന്ദമുണ്ടല്ലോ; അതാണ് വ്യാഖ്യാനം നല്കുക. വായനക്കാർക്ക് ആനന്ദംപകരുന്ന വ്യാഖ്യാനത്തെ തിരിച്ചറിഞ്ഞാൽ സാഹിത്യവിമർശനവും എളുപ്പമായി. എന്നാൽ സംവേദനം മലിനമാക്ക പ്പെടുന്ന സാഹചര്യങ്ങളും വ്യാഖ്യാനം കൊണ്ടുണ്ടായതായി സൊൻടാങ് ചൂണ്ടിക്കാണിച്ചിട്ടുണ്ട്. ധിഷണയുടെ പ്രതികാരമായി സാഹിത്യത്തിൽ വ്യാഖ്യാനം മാറിയതിന്റെ അടയാളപ്പെടുത്തലായിരുന്നു അത്. ഇട ക്കാലത്തു വെച്ച് ഭാവനയെ കൃതിയുടെ അന്തർഭാവത്തിൽനിന്ന് പുറത്തേ ക്കെറിഞ്ഞത് ഇത്തരം വ്യാഖ്യാനപദ്ധതികളായിരുന്നോ? നവീകരണം

വ്യാഖ്യാനത്തിലും വേണമെന്ന വാദം വരുന്നത് അതുകൊണ്ടാണ്. ഈ അന്വേഷണവും സാഹിത്യത്തിൽ സംഭവിച്ചുകഴിഞ്ഞ ഭാവനയുടെ ശിഥിലീകരണത്തിലായിരിക്കും നമ്മെ കൊണ്ടെത്തിക്കുക.

ഒഴിവാക്കൽ, എടുത്തുമാറ്റൽ, ശിഥിലീകരണം, നഷ്ടപ്പെടൽ എന്നിങ്ങനെ ചില പദങ്ങൾ ഭാവനാ വ്യാപാരവുമായി ബന്ധപ്പെടുത്തി ഞാൻ പ്രയോഗിക്കുകയുണ്ടായി. ഭാവനയില്ലാതെ ജീവിതപ്രശ്നങ്ങൾക്ക് കലാപരമായ മാനങ്ങൾ നൽകാൻ കഴിയില്ലായെന്ന് ബോധ്യപ്പെടുത്തുക മാത്രമാണ് എന്റെ ലക്ഷ്യം.

■

കാവ്യവിചാരത്തിന്റെ സിദ്ധാന്തപീഠിക

ശാസ്ത്രവിഷയങ്ങളോടായിരുന്നു പഠിക്കുന്ന കാലത്ത് എനിക്ക് താത്പര്യം. ബിരുദപഠനത്തിന് അതിനാൽ ഊർജ്ജതന്ത്രം തെരഞ്ഞെടുത്തു. അതേസമയം അക്കാലത്ത് നോട്ടുപുസ്തകങ്ങൾക്കിടയിൽ എപ്പോഴും ഒരു സാഹിത്യകൃതി ഒളിച്ചുവെക്കുമായിരുന്നു; ഒഴിവുകിട്ടുമ്പോഴൊന്ന് മറിച്ചുനോക്കാൻ. നോവലോ കഥയോ ആയിരുന്നില്ല, മിക്കവാറും സാഹിത്യവിഷയങ്ങൾ കൈകാര്യം ചെയ്യുന്ന കൃതികളായിരുന്നു ഇഷ്ടവായനാ വസ്തുക്കൾ. റൊമാന്റിക് ആകേണ്ട അവസരത്തിൽ ക്ലാസ്സിക് സ്വഭാവമുള്ള കൃതികൾക്കിടയിൽ കുടുങ്ങിപ്പോയത് എന്തുകൊണ്ടെന്ന് പിന്നീടെപ്പോഴോ ഞാൻ ആലോചിച്ചിട്ടുമുണ്ട്.

ചെറിയ ക്ലാസ്സുകളിലായിരുന്നപ്പോൾ ശ്രീകൃഷ്ണചരിതം മണിപ്രവാളം ഉറക്കെ വായിച്ചുശീലിച്ചു; അങ്ങനെ ആ കവിത കുറെയൊക്കെ ഹൃദിസ്ഥവുമായി. ഭാഷയിന്മേലുള്ള ഒരു വഴക്കം കിട്ടാൻ എന്റെ അച്ഛൻ കണ്ടെടുത്ത മാർഗ്ഗം! അങ്ങനെ ലഭിച്ച ഭാഷാപരിചയവും ഊർജ്ജതന്ത്രപഠനവും കൂടിച്ചേർന്നപ്പോൾ നിരൂപണതാല്പര്യം പിറന്നുവെന്ന് വ്യാഖ്യാനിക്കാമോ? ഊർജ്ജതന്ത്രം എന്റെ നിരൂപണരചനയെ ചെറുതല്ലാത്തവിധം സഹായിച്ചിട്ടുണ്ടാവണം, യുക്തിനിഷ്ഠമായ ഇടപെടലുകൾക്ക് അതെന്നെ പ്രേരിപ്പിച്ചിരിക്കണം എന്നത് ഒരു വസ്തുതയാണ്.

വായന ആരംഭിച്ച കാലം. സോഷ്യലിസ്റ്റ് ആശയചർച്ചകളും സംസ്കൃതഭാഷാ പഠനവും നിറഞ്ഞുനിന്നതായിരുന്നു എന്റെ ചുറ്റുപാടുകൾ. പാരമ്പര്യസാഹിത്യവുമായി അതെന്നെ അടുപ്പിച്ചു. കമ്മ്യൂണിസ്റ്റ് മാനിഫെസ്റ്റോയും സോഷ്യലിസ്റ്റ് ചിന്താധാരയും എനിക്ക് പരിചിതമായി. അതൊക്കെ എന്റെ വായനാരീതിയെ മാറ്റിയിട്ടുണ്ട് എന്ന് ഞാൻ കരുതുന്നു. എം. ഗോവിന്ദന്റെ 'കമ്മ്യൂണിസത്തിൽ നിന്ന് മുന്നോട്ട് എന്ന പുസ്തകം ശ്രദ്ധാപൂർവ്വം വായിച്ചത് ഓർത്തുപോകുന്നു. കോമാട്ടിൽ അച്ചുതമേനോന്റെ 'കൊച്ചിയിലെ സ്ഥലനാമങ്ങ'ളും ഇളംകുളം കുഞ്ഞൻപിള്ളയുടെ ചരിത്രഗ്രന്ഥങ്ങളും ആചാര്യ നരേന്ദ്രദേവ്, രാംമനോഹർ ലോഹിയ എന്നീ സോഷ്യലിസ്റ്റുകളുടെ ലേഖനങ്ങളും ആദ്യകാല

വായനയിൽ ഉൾപ്പെടുന്നവയാണ്. മഹാത്മാഗാന്ധിയുടെ 'സത്യാന്വേഷണപരീക്ഷകൾ' എങ്ങിനെ മറക്കാൻ കഴിയും. എന്നാൽ എന്നെ അതിയായി പ്രചോദിപ്പിച്ച പുസ്തകമേത് എന്നുചോദിച്ചാൽ ആകെ കുഴങ്ങിയതുതന്നെ. അന്നല്ല ഇന്നും ആ ചോദ്യത്തിന് സുവ്യക്തമായ ഉത്തരം നൽകുക പ്രയാസം. അതിനുപിറകിൽ ഒരു ശാഠ്യമുണ്ടെന്ന് കരുതിക്കൊള്ളുക. എല്ലാ കാലത്തും ഇഷ്ടപ്പെടുന്നതെന്ന് പ്രഖ്യാപിക്കാവുന്ന അല്ലെങ്കിൽ ബൈബിൾ പോലെ കൊണ്ടുനടക്കാവുന്ന ഒരു പുസ്തകവും ഒരു നിരൂപകനും എടുത്തുപറയത്തക്ക തായി ഉണ്ടാവരുത് എന്ന് ഞാൻ വിശ്വസിക്കുന്നു. പാഠങ്ങൾ മാറിക്കൊണ്ടിരിക്കുകയാണ്. അതേസമയം സൈദ്ധാന്തികകൃതികൾ സ്വീകരിക്കാനും എടുത്തുലാളിക്കാനും എനിക്കിഷ്ടമാണ്. അതിന്നും തുടർന്നുപോരുകയും ചെയ്യുന്നു.

സാഹിത്യശാസ്ത്ര സിദ്ധാന്തങ്ങൾ പരാമർശിക്കപ്പെടുന്ന കൃതികൾ ആരുടേതായാലും വാങ്ങി വായിക്കുക ഒരു ശീലമാണ്. മുണ്ടശ്ശേരിയുടെ നാടകാന്തം കവിത്വവും കാവ്യപീഠികയും എന്റെ സമകാലിക വായനയിൽ പോലും കടന്നുവരുന്ന കൃതികളാണ്. സാഹിത്യശാസ്ത്രത്തെപ്പറ്റി അനേകം പണ്ഡിതന്മാർ മുണ്ടശ്ശേരിക്ക് മുൻപും പിൻപും എഴുതിയിട്ടുണ്ട്. എന്നാൽ അവരുടെ രീതിയല്ല രസം ധ്വനിചർച്ചകളിൽ അദ്ദേഹം അവലംബിച്ചിട്ടുള്ളത്. ആചാര്യവാക്യങ്ങൾ ഉദ്ധരിച്ച് നമ്മുടെ പണ്ഡിതന്മാർ അർത്ഥം പറഞ്ഞുകൊണ്ടിരുന്നു. മുണ്ടശ്ശേരി സ്വതന്ത്ര മനസ്സോടെ കവിതാതത്ത്വങ്ങൾ വിശകലനം ചെയ്യുന്നു. കാവ്യപീഠിക എന്ന പുസ്തകം ഈ പ്രത്യേകതകൊണ്ടാണ് ശ്രദ്ധേയമാവുന്നത്. ആ കൃതിക്കുള്ളിൽ കടന്ന് പുറത്തുവരുമ്പോൾ നാമാകെ ഉന്മേഷമുള്ളവരായി മാറിയിട്ടുണ്ടാവും. അതിന്റെ രഹസ്യം ഈ ഉത്തരാധുനിക കാലത്ത് നമ്മുടെ നിരൂപകർക്ക് വേണ്ടത്ര പിടികിട്ടിയിട്ടുണ്ടാവില്ല.

കാവ്യപീഠിക പുറത്തുവരുന്നത് 1945 ലാണ്. അതേ വർഷം അച്ചടിക്കപ്പെട്ട മറ്റൊരു കൃതി വർഷങ്ങൾക്ക് മുൻപ് ഞാൻ വായിക്കുകയുണ്ടായി. എസ്. കുപ്പുസ്വാമി ശാസ്ത്രികളുടെ നാലു പ്രഭാഷണങ്ങൾ പുസ്തകരൂപത്തിലാക്കിയതാണ്. Highways and Byways of literary criticism in Sanskrit എന്ന പേരിലുള്ള ആ പുസ്തകം വായിച്ചു തീർന്നപ്പോൾ കാവ്യപീഠിക ഒന്നുകൂടി പരിശോധിക്കണമെന്ന് തോന്നുകയുണ്ടായി. വീണ്ടും കാവ്യപീഠിക സൂക്ഷ്മതയോടെ വായിച്ച മറ്റൊരു സന്ദർഭമായിരുന്നു അത്. എന്താണ് ഈ കൃതിയും ശാസ്ത്രികളുടെ പ്രഭാഷണവും തമ്മിലുള്ള ആശയപരമായ പൊരുത്തം? ഒരു യഥാർത്ഥ കവിത എങ്ങനെ വായിച്ച് ഉൾക്കൊള്ളാമെന്ന് ശാസ്ത്രീയമായി ശാസ്ത്രികൾ നമുക്കുപറഞ്ഞുതരുന്നു. കവിതയുടെ നിർമ്മാണഘടകങ്ങളെ പരിശോധിച്ചറിയുകയാണ് കാവ്യപീഠികയിൽ. ഒരാസ്വാദകനെ കവിതയിലെത്തിക്കുന്ന ഉചിതമാർഗ്ഗം വെളിപ്പെടുത്തുകയാണ് മുണ്ടശ്ശേരി തന്റെ കൃതിയിലൂടെ ചെയ്യുന്നത് എന്ന് പറയാം. നിയോ- ക്രിറ്റിസിസം

ഉൾപ്പെടെയുള്ള നിരൂപണപദ്ധതികൾ കുപ്പുസ്വാമി ശാസ്ത്രികൾ പ്രയോജനപ്പെടുത്തുമ്പോൾ കാവ്യപീഠികാകാരൻ കോളറിഡ്ജ്, റിച്ചാർഡ്സ് തുടങ്ങിയവരെ ചേർത്ത് വായിക്കുന്നു.

ജോസഫ് മുണ്ടശ്ശേരിയും കുപ്പുസ്വാമി ശാസ്ത്രികളും യോജിക്കുന്ന ഒരിടമുണ്ട്; കാവ്യതത്ത്വവിചാരത്തിന്റെ സിദ്ധാന്തപക്ഷം. പ്രാചീന കാലത്ത് കാവ്യനിർമ്മാണത്തിന് ആവശ്യമായ ഘടകങ്ങളായി വ്യവഹരിച്ചിരുന്നത് പ്രതിഭ, ശക്തി, നിപുണത, അഭ്യാസം എന്നിവയെയാണ്. അതിനൊക്കെ ഇന്ന് മാറ്റം വന്നിരിക്കുന്നു. പൂർവ്വസൂരികളുടെ വാചകക്കസർത്തുക്കളായി അതെല്ലാം മാറ്റിനിർത്തപ്പെടുന്നു. എന്നാൽ അതൊക്കെ ഒഴിവാക്കി കാവ്യതത്ത്വവിചാരം സാധ്യമാണോ? കാലം മാറിമറിയുമ്പോൾ പ്രധാനമായിരുന്നത് അപ്രധാനമായിത്തീരുന്നത് സ്വാഭാവികം. ചിലപ്പോൾ അപ്രധാനമായത് മുന്നിൽ വന്ന് മൗലിക തത്ത്വത്തോടൊപ്പം ചേർന്നുനിൽക്കുന്നതും കാണാം. എന്നുവെച്ച് സാഹിത്യകലയുടെ മൗലികതത്ത്വം ഉപേക്ഷിക്കാനാവില്ലല്ലോ? സിദ്ധാന്തങ്ങൾ രൂപപ്പെടുന്നത് ആ മൗലികതത്ത്വങ്ങളുടെ പിൻബലത്തിലുമാണ്. ആയർത്ഥത്തിൽ മൗലികതത്ത്വങ്ങളുടെ ഉപേക്ഷയിലൂടെ ഒരു സാഹിത്യകൃതിയുടെ അർത്ഥവിചാരത്തിലെത്തുക അസാധ്യമാണ്. അത് ഒരു സഹൃദയന്റെ അന്വേഷണവിഷയമാവുന്നില്ല. എന്നാൽ ആ കർമ്മത്തിൽ നിന്ന് ഒരു നിരൂപകന് ഒഴിഞ്ഞുമാറാനും കഴിയില്ല. സൗന്ദര്യവും രസവും രീതിയും ധ്വനിയുമൊക്കെ അനുഭവവസ്തുക്കളായി അയാൾക്ക് മുന്നിലെത്തുന്നത് അതിനാലാണ്. അത് നിരൂപകനെ സിദ്ധാന്തത്തോടടുപ്പിക്കുന്നു. സൈദ്ധാന്തികമായ വെറുപ്പ് പ്രകടിപ്പിച്ചു തുടങ്ങുമ്പോൾ നിരൂപണത്തിൽ നിന്ന് അകന്നുപോകുന്നത് ഈ അനുഭവസ്പർശമായിരിക്കും. നിരൂപണമേ വേണ്ട എന്ന നിലപാടിലേക്ക് അത് ചിലരെ കൊണ്ടുചെന്നാക്കിയെന്നും വരാം.

സിദ്ധാന്ത നിഷേധികളായ വായനക്കാർക്ക് സ്വീകാര്യമാവുന്ന ഒരു പുസ്തകമാണ് ജോസഫ് മുണ്ടശ്ശേരിയുടെ കാവ്യപീഠികയെന്ന് ഞാൻ കരുതുന്നില്ല. കാരണം അതിൽ ഒരു സിദ്ധാന്തപക്ഷമുണ്ട് എന്നതുതന്നെ. ഈ വിമർശകന്റെ ഇഷ്ടസിദ്ധാന്തം പാശ്ചാത്യമാണോ പൗരസ്ത്യമാണോ എന്ന് പരിശോധിക്കേണ്ടതാണ്. കാവ്യനിർമ്മിതിയുടെ ഉപാധികളായ വൃത്തം, അലങ്കാരം, രസം എന്നിവ ഈ പുസ്തകത്തിൽ ഭംഗിയായി വിശകലനം ചെയ്യുന്നു. കലാകാരന്റെ അന്തർഭാവത്തിലേക്കുള്ള ഒരു അന്വേഷണമായി നമുക്ക് ഈ കൃതിയെ വിലയിരുത്താം. എന്നാൽ കാവ്യപീഠിക എഴുതാനുണ്ടായ അടിസ്ഥാനപരമായ പ്രചോദനം മുണ്ടശ്ശേരിക്ക് എവിടെനിന്ന് ലഭിച്ചു എന്നത് ഒരു പുതിയ വിഷയമാണ്. അതിന്റെ പ്രചോദിത ആശയമെന്തായിരിക്കും? അതിനുള്ള ഉത്തരമാണ് കാവ്യപീഠിക വായനക്കാർക്ക് നൽകുന്ന അർത്ഥവും സന്ദേശവും. സാഹിത്യകലയുടെ മൗലികതത്ത്വങ്ങൾ എവിടെയായാലും, ഏതു

ഭാഷയിലായാലും ഒന്നാണോ? നമ്മുടെ നിരൂപണത്തെ നിയന്ത്രിക്കുന്നത് പാശ്ചാത്യചിന്തയോ പൗരസ്ത്യചിന്തയോ എന്ന സന്ദേഹം എല്ലാ കാലത്തും നമ്മെ അലട്ടിയിട്ടുള്ളതുമാണ്. ഇക്കാര്യത്തിൽ തന്റേതായ ഒരു തട അന്വേഷിക്കുകയാണ് മുണ്ടശ്ശേരി എന്ന് തോന്നിപ്പോവുന്നു.

പുസ്തകത്തിനെഴുതിയ 'പ്രസ്താവന'യിൽ അദ്ദേഹം ഇപ്രകാരം പറഞ്ഞുകാണുന്നു:

"പ്രതിപാദനരീതികൾ മാറാം; പ്രതിപാദ്യങ്ങളും മാറാം. എന്നാലും കലയെ കലയാക്കുന്ന സാമാന്യതത്ത്വങ്ങൾ ദേശം തോറും അങ്ങ് മാറുകയോ? വിശകലനത്തിന്റെ അങ്ങേയറ്റത്ത് ശേഷിക്കുന്ന സത്തു മസത്തും പെട്ടെന്നങ്ങെടുത്ത് മറിയുമോ?"

ഈ സംശയം ഗ്രന്ഥകാരനെ വ്യത്യസ്തമായ ഒരു ആശയനില പാടിൽ കൊണ്ടെത്തിക്കുന്നു. പൗരസ്ത്യരുടേയും പാശ്ചാത്യരുടേയും നേട്ടമായ കാവ്യങ്ങളും കാവ്യമീമാംസകളും താരതമ്യം ചെയ്ത് പോന്നതിൽനിന്ന് ബോധ്യപ്പെട്ടുവത്രെ; മനുഷ്യന്റെ ഉത്തമരുചികളെ പ്രീണിപ്പിക്കേണ്ട സാഹിത്യാദികലകളുടെ മൗലികതത്ത്വങ്ങൾ എവിടെയും ഒന്നാവാനേ പാടുള്ളൂ. ഈ വിശ്വാസപ്രമാണത്തിന്റെ അടിസ്ഥാനത്തിൽ പ്രതിഭ മുതൽ ഭാഷ വരെയുള്ള കാര്യങ്ങൾ വിശലകനം ചെയ്യുകയാണ് മുണ്ടശ്ശേരി കാവ്യപീഠികയിൽ. ആ നിലയ്ക്ക് നിരൂപണകലയിൽ പ്രവേശിക്കുന്നവർക്ക് ഒരു ആധികാരിക പുസ്തകമാണ് ഇത്. കാവ്യകലാതത്ത്വങ്ങൾ തെക്കും വടക്കും പടിഞ്ഞാറും കിഴക്കും ഒന്നാണ് എന്നത് സിദ്ധാന്തപക്ഷമായി അവതരിപ്പിക്കുന്നതിനാൽ, കാവ്യപീഠിക കവികൾക്ക് കൂടി പ്രയോജനകരമാവുന്നു.

ഒന്നാമത്തെ കലാനികഷം എന്താണ് എന്ന് മുണ്ടശ്ശേരി ചോദിക്കുന്നു, രസം എന്ന അദ്ധ്യായത്തിൽ. സഹൃദയനെ ഇണക്കുക എന്നതാണ് സാഹിത്യകലയുടെ പ്രധാന ഉന്നമെന്ന് എല്ലാവർക്കുമറിയാം. അത് നൽകുന്ന മൂല്യം ആനന്ദമാണ്; ആഹ്ളാദമെന്നും പറയാം. എന്നാൽ അതോടൊപ്പം ഒരു ഇളക്കം സഹൃദയരുടെ മനസ്സിൽ സാഹിത്യകല സൃഷ്ടിക്കുന്നുണ്ട്. അതിനെ കലയുടെ സംസ്കാരവിശേഷപ്രവർത്തനമായി മുണ്ടശ്ശേരി വിലയിരുത്തുന്നു. ഈ സംസ്കാരകവിശേഷപ്രവർത്തനവും ആനന്ദമൂല്യവും വിഭിന്നമാണ്. അത് രണ്ടിനേയും രസമെന്നതിലാക്കി, വേറെയാണെന്നറിഞ്ഞിട്ടും, നമ്മുടെ സാഹിത്യശാസ്ത്രകാരന്മാർ അവതരിപ്പിക്കുകയായിരുന്നു. മറ്റുള്ളവരുടെ നിലപാടും വ്യത്യസ്തമല്ല എന്ന് ബോധ്യപ്പെടുത്താൻ അടിക്കുറിപ്പിൽ ഐ.എ. റിച്ചാർഡ്സിനെ ഉദ്ധരിക്കുന്നു. പ്രവർത്തനത്തോടൊന്നിച്ചുണ്ടാകുന്ന ആഹ്ളാദത്തെ ഓടിത്തുടങ്ങുന്ന മോട്ടോർ സൈക്കിളിന്റെ ശബ്ദത്തോടാണ് റിച്ചാർഡ്സ് സാദൃശ്യപ്പെടുത്തുന്നത്. യന്ത്രപ്രവർത്തനം ശരിയാണ് എന്ന് ആ ശബ്ദത്തിലൂടെ മനസ്സിലാവും. പക്ഷേ അത്

ഉദ്ദേശ്യമാവില്ലത്രെ. കാവ്യതത്ത്വനിരീക്ഷണത്തിൽ അവരുടേതും നമ്മുടേതും എന്ന ഒരു വേർതിരിവ് ആവശ്യമില്ലെന്ന വിശ്വാസമാണ് മുണ്ടശ്ശേരി കാവ്യപീഠിക എഴുതുമ്പോൾ പുലർത്തിപ്പോന്നത്. കരുണ ത്തിന് ഒന്നാം സ്ഥാനം ഭാരതീയർ കൊടുത്തത് ഓർമ്മപ്പെടുത്തുകയും തുടർന്ന് ബോദ്‌ലേറെയും കുമാരനാശാനേയും ഒരേ രേഖയിൽ കൊണ്ടു നിർത്തുകയും ചെയ്യുന്നു. പൂമ്പാറ്റക്ക് നക്ഷത്രത്തിലെത്താനുള്ളതു പോലൊരു തൃഷ്ണ എവിടെയും മനുഷ്യർക്കുള്ളതാണ്. കൺമുമ്പി ലിരിക്കുന്ന സൗന്ദര്യത്തെയല്ല, അതിനപ്പുറത്തുവിളങ്ങുന്ന സൗന്ദര്യത്തെ മനുഷ്യൻ ആഗ്രഹിക്കുന്നു. ചുരുക്കിപ്പറഞ്ഞാൽ കലയുടെ മർമ്മസ്ഥാന ത്തെല്ലാം പാശ്ചാത്യരും പൗരസ്ത്യര്യം കൈകോർത്തു നിൽക്കുകയാണ്. പിന്നെ എവിടെയാണ് അകലം? തത്ത്വത്തിലല്ല പ്രവർത്തനരീതികളി ലാണ് അകലമെന്ന് മുണ്ടശ്ശേരി സമർത്ഥിക്കുന്നു.

കലാചർച്ചകൾ രൂപഭാവങ്ങളിലേക്ക് വേർതിരിയുന്നതിന്റെ പൊരുൾ കാവ്യപീഠികയിൽ നിന്ന് നമുക്ക് വായിച്ചെടുക്കാൻ കഴിയും. ഭാവം രൂപത്തിലേക്കും രൂപം ഭാവത്തിലേക്കും സഞ്ചരിക്കുമോ എന്ന് ഒരിടത്ത് സംശയിക്കുന്നു. കാവ്യത്തിലെ രസധ്വനിയെ ലക്ഷ്യംവെച്ച് പ്രവർത്തിച്ച കവികളെ മുൻനിർത്തി ഭാവത്തിൽനിന്നും രൂപത്തിലേക്കിറങ്ങിയ കവികളെ ചെറുതായൊന്നു പരിഹസിക്കുന്നു. എന്നാൽ രൂപവും ഭാവവുമെല്ലാം ധ്വനിദീക്ഷയിൽ ഉൾപ്പെടുമെന്ന നിരീക്ഷണമാണ് കാവ്യപീഠികാകാരന്റേത്. ധ്വനികാരൻ രൂപരഹസ്യാന്വേഷണം സമാരം ഭിച്ചത് ഭാഷ വഴിക്കായിരുന്നെന്ന് മുണ്ടശ്ശേരി ഓർമ്മപ്പെടുത്തുന്നു. അഭിധ, ലക്ഷണ, വ്യഞ്ജന എന്നീ ഭിന്നവൃത്തികൾ കല്പിച്ചുകൊണ്ടാണ് ആ തുടക്കം. അത് രൂപത്തിന്റെ പ്രകടാവിർഭാവം ഭാഷയാണെന്ന് ബോധ്യ പ്പെടുത്തുകയുണ്ടായല്ലോ. ഭാഷ തന്നെ എന്താണ്? മുണ്ടശ്ശേരി പറയുന്നു; ഭാഷ മനസ്സിന്റെ ധ്വനിയാണ്. എഴുത്തുകാരുടെ മനസ്സിൽ കലയുടെ രൂപം ഉണ്ടായതിനുശേഷം അത് പ്രകാശിപ്പിക്കാൻ കണ്ടെത്തുന്ന ഉപകരണം ഭാഷയാണ്. അതൊരു കലാതത്ത്വമാണ്. മനസ്സിൽ ആകൃതിപ്പെട്ട രൂപം ഭാഷയിലേക്കെത്തുന്നതിനിടയിൽ നടക്കുന്ന പ്രവർത്തനങ്ങൾ ഒരു കലാകാരന് അറിയാത്തതല്ല. എന്നാൽ ഈ കലാതത്ത്വമറിയാതെ ഭാഷയെക്കുറിച്ചും, ഭാഷയ്ക്കുള്ളിലെ ഭാഷയെക്കുറിച്ചും വാചാലരാകു ന്നവർ കാവ്യപീഠിക ഒന്നു വായിച്ചുനോക്കിയാൽ എത്ര നന്നായിരുന്നു.

വൃത്തം, അലങ്കാരം എന്നിവ പുതിയ തലമുറയിൽ ചിലർക്ക് രോഷ മുണ്ടാക്കുന്ന വാക്കുകളാണ്. ഛന്ദസ്സ് എന്ന പദവും അന്യമായിക്കഴിഞ്ഞു. വികാരത്തിന്റെ ആവിഷ്കാരമാണ് സാഹിത്യമെങ്കിൽ ഛന്ദസ്സിനെ എങ്ങിനെ ഒഴിവാക്കാനാവും? 'വികാരങ്ങളെ പെട്ടെന്ന് ഉണർത്തക്കവിധം ജീവിതത്തിന്റെ സത്തെടുത്ത് പകരുന്ന കാവ്യങ്ങൾക്ക്' ഛന്ദസ്സായി രിക്കും അകമ്പടിക്കാരൻ. അതിന്റെ പ്രയോജനം കവിയുടെ അവധാ നത്തെ ഏകാഗ്രമാക്കി വികാരങ്ങളെ ഉത്തേജിപ്പിക്കുകയാണ് എന്ന്

മുണ്ടശ്ശേരിയും സമ്മതിക്കുന്നു. അതിൽ നിന്ന് നാം മനസ്സിലാക്കേണ്ടത്, ഛന്ദസ്സ് വേണ്ടെങ്കിൽ ജീവിതത്തിന്റെ സത്തയും വേണ്ട, വികാരങ്ങളുടെ ഉണർത്തലും വേണ്ട കവിതയിൽ എന്നല്ലേ? ഈ ഛന്ദസ്സ് തിരസ്കരിച്ചു തുടങ്ങിയ കാലത്തെക്കുറിച്ച് ഗ്രന്ഥകാരൻ പ്രത്യേകമായി പരാമർശിക്കുന്നത് കാണാം. താളാനുഗതമായ വാക്യങ്ങളായിരുന്നു ആദിമകാലത്ത് ഗദ്യത്തിലും പദ്യത്തിലുമുണ്ടായിരുന്നത്. അവ രണ്ടും ഒരുപോലെയായിരുന്നു. എന്നാൽ ഛന്ദസ്സുകൾ പിന്മാറാൻ തുടങ്ങിയതോടെ ഗദ്യവും പദ്യവും വേർതിരിക്കപ്പെട്ടു. കേട്ടുരസിക്കാനും ഓർമ്മയിൽ പിടിക്കാനും ഛന്ദസ്സ്കൃതമായ സാഹിത്യം വേണമെന്നായപ്പോൾ പദ്യം പുഷ്ടിപ്പെടാൻ തുടങ്ങിയെന്നത് ചരിത്രം. സഹൃദയന്മാർ ശ്രദ്ധിച്ചത് വാക്യങ്ങളുടെ രസവത്വത്തിലും. കുറേക്കൂടി മുന്നോട്ടുപോയപ്പോൾ രസിക്കലിന്റെ രീതിയും മാറി; കൈയ്യിലെടുക്കുമ്പോഴേക്കും മനസ്സിലാകണമെന്ന ഒരുതരം ശാഠ്യം വായനക്കാരിൽ പ്രബലമാവുകയായിരുന്നു. അതോടെ നോവലും കഥയും ധാരാളമായി എഴുതപ്പെടാനും ഇടയായി. സംവേദനത്തിലും ആ വ്യതിയാനം അദ്ഭുതകരമായ വ്യത്യാസങ്ങൾ വരുത്തിയതായി മുണ്ടശ്ശേരി തിരിച്ചറിയുന്നു

ഗദ്യത്തിന്റെ പ്രചാരവും വളർച്ചയുമാണ് ഛന്ദസ്സിന്റെ രൂപമായ കവിതയെ പുറകോട്ടു കൊണ്ടുപോയത്. മുണ്ടശ്ശേരി എഴുതുന്നത് നോക്കുക: 'ശബ്ദത്തിലും മേൽപ്പെട്ടൊരു ശില്പം കൊണ്ടാണ് സാഹിത്യം സാഹിത്യമാകേണ്ടതെന്ന് തെളിഞ്ഞാൽ ഛന്ദസ്സും ശീലുമൊക്കെ ഒഴിഞ്ഞുപോവാതെന്തുചെയ്യും'? എന്നാൽ നല്ല കവികൾ, അർത്ഥശില്പത്തിൽ കണ്ണുള്ള കവികൾ 'ഒരാകാംക്ഷയുടെ ഉദയാസ്തമയങ്ങൾ മോതിരവളവിലെന്നവിധം ഛന്ദസ്സോ ശീലോ തീരുമാനിക്കുക' എന്നാണ് മുണ്ടശ്ശേരിയുടെ നിരീക്ഷണം. ഈയൊരു തുറന്നുപറച്ചിൽ കാവ്യപീഠികയെ വായനക്കാരുമായി അടുപ്പിക്കുന്നു. നോവലും കഥയും പ്രചാരപ്പെട്ടതോടെ പദ്യസാഹിത്യത്തിന് ചെറിയ ഒരിടിവ്, അല്ലെങ്കിൽ തെളിച്ചമില്ലായ്മ വന്നുചേർന്നതാണ് ഈ കൃതിയുടെ രചനാകാരണമെന്ന് നമുക്ക് വിശ്വസിക്കാമോ? അല്ലെങ്കിൽ ഗദ്യത്തെയും പദ്യത്തെയും അദ്ദേഹത്തിന് താരതമ്യം ചെയ്യേണ്ടിവരില്ലായിരുന്നു.

'ഗദ്യകൃതികളിൽ ശബ്ദകലാരൂപം ഒന്നയഞ്ഞുകിടക്കുന്നു; പദ്യകൃതികളിൽ നേരെ മറിച്ചും. ഒന്നിൽ വിദ്യുത്കമ്പിയിലെന്ന കണക്ക് ഒരേനിരപ്പിൽ ഒഴുകുകയാണ്; മറ്റേതിൽ മിന്നൽപിണറിലെന്ന കണക്ക് സമാഹൃതശക്ത്യാ പെട്ടെന്നുജ്ജ്വലിക്കുകയാണ്. ഒന്ന് വെട്ടിത്തിളച്ചൂറ്റിയ കഷായാമാണെങ്കിൽ മറ്റേത് പുടപാകം ചെയ്തെടുത്ത സത്താണ്. ശാബ്ദികരൂപത്തിന്റെ ശൈഥില്യത്തിനും ദാർഢ്യ ത്തിനും ആനുപാതികമായി ഗദ്യം ഭൂരിപക്ഷത്തിന്റെയും പദ്യം ന്യൂനപക്ഷത്തിന്റേയും ആയിരിക്കും എന്നും എവിടെയും'.

മുണ്ടശ്ശേരിയുടെ ശ്രദ്ധാർഹമായ ഒരു താരതമ്യചിന്തയാണ് മേലുദ്ധരിച്ചത്. കവിതയുടെ തത്ത്വവിചാരത്തിൽനിന്നുതുടങ്ങി ഗദ്യത്തിന്റെ തത്ത്വവിചാരണയിൽ ചെന്നുചേരുന്നത് സവിശേഷമായ ഒരു സിദ്ധാന്തരേഖയിലൂടെയാണ്. അത് ഭാഷയേയും സ്പർശിക്കുന്നു. ഭാഷ ഏതായാലും അതിൽ ആവശ്യത്തിൽ കവിഞ്ഞ ആഢംബരം വേണ്ടാ എന്ന നിലപാട് കവികൾക്കും നിരൂപകർക്കും ഒരു പാഠ്യപദ്ധതിയാണ്. ജനകീയ താത്പര്യങ്ങളുടെ ചുരുളഴിക്കുന്ന ഒരു പാഠ്യപദ്ധതിയായി നിലനില്ക്കുന്നതിനാലാണ് കാവ്യപീഠിക എനിക്ക് പ്രിയപ്പെട്ടതാവുന്നത്. വൃത്തവും ഛന്ദസ്സും അലങ്കാരവുമെല്ലാം അതിരുവൽക്കരിക്കപ്പെട്ടാലും കാവ്യപാരായണത്തിൽ അതിന്റേതായ സംസ്കാരങ്ങൾ ഇടകലരാതിരിക്കുകയില്ല എന്ന് ഞാൻ വിശ്വസിക്കുന്നു.

■

ആ സൗന്ദര്യയുദ്ധം പിഴച്ചില്ല

ജോസഫ് മുണ്ടശ്ശേരി സാഹിത്യത്തേയും കലയേയും നോക്കിക്കണ്ട രീതി പലർക്കും അത്ര ഹിതകരമായിത്തീർന്നില്ല. അതിന് അനവധി ഉദാഹരണങ്ങൾ മലയാള സാഹിത്യ ചരിത്രത്തിലുണ്ട്. കവിതാവിമർശനത്തിൽ മുണ്ടശ്ശേരി നടത്തിയ പരീക്ഷണങ്ങളും നിഗമനങ്ങളും അത്രത്തോളം വിവാദവിഷയങ്ങളായിരുന്നു. നാടകാന്തം കവിത്വം, സാഹിത്യം രൂപഭദ്രമായിരിക്കണം, കാളിദാസൻ കാലത്തിന്റെ ദാസനാണ് തുടങ്ങിയ സിദ്ധാന്തങ്ങൾ ആണ് ഓർമ്മയിലെത്തുന്നത്. അതേസമയം സമകാലികരായിരുന്ന കവികളോട് അദ്ദേഹം പുലർത്തിപ്പോന്ന സമീപനത്തിന്റെ സ്വഭാവം മുണ്ടശ്ശേരിയോടുള്ള എതിർപ്പ് കൂട്ടുകയും ചെയ്തു. ജീവിത സാഹചര്യങ്ങളും കാലഘട്ടത്തിന്റെ പ്രത്യേകതകളും മുണ്ടശ്ശേരിയുടെ നിരൂപണപ്രതിഭയ്ക്ക് വളമായിത്തീർന്നു എന്ന് കാണാം. അദ്ദേഹത്തിന്റെ വിമർശനങ്ങൾ അത് തെളിയിച്ചുതരുന്നുമുണ്ട്. തൊട്ടടുത്ത തലമുറയുടേതിൽനിന്നും വ്യത്യസ്തമായ സ്വരം പുറപ്പെടുവിച്ചപ്പോൾ, അക്കാലത്തെ യാഥാസ്ഥിതികന്മാർക്ക് രസിക്കാതെ പോയി. സ്വാഭാവികമായ ഒരു കാര്യമാണിത്. കവിതയുടെ കാര്യത്തിലായാലും ശരി മറ്റേതെങ്കിലും സാഹിത്യചിന്തയുടെ കാര്യത്തിലായാലും ശരി നിരൂപകനായ മുണ്ടശ്ശേരിക്ക് സ്വതന്ത്രമായ ചില കാഴ്ചപ്പാടുകൾ ഉണ്ടായിരുന്നു. അവ ഓരോന്നും ജീവിതത്തിന്റേയും കലയുടേയും പരുഷതകൾക്ക് നേരെയുള്ള ഓരോ യുദ്ധമായി പരിണമിക്കുകയും ചെയ്തു. ഈ പശ്ചാത്തലത്തിൽ വേണം ജി. ശങ്കരക്കുറുപ്പും ജോസഫ് മുണ്ടശ്ശേരിയും തമ്മിലുള്ള വിമർശനാത്മക ബന്ധത്തെ നോക്കിക്കാണേണ്ടത്. ശങ്കരക്കുറുപ്പിന്റെ കവിതയ്ക്കു മുന്നിൽ അദ്ദേഹം പടുത്തുയർത്തിയ പ്രതിരോധനിര, അക്കാരണത്താൽത്തന്നെ അനേകം പ്രത്യേകതകൾ ഉൾക്കൊള്ളുന്നവയാണ്. ജി. പക്ഷപാതികളായ രാഷ്ട്രീയക്കാരും ജി.യും ഒരു ഭാഗത്തും മുണ്ടശ്ശേരി മറുഭാഗത്തുമായി നടത്തിയ ആ സാഹിത്യയുദ്ധം, മലയാള വിമർശനചരിത്രം ദർശിച്ച ഏറ്റവും വലിയ സൗന്ദര്യശാസ്ത്രപരമായ ഒരു തർക്കമായിരുന്നു. 'കുറുപ്പ് കവിതാക്കേസ്' നിസ്സാരമാക്കി തള്ളിക്കളയേണ്ട ഒരു സാഹിത്യവിവാദം മാത്രമല്ല.

മുണ്ടശ്ശേരിയുടെ കൃതികളെ മുൻനിർത്തി ഈ വക പ്രശ്നങ്ങൾ വിലയിരുത്താവുന്നതേയുള്ളു. അത് വിമർശന സാഹിത്യത്തിലെ ഒരു സാമാന്യമാർഗ്ഗമാണ്. ഈ മാർഗ്ഗമല്ല ഞാനിവിടെ അവലംബിക്കുന്നത്. മുണ്ടശ്ശേരി അവതരിപ്പിച്ച സാഹിത്യ നിലപാടുകളെപ്പറ്റി സംസാരിക്കുന്നതിനേക്കാൾ ഉചിതം, ജി. ശങ്കരക്കുറുപ്പിലൂടെ മുണ്ടശ്ശേരിയിലേക്ക് കടന്നുവരുന്നതാണ് നല്ലതെന്ന് എനിക്ക് തോന്നുന്നു. അല്ലെങ്കിൽ ആ സമീപനമാണ് മുണ്ടശ്ശേരിയുടെ സാഹിത്യരീതികളെ തൊട്ടടുത്തുനിന്നു കാണാനും വിലയിരുത്താനും സഹായകരമായിത്തീരുക. 'ഹൃദയത്തിന്റെ വാതായനങ്ങൾ' എന്ന പേരിൽ എൻ.വി. കൃഷ്ണവാരിയർ സമ്പാദിച്ചു പ്രസിദ്ധീകരിച്ച കത്തുകളാകട്ടെ അതിനു പുതിയ കാരണമായിത്തീരുകയും ചെയ്യുന്നു. മാതൃഭൂമിയുടെ പത്രാധിപരായിരുന്ന കാലത്ത് എൻ.വി. ക്ക് അപ്പോഴപ്പോഴായി ജി. ശങ്കരക്കുറുപ്പ് എഴുതിയ നൂറ്റിപ്പതിമൂന്നു കത്തുകളുടെ സമാഹാരമാണിത്. ജോസഫ് മുണ്ടശ്ശേരി, സുകുമാർ അഴീക്കോട് തുടങ്ങിയ നിരൂപകരുടെ സാഹിതീയ വീക്ഷണങ്ങളെക്കുറിച്ച് ഗാഢമായി ചിന്തിക്കാൻ ഈ വാതായനങ്ങൾ ഉപകരിക്കുന്നു. മാത്രമല്ല, മുണ്ടശ്ശേരിയും അഴീക്കോടുമടങ്ങുന്ന വിമർശകരെ തെറ്റിദ്ധരിച്ചു പോന്ന പുതിയ തലമുറയ്ക്ക് ഒരു പുനർവിചിന്തനത്തിന്ന് പ്രേരണയാകാനും ഈ കത്തുകൾ ഉപകരിക്കും.

ജി. ശങ്കരക്കുറിപ്പിന് നിരൂപകനായ മുണ്ടശ്ശേരിയോട് എന്തെന്നില്ലാത്ത അമർഷവും എതിർപ്പും ഉണ്ടായിരുന്നുവെന്നതിന് തെളിവുകളാണ് മിക്ക കത്തുകളും. ഒളിഞ്ഞും തെളിഞ്ഞും ആ അമർഷത്തിന്റെ തേങ്ങലുകൾ അവയിൽ പ്രകടമാണ്. ആ കത്തുകളിൽനിന്നും ചില ഭാഗങ്ങൾ ഉദ്ധരിച്ചു ചേർക്കട്ടെ.

ഒന്ന് : 'മുണ്ടശ്ശേരി നുണയുടേയും ദുഃസൂചനയുടേയും ചുമലിൽ ത്തന്നെ ഇരുന്നുകൊണ്ടാണ് ഇപ്പോഴും സംസാരിക്കുന്നത്'.

രണ്ട് : 'കല്യാണത്തിനു നാഗസ്വരം പാടില്ലെന്ന് വാശിപിടിച്ച ഞാനാണ് പഞ്ചവാദ്യത്തിനും എഴുന്നള്ളത്തിനും താലത്തിനും ഒക്കെ വഴങ്ങുന്നത്. എന്താണെന്നല്ലെ? മുണ്ടശ്ശേരി പ്രതിഭകളുടെ പുകയുന്ന ഹൃദയം ഒന്നു കാണത്തക്കവണ്ണം ആ ഈർഷ്യയ്ക്കും അടുക്കടക്കാക്കി വെച്ചിട്ടുള്ള മിഥ്യാബോധങ്ങൾക്കും പഴന്തുണി പ്രായങ്ങളായ വിശ്വാസങ്ങൾക്കും ചൂടുപിടിക്കണം.'

മൂന്ന് : 'അഴീക്കോടന്റെ ആരാധകനായിമാറി മുണ്ടശ്ശേരി, അതു സഹിക്കാം. ഇത്രയും അധഃപതിക്കുമെന്ന് ഞാൻ വിചാരിച്ചില്ല.'

നാല് : അവാർഡ് കൊടുത്തതു കേട്ടില്ലേ? വല്ലതും ചെയ്യേണ്ടേ നമുക്ക്? എന്നന്വേഷിച്ചപ്പോൾ ഓർമ്മവരുന്നു. നിരൂപകൻ പറഞ്ഞു: "എന്നോടു മുണ്ടശ്ശേരി പറഞ്ഞിരുന്നു, ഇതിനെപ്പറ്റി, വല്ലതും ചെയ്യണം. അവാർഡ് കിട്ടിയതുകൊണ്ടു കവിയാകാൻ പോകുന്നില്ല ആരും

എന്നായിരുന്നു, മുറിവേറ്റ അസൂയയുടെ മുറിവിൽ നക്കുന്ന നാവിന്റെ വളവ്.”

ജി. യുടെ കടുത്ത അമർഷത്തിന്റെ പൊരുളുകൾ അന്വേഷിച്ചു ചെല്ലുമ്പോൾ. നാമറിയാതെ എത്തിച്ചേരുന്നത് മുണ്ടശ്ശേരിയുടെ നിരൂപണ മാനദണ്ഡങ്ങളിലാണ്. കവികൾക്ക് നിരൂപകരോട് വിദ്വേഷം തോന്നാവുന്നതേയുള്ളൂ. നിലമ്പൂർ സാഹിത്യപരിഷത്ത് സമ്മേളനത്തിൽ വെച്ച് ജി. നിരൂപകരെ ഒന്നടക്കം ഇത്തിക്കണ്ണികളെന്നു വിളിച്ചാക്ഷേപിക്കുകയുണ്ടായല്ലോ. അതിനു കേസരി ബാലകൃഷ്ണപിള്ള കൊടുത്ത കനത്ത താക്കീത് ഇന്നും മലയാളികളുടെ ഓർമ്മകളിൽ മായാതെ നിൽക്കുന്നുണ്ട്. സ്വന്തം കവിതയെ മുണ്ടശ്ശേരി വേണ്ടപോലെ അംഗീകരിക്കുകയോ ആദരിക്കുകയോ ചെയ്യാതിരുന്നതുമൂലമാകാം ഒരു പക്ഷേ ജി.ക്കു മുണ്ടശ്ശേരിയോട് എതിർപ്പ് വർദ്ധിക്കാൻ കാരണം. അഴീക്കോടിന്റെ കാര്യത്തിലും അതാണ് ശരി. എന്നാൽ മുണ്ടശ്ശേരി ജി. ശങ്കരക്കുറുപ്പിന്റെ കവിതയെ വിമർശിച്ചത്. വ്യക്തിപരമായ വിദ്വേഷം കൊണ്ടാണെന്നു വിശ്വസിക്കാൻ പ്രയാസമാണ്. അങ്ങിനെയായിരുന്നെങ്കിൽ, തന്റെ മുൻകാല നിരൂപണ നിലപാടുകളിൽനിന്നു മുണ്ടശ്ശേരി അടിമുടി വ്യതിചലിച്ചു പോകേണ്ടതായിരുന്നു. അങ്ങനെ സംഭവിച്ചില്ല. തന്റെ സാഹിത്യജീവിതത്തിലുടനീളം, അതായത്, ആദ്യന്തം അദ്ദേഹം അംഗീകരിച്ചു സ്വീകരിച്ചത് ഒരൊറ്റ മാനദണ്ഡമായിരുന്നു. കവിതയുടെ കാര്യത്തിൽ പ്രത്യേകിച്ചും. അത് സൗന്ദര്യാശാസ്ത്രപരമായിരുന്നു. ജി.യുടെ കവിതയോടുള്ള മുണ്ടശ്ശേരിയുടെ സമീപനം വ്യക്തിവിദ്വേഷത്തിന്റെ ഫലമാണെന്നു കരുതുന്നത് അയുക്തികമായിരിക്കും, ന്യായവുമില്ല.

മുണ്ടശ്ശേരി വിമർശനത്തിൽ കടന്നുവന്ന കാലഘട്ടത്തിൽ നിലനിന്നിരുന്ന അവസ്ഥയെപ്പറ്റി ചില കാര്യങ്ങൾ പരിശോധിക്കേണ്ടതാണ്. രാജാക്കന്മാരുടേയും അവരെ ചുറ്റിപ്പറ്റി നിന്നവരുടേയും കളിപ്പറമ്പായിരുന്നു അന്നത്തെ മലയാളസാഹിത്യം. അവരുടെ കാവ്യാഭിപ്രായങ്ങളെ എതിരിടാനോ ചോദ്യംചെയ്യാനോ അധികമാരും ധൈര്യപ്പെട്ടിരുന്നില്ല. അതുകൊണ്ടുതന്നെ സ്ഥാപിതതാല്പര്യങ്ങളും പക്ഷപാതങ്ങളും മാത്രം നിറഞ്ഞുവന്നു. കേരളവർമ്മയുടെ ആധിപത്യകാലം ഓർമ്മയിൽ വരുന്നു. അന്ന് രാജരാജവർമ്മ മാത്രമാണ് അമ്മാവനായ കേരളവർമ്മക്കെതിരെ ധീരമായ ശബ്ദമുയർത്തിയത്. കുട്ടികൃഷ്ണമാരാരുടെ പ്രശസ്തമായ സാഹിത്യഭൂഷണം എന്ന കൃതി അച്ചടിച്ചിട്ടും ആ സ്വാധീനത്തിന്റെ ഫലമായി, പ്രസ്സിൽ തന്നെ പ്രസിദ്ധീകരിക്കാനാകാതെ കെട്ടിക്കിടന്നതിന്റെ കഥ മാരാർതന്നെ പറഞ്ഞിട്ടുള്ളതാണ്. ഇതെല്ലാം കൺകുളിർക്കെ കാണുകയും അനുഭവിക്കുകയും ചെയ്ത ജോസഫ് മുണ്ടശ്ശേരി സ്വാഭാവികമായും തന്റെ സാഹിത്യ താല്പര്യത്തെ ആ അധീശശക്തിക്കെതിരെ തിരിച്ചുവിട്ടു എന്നതാണ് വാസ്തവം. ഒടുവിൽ ആ പ്രതിരോധം മുണ്ടശ്ശേരിയുടെ വിമർശനലക്ഷ്യങ്ങളിൽ ഒന്നായിത്തീരുകയും ചെയ്തു.

അങ്ങിനെ മലയാള സാഹിത്യത്തേയും വിമർശനകലയേയും രാജാക്കന്മാരുടെ കോട്ടകളിൽനിന്നും മോചിപ്പിക്കാൻ പരിശ്രമിച്ച നിരൂപകനെന്ന നിലയിൽ മുണ്ടശ്ശേരി മലയാളത്തിന്റെ മനസ്സിൽ ഇന്നും ജീവിച്ചുകൊണ്ടിരിക്കുന്നു.

'ഈ സ്വാതന്ത്ര്യബോധമാണ് മുണ്ടശ്ശേരിയുടെ നിരൂപണദർശനത്തിൽ കാതലായി വർത്തിച്ചത് എന്നു കരുതുന്നതിൽ തെറ്റുണ്ടോ? വിമർശനം ഒരു കലയാണെന്ന് അദ്ദേഹം വിശ്വസിച്ചുപോന്നു. ആ വിശ്വാസത്തിൽനിന്നു ഒരിഞ്ചുപോലും തെന്നിമാറാൻ സമ്മതിച്ചില്ല. സാഹിത്യത്തെ ഒരു കലയെന്ന നിലയിൽ കാണാൻ വിസമ്മതിക്കുന്നവരെ നിഷേധിക്കാനും മറന്നില്ല. സാഹിത്യത്തിന്റെ രൂപം ഭദ്രമായിരിക്കണമെന്ന സിദ്ധാന്തത്തിന്റെ ആവിർഭാവം അതാണ്. സൗന്ദര്യം കലയുടെ ആത്മമുദ്രയാണ്. കവിതയിൽ ഓളംവെട്ടുന്ന സൗന്ദര്യാനുഭൂതി ഉളവാകാൻ കലാകൃതികൾ എങ്ങനെ ഇരിക്കണമെന്നും അദ്ദേഹം ചിന്തിക്കുകയുണ്ടായി. ഭാവരൂപപ്പൊരുത്തമാണ് സുപ്രധാനമെന്ന് തുടർന്നദ്ദേഹം സിദ്ധാന്തിച്ചു. രൂപത്തെ ബാഹ്യമെന്നും ആന്തരികമെന്നും രണ്ടായി തിരിക്കുന്നു; ഭാവനാകൃതമായ രൂപവും യുക്തികൃതമായ രൂപവും. കവിതയെ സുന്ദരമാക്കിത്തീർക്കുന്നത് ഭാവത്തിൽനിന്നുയിർക്കൊള്ളുന്ന രൂപമാണ്. ഈ അടിസ്ഥാനത്തിലാണ് ദ്വിതീയാക്ഷരപ്രാസവാദത്തെപ്പോലും മുണ്ടശ്ശേരി നോക്കിക്കാണുന്നത്. രൂപത്തിൽനിന്ന് ഭാവത്തിലേക്കല്ല ഭാവത്തിൽനിന്ന് രൂപത്തിലേക്കാണ് എഴുത്തുകാരൻ സഞ്ചരിക്കേണ്ടത് എന്നാണ് രാജരാജൻ സിദ്ധാന്തിച്ചതെന്ന് അദ്ദേഹം വിശ്വസിക്കുന്നു. അതോടൊപ്പം മുണ്ടശ്ശേരി മറ്റൊരു ചിന്താഗതി കൂടി അവതരിപ്പിക്കുകയുണ്ടായി. കവിതയിലെ ഭാവം സമൂഹത്തെ സംസ്കരിക്കാൻ ഉതകുന്നതാകണം എന്നതായിരുന്നു അത്. ഈ വീക്ഷണഗതി 'കരിന്തിരിയി'ലെ സാഹിത്യപുരോഗതി' എന്ന ലേഖനത്തിൽ വിശദീകരിക്കപ്പെട്ടിട്ടുണ്ട്. ഈ രണ്ടു വീക്ഷണങ്ങളെയും സമന്വയിപ്പിച്ച് മറ്റൊരു സാഹിത്യവീക്ഷണം മുണ്ടശ്ശേരി അവതരിപ്പിക്കുന്നു. ഒരു കലയായിരിക്കെത്തന്നെ കവിത സമൂഹത്തെ സംസ്കരിക്കാൻ കഴിയുന്നതുമാകണം എന്നതാണ് ആ വീക്ഷണം.

കുമാരനാശാന്റെ ആരാധകനും ഒരു പരിധിവരെ വ്യാഖ്യാതാവും ആയത് ഈ വീക്ഷാഗതിയിലൂടെയാണ്. വള്ളത്തോളിന്റേയും ഉള്ളൂരിന്റേയും കൃതികളെ അത്രതന്നെ അദ്ദേഹം വിലമതിച്ചില്ല. ആദ്യത്തെ നിരൂപണ സമാഹാരമായ 'മാറ്റൊലി'യിൽ പ്രസ്തുത കവികൾക്കു കൊടുത്ത സ്ഥാനം ശ്രദ്ധിച്ചാൽ അതേറേക്കുറെ മനസ്സിലാക്കും. മുണ്ടശ്ശേരി ആശാൻ പക്ഷപാതിയാണെന്ന ധാരണ വളർത്തിയത് ആ കൃതിയാണ്. മാറ്റൊലിയുടെ പ്രസിദ്ധീകരണം സൃഷ്ടിച്ച പ്രതിഷേധത്തിന്റെ വാൾമുനകൾ വലുതായിരുന്നു. ഈ കൃതിക്കെതിരായി മലയാളത്തിൽ അനവധി ലേഖനങ്ങൾ പുറത്തുവന്നു. കൂടാതെ

'ത്രിവേണി' 'മറ്റൊലി' എന്നിങ്ങനെ രണ്ടു വിമർശനകൃതികൾകൂടി എഴുതപ്പെട്ടു എന്ന സത്യം വിമർശനചരിത്രത്തെ ശരിയായി പരിശോധിക്കുന്നവർക്ക് കാണാനാവും. എന്നിട്ടും മുണ്ടശ്ശേരി കുലുങ്ങുകയോ അനങ്ങുകയോ ചെയ്തില്ല. ആശാനുമായി മുണ്ടശ്ശേരിക്കുണ്ടായിരുന്ന വ്യക്തിപരമായ അടുപ്പമല്ല, അദ്ദേഹത്തെ ആശാൻ വിമർശകനും പക്ഷപാതിയുമാക്കിയത്. ഈ 'ആശാൻ പക്ഷപാതിത്വ'ത്തിന്റെ പേരിൽ വേണ്ടതിലധികം അദ്ദേഹം എതിർക്കപ്പെട്ടിരുന്നു. എന്നാൽ ആ എതിപ്പിന്റെ അടിയിലുണ്ടായിരുന്നത്, ആ നിരൂപകൻ പ്രകടിപ്പിച്ചുപോന്ന ഉറച്ച കാവ്യഭിപ്രായങ്ങളോടുള്ള അമർഷവും എതിർപ്പുമായിരുന്നു എന്ന് പിന്നീട് തെളിയിക്കപ്പെട്ട കാര്യമാണ്. ജി. ശങ്കരക്കുറുപ്പുപോലും ആ രീതിയിലാണ് ചിന്തിച്ചത്.

മുണ്ടശ്ശേരി രാജരാജന്റെ സാഹിത്യനിഗമനങ്ങളോട് വേറെ പല നിലയ്ക്കും അടുപ്പം പുലർത്തിയിരുന്നു. 'വീണപൂവ്' പ്രസിദ്ധീകരിക്കാൻ മിതവാദിക്കയച്ചുകൊടുത്ത കുമാരനാശാൻ നളിനിക്ക് അവതാരിക എഴുതിപ്പിച്ചത് എ. ആറിനെക്കൊണ്ടാണ്. 'ആംഗലസാമ്രാജ്യം' എന്ന കൃതി ആശാനിലുണർത്തിയ ആവേശത്തിന്റെ പരിണാമം 'പ്രരോദന' രചനയിലും ദൃശ്യമാണ്. വാസ്തവത്തിൽ, ആശാൻ കവിതയെ നെഞ്ചോട് അടുപ്പിച്ച് നിർത്തിയ മുണ്ടശ്ശേരി, രാജരാജനിലേയ്ക്കുള്ള ശരിയായ വഴി ആശാൻ കവിതയിൽ കണ്ടെത്തുകയായിരുന്നു. രാജരാജന്റെ സാക്ഷാത്കരം തന്നെ ആ കവിതയിൽ ദർശിച്ച മുണ്ടശ്ശേരിക്ക് ആ കവിതയെ അത്രത്തോളം ആദരിക്കാൻ സാധിക്കാതെയും പോയി.

കുറുപ്പിന്റെ കവിതയിൽ തന്റേതായ മാനദണ്ഡം എക്കാലത്തും ഉപയോഗിച്ചു എന്നതാണ് മുണ്ടശ്ശേരിക്കു പറ്റിയ 'പാളിച്ച' എന്നുകരുതാം. പക്ഷേ, അത് പാളിച്ചയാകുന്നില്ല. പുരോഗമന സാഹിത്യപ്രസ്ഥാനവുമായി യോജിക്കാൻ പോലും കഴിയാത്ത വിധം മുണ്ടശ്ശേരി തന്റെ നിലപാടിൽതന്നെ ഉറച്ചുനിന്നു. രൂപഭദ്രതാവാദം കൂടുതൽ കരുത്താർജ്ജിച്ചത് ഈ നിലപാടുകൊണ്ടു മാത്രമാണ്. നാടകാന്തം കവിത്വം എന്ന കൃതിയിലാണല്ലോ ഏറ്റവും വലിയ 'കുറുപ്പ് വിമർശനം' നടന്നത്. ഈ കൃതിയുടെ അടിസ്ഥാനത്തിൽ, മുണ്ടശ്ശേരിയുടെ മൂല്യബോധത്തെ ചോദ്യം ചെയ്ത 'ഒറ്റക്കണ്ണ'ന്മാരുടെ അഭിപ്രായങ്ങളിൽ ചിലതു ഇവിടെ ഓർമ്മിച്ചു പോവുകയാണ്. "ശങ്കരക്കുറുപ്പും മുണ്ടശ്ശേരി മാസ്റ്ററും പ്രൊഫസർ സുകുമാരൻ അഴീക്കോടും എല്ലാം മരിച്ച് മണ്ണടിഞ്ഞ് അനേക ദശകങ്ങൾ കഴിഞ്ഞതിനു ശേഷവും ശങ്കരക്കുറുപ്പ് കവിയായിത്തന്നെ ആദരിക്കപ്പെടുമെന്ന" വാദമായിരുന്നു അവരുടേത്. കുറിപ്പിനും മുണ്ടശ്ശേരിക്കും ശേഷം ചില പല പരിവർത്തനങ്ങൾക്കും സാക്ഷ്യം വഹിച്ച എൺപതുകളുടേയും തൊണ്ണൂറുകളുടേയും ഒടുവിൽ എത്തിനിൽക്കുന്ന മലയാള സാഹിത്യത്തിൽ ജി. ശങ്കരക്കുറുപ്പെവിടെ?

അതേസമയം മുണ്ടശ്ശേരിയുടെ 'രൂപഭാവ' സിദ്ധാന്തങ്ങൾ മലയാള വിമർശനരംഗത്ത് പുനർജ്ജനിക്കുകയാണ്. ചെറുപ്പത്തിൽ ജി.യെ കഠിനമായി വിമർശിച്ച അഴീക്കോട് ആവിഷ്കരിച്ച കലാപരമായ ആശയങ്ങൾ ഇന്നത്തെ തലമുറയിലെ വിമർശകരുടെ സമീപനങ്ങളെ എത്രമാത്രം സ്വാധീനിക്കുന്നുണ്ട് എന്നത് മറ്റൊരു അന്വേഷണവിഷയമാണ്. വാസ്തവത്തിൽ മുണ്ടശ്ശേരി തന്റെ കുറുപ്പ് വിവാദത്തെ കോടതിയിലെത്തിച്ചവർക്കെതിരെ 'മംഗളോദയ'ത്തിൽ എഴുതിയ ഒരു കുറിപ്പ് ഇന്നും എത്രയോ യാഥാർത്ഥ്യമായി നിലനിൽക്കുന്നു. "എന്റെ പുസ്തകത്തിൽ ഉദ്ധരിച്ചിട്ടുള്ള വരികളിലൂടെയാകും ജി. ശങ്കരക്കുറുപ്പ് ജീവിക്കുകയെന്ന്', അറുപതുകളിൽ സുകുമാർ അഴീക്കോട്" പ്രസ്താവിച്ചതും ഇവിടെ സ്മരിക്കാം.

ആശാന്റെ കവിതയിൽ ചെയ്തതെന്തോ അതുമാത്രമാണ് മുണ്ടശ്ശേരി ശങ്കരക്കുറിപ്പിന്റെ കാവ്യത്തിലും ചെയ്ത്. ജി. അനേകം കവിതകളെഴുതി എന്നല്ലാതെ അദ്ദേഹവും അദ്ദേഹത്തിന്റെ പിന്നണി ഗായകന്മാരും അവകാശപ്പെടാറുള്ളത്ര വലിയ കവിയൊന്നുമായിട്ടില്ലെന്ന് മുണ്ടശ്ശേരി ആവർത്തിച്ചു പറയുന്നു. പക്ഷേ അത് പത്രവാർത്തയായി പുറത്തുവന്നപ്പോൾ കാര്യങ്ങളപ്പാടെ കുഴഞ്ഞമട്ടായിപ്പോയി എന്നാണ് മുണ്ടശ്ശേരിയുടെ നിഗമനം. ജി.യെ നല്ല കവിയായി അംഗീകരിക്കാനുള്ള മുണ്ടശ്ശേരിയുടെ വൈമനസ്യത്തിന്നു കാരണം, ജി.യുടെ കവിത മാത്രമാണ്. ആശാനിലെ കവിയും ജി.യിലെ കവിയും ഒരുപോലെയല്ലെന്ന് തന്റെ മാനദണ്ഡം കൊണ്ടളന്നപ്പോൾ അദ്ദേഹം കണ്ടെത്തി. കുറിപ്പിന്റേത് അലങ്കാരമാർഗ്ഗത്തിൽ എഴുതപ്പെട്ട കവിതകളാണ്. ആ അലങ്കാരമനസ്സിൽനിന്നു പൊട്ടിവിരിഞ്ഞതാണ് ശങ്കരക്കുറിപ്പിന്റെ സിംബോളിസവും പ്രകൃതിബോധവും മറ്റും. മുണ്ടശ്ശേരി അലങ്കാരപക്ഷത്തായിരുന്നില്ല. 'എഴുത്തുകാരുടെ അന്തർഭാവങ്ങൾ അതാതിന്റെ പാകത്തിൽ ഘടിതരൂപങ്ങളായി പ്രകടീഭവിക്കണം' എന്ന വാദത്തിലാണ് മുണ്ടശ്ശേരിയുടെ ഊന്നൽ. അപ്പോൾ അലങ്കാര പ്രധാനമായ കുറിപ്പിന്റെ കവിത മുണ്ടശ്ശേരിയുടെ വലതുകൈയിലിരുന്ന് ഞെരിഞ്ഞമർന്നതിൽ അത്ഭുതപ്പെടാൻ എന്തിരിക്കുന്നു. ആ അർത്ഥത്തിൽ, ശങ്കക്കുറുപ്പും മുണ്ടശ്ശേരിയും തമ്മിലുണ്ടായ യുദ്ധം, നിരൂപകപക്ഷത്തുനിന്ന് നോക്കുമ്പോൾ, തത്ത്വപരവും സൗന്ദര്യാത്മകവുമായ ഒരു വിവാദമായിരുന്നു എന്നു തോന്നിപ്പോകുന്നു. അതാണ് ശരിയും.

പോരെങ്കിൽ മറ്റൊരു ദൗർബ്ബല്യത്തിന്റെ ഉടമ കൂടിയായിരുന്നു ജി. കൈയടിക്കാൻ ആളെക്കിട്ടിയാൽ അവരുടെ ഭാഗത്തേക്ക് ചായുക അദ്ദേഹത്തിന്റെ കൃത്യനിർവ്വഹണത്തിന്റെ ഭാഗമായിരുന്നു. സാഹിത്യപരിഷത്തിനോടു യാത്ര ചോദിക്കാനും സാഹിത്യസമിതിയിൽ അംഗമായി ച്ചേരാനും ഇടയാക്കിയ ആ ദൗർബ്ബല്യത്തിന്റെ തെളിമയുറ്റ അനുഭവങ്ങൾ ജി.യുടെ കത്തുകൾ പറയുന്നു. ആ കത്തുകൾ ആഴത്തിൽ വായിച്ചു

നോക്കിയാൽ അതിലുമപ്പുറം പലതും തെളിഞ്ഞുകിട്ടും. എൻ.വി. കൃഷ്ണവാരിയർ എക്കാലത്തും കുറിപ്പിന്റെ കൂടെയായിരുന്നു. മുണ്ടശ്ശേരിയെ താഴ്ത്തിക്കെട്ടുക എന്നതു വാരിയരുടേയും ഒരു പൊതു പരിപാടിയുടെ ഭാഗമായിരുന്നുവോ എന്ന് സന്ദേഹിക്കാവുന്നതാണ്. ഈ കത്തുകളുടെ പ്രസിദ്ധീകരണത്തിലൂടെ നമുക്ക് ലഭ്യമാകുന്നത് എൻ.വി.യുടെ സാഹിത്യശിഷ്യരായിപ്പിറന്ന എഴുത്തുകാരൊക്കെ എക്കാലത്തും സംസാരിച്ചുകൊണ്ടിരിക്കുന്നത് മുണ്ടശ്ശേരിക്കെതിരായിരുന്നു എന്നാണ്. സ്വന്തമായൊരു നട്ടെല്ലും സ്വന്തമായൊരു സാഹിത്യവീക്ഷണവും മുണ്ടശ്ശേരിക്കുണ്ടായിരുന്നു. ആ സാഹിത്യവീക്ഷണത്തോടുള്ള ജി.യുടെ എതിർപ്പുകൾ രേഖപ്പെടുത്തപ്പെട്ടത് കത്തുകളിലൂടെ ആയി എന്നുമാത്രം. മുണ്ടശ്ശേരി സാഹിത്യത്തിൽ ചെയ്തതെന്തോ അത് ചെയ്തതാണ്. ആളല്ല കവിതയായിരുന്നു മുണ്ടശ്ശേരിയുടെ ഉന്നം. ആ ഉന്നം പിഴച്ചോ? ജിയെ വിമർശിച്ചതിലൂടെ മുണ്ടശ്ശേരി സമാരംഭിച്ച ആ സൗന്ദര്യയുദ്ധം പിഴച്ചില്ല. അത് മലയാളസാഹിത്യം ഇപ്പോഴും നമ്മെ ഓർമ്മപ്പെടുത്തിക്കൊണ്ടിരിക്കുന്നു.

■

പ്രത്യയശാസ്ത്രത്തിന്റെ അരികുപറ്റിയുള്ള സഞ്ചാരം

മുപ്പത്തഞ്ചുവർഷം മുൻപ് തൃശ്ശൂർ സെന്റ് തോമാസ് കോളേജിലെത്തുന്നത് ഫിസിക്സ് പഠിക്കാനാണ്. അവിടെ സാഹിത്യത്തിന് വളക്കൂറില്ലാത്ത അന്തരീക്ഷമായിരുന്നു. എങ്കിലും അപൂർവ്വമായി നടക്കുന്ന ചെറുപ്പക്കാരായ എഴുത്തുകാരുടെ കൂ ടിച്ചേരലുകൾ ഒരാശ്വാസമായി അനുഭവപ്പെടുകയുണ്ടായി. സാഹിത്യഅക്കാദമിയിലും പരിസരപ്രദേശങ്ങളിലും നടക്കുന്ന സാഹിത്യസെമിനാറുകളിൽ കേൾവിക്കാരനായി എത്തുക പതിവായിരുന്നു. അക്കാലത്താണ് ബാബു വാസുദേവൻ എന്നൊരാളുമായി പരിചയപ്പെടുന്നത്. നവയുഗം വാരികയുടെ പത്രാധിപസമിതിയിൽ അദ്ദേഹം പ്രവർത്തിക്കുന്നു. രാഷ്ട്രീയവും സാഹിത്യപരവുമായ ലേഖനങ്ങളും അദ്ദേഹം എഴുതുമായിരുന്നു. സി. അച്ചുതമേനോനായിരുന്നു പത്രാധിപർ. നവയുഗത്തിന്റെ മുറ്റത്ത് ഇടയ്ക്കൊക്കെ കൂടാറുള്ള സാഹിത്യചർച്ചകളെപ്പറ്റി അറിഞ്ഞത് വാസുദേവനിൽ നിന്നാണ്. അങ്ങിനെ അവിടെ സംഘടിപ്പിച്ച ഒരു യോഗത്തിൽ ഞാനും ചെന്നുപെട്ടു. ഞാനിപ്പോഴും ഓർക്കുന്നു; ആധുനികതയുമായി ബന്ധപ്പെട്ട് ഉണ്ടായ സംവാദത്തിൽ സി. അച്ചുതമേനോനും പങ്കെടുത്തിരുന്നു. എന്റെ പരിമിതികൾക്കകത്തുനിന്നുകൊണ്ട് ആ യോഗത്തിൽ ഞാനും ചിലതൊക്കെ പറഞ്ഞു. (പിന്നീട് ആ പ്രസംഗത്തെക്കുറിച്ച് അച്ചുതമേനോൻ അദ്ദേഹത്തിന്റെ ഡയറിയിൽ എഴുതുകയുണ്ടായി) ആ സംവാദത്തിനിടയിലാണ് "അടിത്തറയും മേൽപ്പുരയും" എന്ന ഒരു പ്രയോഗം ആദ്യമായി കേൾക്കാനിടയായത്. അത് എനിക്ക് അപരിചിതമായിരുന്നു.

ബാബു വാസുദേവനാണ് ആ യോഗത്തിൽ സംസാരിക്കുന്നതിനിടയിൽ 'അടിത്തറ മേൽപ്പുര' എന്ന് പ്രയോഗിച്ചത്. സമൂഹത്തെയും സാഹിത്യത്തെയും നിർവ്വചിക്കുമ്പോൾ കമ്മ്യൂണിസ്റ്റുകാർ സർവ്വസാധാരണയായി ഉപയോഗിക്കാറുള്ള ഒരു പ്രയോഗമായിരുന്നു അതെന്ന് മനസ്സിലായത് പിന്നീടാണ്. അക്കാലത്തെ സാഹിത്യവായനക്കിടയിൽ ആ പ്രയോഗം കടന്നുവന്നിരുന്നേയില്ല. പിന്നീട് എപ്പോഴോ നവയുഗത്തിന്റെ

ഓഫീസിൽ നിന്ന് 'മാർക്സിയൻ വീക്ഷണഗതിയും മലയാള സാഹിത്യവും' എന്ന ഒരു പുസ്തകം എനിക്ക് ലഭിക്കുകയുണ്ടായി. മലയാള സാഹിത്യത്തിലെ മാർക്സിസ്റ്റ് വീക്ഷണത്തെക്കുറിച്ച് നടന്ന ഒരു സിംപോസിയത്തിലെ പ്രഭാഷണങ്ങൾ പുസ്തകരൂപത്തിലാക്കിയതായിരുന്നു ആ കൃതി. കെ. ദാമോദരനും പി.കെ. ഗോപാലകൃഷ്ണനും പവനനും എം.എസ്. മേനോനുമടക്കം പതിനൊന്നോളം എഴുത്തുകാർ അതിൽ എഴുതിയിരുന്നു. എന്നാൽ എന്നെ ആകർഷിച്ചത് നരേന്ദ്ര പ്രസാദിന്റെ ലേഖനമാണ്. താനൊരു മാർക്സിസ്റ്റ് അല്ല എന്ന് അദ്ദേഹം തുറന്നുപറയുന്നില്ല. ആധുനികതയെ അംഗീകരിച്ചുകൊണ്ട് 'പുതിയ സാമൂഹ്യബന്ധങ്ങളും പുതിയ നീതിശാസ്ത്രവും പുതിയ മനുഷ്യനും പ്രത്യക്ഷപ്പെടാനുള്ള വഴികൾ ഒരുക്കപ്പെടാതെ പോകുന്നതിലെ' ആശങ്ക അദ്ദേഹം പങ്കുവെക്കുന്നു. നമ്മുടെ ആധുനിക നിരൂപകന്മാർ മാർക്സിസത്തെ ഉള്ളിൽ സ്വീകരിച്ചുകൊണ്ടാണ് റിയലിസത്തെ പ്രതിരോധിക്കുന്നതെന്ന് പ്രസാദിന്റെ ലേഖനം എന്നെ ബോധ്യപ്പെടുത്തി. തത്ത്വശാസ്ത്രങ്ങൾ കുറെ കഴിയുമ്പോൾ മണ്ണടിയണമെന്നും മനുഷ്യനെപ്പോഴും പച്ചയാണെന്നും ഓർമ്മപ്പെടുത്തുന്ന ഒരു ദർശനത്തോടാണ് ആ ലേഖകൻ അടുത്തുനിൽക്കുന്നതെന്നും തോന്നി. തൊഴിലാളി വർഗ്ഗ സാഹിത്യത്തെ കൈവിടാതെ ആധുനികനായിരിക്കുക എന്നതിൽ ഉറച്ചുനിൽക്കുന്ന നരേന്ദ്രപ്രസാദ് 'അടിത്തറയും മേൽപ്പുരയും' എന്ന് പ്രയോഗിച്ചുകണ്ടില്ല. പ്രത്യയശാസ്ത്രത്തോട് പ്രതിപത്തി കാണിക്കാതെയാണ് അദ്ദേഹം സാഹിത്യനിലപാടുകൾ അവതരിപ്പിക്കുന്നത്. ആധുനികതയുടെ പ്രവേശനം ആദ്യകാലത്തെ മാർക്സിയൻ സൗന്ദര്യബോധത്തിലും മാറ്റം പ്രത്യക്ഷപ്പെടാൻ തുടങ്ങിയതിന്റെ സൂചനയായി പ്രസാദിന്റെ ലേഖനത്തെ കാണാം. 'മാർക്സിയൻ വീക്ഷണ'ത്തെക്കുറിച്ച് എഴുതുന്ന കെ. ദാമോദരൻ അടിത്തറയും ഉപരിഘടനയും തമ്മിലുള്ള ബന്ധത്തെ വിശകലനം ചെയ്യാതിരിക്കുന്നില്ല. യഥാർത്ഥ മാർക്സിയൻ വീക്ഷണമെന്നാൽ അടിത്തറയും ഉപരിഘടനയും തമ്മിലുള്ള ബന്ധമാണത്രെ. ഉല്പാദനശക്തിയും ഉല്പാദന വികസനവുമാണ് ഈ പ്രയോഗത്തിനാധാരം. അദ്ദേഹം എഴുതുന്നത് നോക്കുക:

"ഉൽപാദന ബന്ധങ്ങളുടെ ആകെത്തുകയ്ക്ക് സാമ്പത്തികഘടനയെന്നും സാമ്പത്തിക ഘടനയുടെ അടിത്തറയിലുയർന്നുവരുന്ന രാഷ്ട്രീയ സാംസ്കാരിക സാമ്പത്തികാശയങ്ങൾക്കും സ്ഥാപനങ്ങൾക്കും ഉപരിഘടന അല്ലെങ്കിൽ മേൽക്കൂര എന്നും പറയുന്നു. മേൽക്കൂര അടിത്തറയിൽ സ്വാധീനം ചെലുത്തുമെന്ന കാര്യം നിഷേധിക്കപ്പെടുന്നില്ല. പക്ഷേ അടിത്തറയുമായി പൊരുത്തപ്പെടാത്ത മേൽക്കൂരയ്ക്ക് നിലനിൽക്കാനുമാവില്ല. അതുകൊണ്ട് അടിത്തറ മാറുമ്പോൾ മേൽക്കൂര മാറുന്നു."

ഒരു സാഹിത്യകൃതി വായിക്കുന്ന ഒരാളെ സംബന്ധിച്ച് ഈ പ്രയോഗങ്ങൾക്ക് എന്ത് പ്രസക്തിയെന്ന് ഞാൻ അന്നേ ആലോചിച്ചിരുന്നതാണ്. മാർക്സിയൻ വിമർശനപദ്ധതി സ്വീകരിക്കണമെങ്കിൽ ഇതൊക്കെ അറിഞ്ഞിരിക്കണമെന്ന വാദഗതിയാണ് മാർക്സിസ്റ്റ്-ലെനിനിസ്റ്റ് സഹയാത്രികർ ഉയർത്തിക്കൊണ്ടുവന്നത്. അവരുടെ കൂട്ടത്തിൽ നരേന്ദ്രപ്രസാദില്ല. അദ്ദേഹം അല്പം വഴിമാറിനടക്കുകയും ചെയ്യുന്നു.

നമ്മുടെ ആശയങ്ങളും വികാരവിചാരങ്ങളും അത് സൃഷ്ടിക്കുന്ന അനുഭവങ്ങളും ജീവിതത്തെ നിർണ്ണയിക്കുന്നതിൽ ചെലുത്തുന്ന സ്വാധീനം ഏതുവിധമുള്ളതാണ്? ആ സ്വാധീനത്തെ പൂർണ്ണമായും നിഷേധിക്കാനുമാവില്ല. അതേസമയം സാമൂഹ്യജീവിതം ആശയങ്ങളെയും വികാരവിചാരങ്ങളെയും നിർണ്ണയിക്കുന്നതിൽ പ്രധാനമായ പങ്കുവഹിക്കുന്നുണ്ടോ എന്നും ആരായാവുന്നതാണ്. ഇത് ഏതുകാലഘട്ടത്തിലും പ്രധാനമാണ്. ഈ ആഗോളീകൃതകാലത്ത് സാമൂഹ്യ ചുറ്റുപാടുകളും മനുഷ്യവികാരങ്ങളും തമ്മിൽ ഒരു കൊടുക്കലും വാങ്ങലും നടക്കുന്നുണ്ട്. മനുഷ്യൻ ജീവിതമാരംഭിക്കുമ്പോൾ തന്നെ ഒരു വ്യവസ്ഥയെ അഭിമുഖീകരിക്കുന്നുണ്ട്. ആ വ്യവസ്ഥ ഫ്യൂഡലിസത്തിന്റേതാകാം; ജനാധിപത്യത്തിന്റേതാകാം; പഴയ സോവിയറ്റ് യൂണിയനിലേതുപോലുള്ള കമ്മ്യൂണിസ്റ്റ് വ്യവസ്ഥയുമാകാം. ഇതെല്ലാം നിർണ്ണയിക്കുന്നത് ആ സമൂഹത്തിലെ മനുഷ്യന്റെ കാഴ്ചകളും വികാരങ്ങളും ആയിക്കൂടെന്നില്ല എന്നാണ്. അതേ മനുഷ്യരുടെ കാഴ്ചാഭേദങ്ങളും വികാരവിചാരങ്ങളുമാണ് ആ വ്യവസ്ഥയെ മാറ്റുന്നത്. ഇതിനർത്ഥം എല്ലാ ആശയങ്ങളുടെയും കേന്ദ്രഭാവം മനുഷ്യനാണ് എന്നാണ്. മനുഷ്യൻ മാറുമ്പോൾ അനുഭവചര്യകൾ മാറുന്നു. സമൂഹത്തെ മാറ്റാൻ അത് പ്രേരകമാകുന്നു. എന്നിട്ടും ഈ മാറിയ സാമൂഹ്യചുറ്റുപാടുകളാണ് വികാരവിചാരങ്ങളെ നിർണ്ണയിക്കുന്നത് എന്ന് പറയാൻ മടിക്കാതിരിക്കുന്നു. ഒരു പ്രത്യയശാസ്ത്രം കൂട്ടിനുണ്ടെങ്കിലേ ഈ പരിണാമം വസ്തുനിഷ്ഠമാകൂ എന്ന് ശാഠ്യത്തോട് എനിക്ക് യോജിപ്പില്ല. ഈ ശാഠ്യം സൃഷ്ടിച്ച ഒരു പ്രയോഗമാണ് 'അടിത്തറയും മേൽപ്പുരയും' എന്നത്.

തൊഴിലാളിവർഗ്ഗ പ്രത്യയശാസ്ത്രമായി കേൾവികേട്ട മാർക്സിസം – ലെനിനിസം മുന്നോട്ടുവെക്കുന്ന എല്ലാ കാഴ്ചപ്പാടുകളും ഈ പ്രയോഗമുൾക്കൊള്ളുന്നുണ്ടോ? ഇല്ല എന്നാണ് എന്റെ വിശ്വാസം. മാത്രമല്ല, ഈ പ്രയോഗം നമ്മുടെ സംവേദനമണ്ഡലത്തിൽ കുറേക്കാലം ഒരു ദുശ്ശാഠ്യമായി പ്രവർത്തിക്കുകയും ചെയ്തു. മലയാളത്തിന്റെ മാർക്സിയൻ നിരൂപണത്തിൽ അത് ഒരു വഴക്കമായി മാറുകയും ചെയ്തു. ലോകത്തിലെ കമ്മ്യൂണിസ്റ്റുകാർക്കെല്ലാം ഒറ്റ പ്രത്യയശാസ്ത്രമേ ഉള്ളൂ എന്ന വിശ്വാസമായിരുന്നു അതിനധിഷ്ഠാനം. എന്നാൽ ആ വഴക്കം നമ്മുടെ സംവേദനത്തിൽ ഒരു പ്രതിസന്ധിയായി മാറിയത് നമ്മുടെ നിരൂപകർ ശ്രദ്ധിച്ചതേയില്ല. മലയാളത്തിലെ ആദ്യത്തെ മാർക്സിസ്റ്റ്

നിരൂപകൻ ഇ.എം.എസ്. ആണ് എന്ന് ഉറപ്പിച്ചെടുക്കുമ്പോഴേക്കും മാർക്സിസ്റ്റ് സവേദനത്തിൽ ആ പ്രതിസന്ധി കൂടുതൽ രൂക്ഷമായി തുടരുകയായിരുന്നു. പൗരാവകാശങ്ങളും മനുഷ്യസ്വാതന്ത്ര്യവും ജനാധിപത്യവും ധ്വംസിക്കപ്പെടുന്ന ഒരു 'സമഗ്രാധിപത്യ' ആശയമായി മാർക്സിസം തിരിച്ചറിയാൻ തുടങ്ങി. 'ഒരു തരത്തിൽ എനിക്കുറപ്പുണ്ട്; ഞാൻ മാർക്സിസ്റ്റല്ല' എന്ന മാർക്സിന്റെ വരികൾ അദ്ദേഹത്തിന്റെ ജീവചരിത്രഗ്രന്ഥത്തിൽ നിന്നുദ്ധരിച്ച് പ്രത്യയശാസ്ത്രത്തെ പ്രതിരോധിക്കാനും ശ്രമമുണ്ടായി. ഇങ്ങനെ രൂപപ്പെട്ട ആശയപരമായ സന്ദേഹങ്ങളിൽ നിന്നാണ് പ്രത്യയശാസ്ത്രത്തിന്റെ ബാഹുല്യമുണ്ടായത്. ഈ പ്രത്യയശാസ്ത്ര ബാഹുല്യത്തിന് കാരണം മാർക്സിസ്റ്റ് ചിന്തകന്മാർ തന്നെയാണെന്ന് ചരിത്രകാരന്മാർ രേഖപ്പെടുത്തിയിരിക്കുന്നു. ലെനിനും സ്റ്റാലിനും ക്രൂസ്ചേവും മാവോയും ടിറ്റോയും ക്രാസ്റ്റോയും ഹർബർട്ട് മാത്യൂസും തുടങ്ങി ഹെബർമാസ് വരെയുള്ളവർ വ്യത്യസ്തമായി പ്രത്യയശാസ്ത്രത്തെ നിർവ്വചിച്ചവരാണ്. അങ്ങനെ പലവിധ മേൽക്കൂരകളുണ്ടായി. ആ മേൽക്കൂരകൾക്ക് ഒരുമിച്ച് നിലനിൽക്കാവുന്ന അടിത്തറ മാർക്സിസത്തിന് ഉണ്ടായിരുന്നില്ലേ? ആ വഴിക്ക് ചിന്തിക്കാൻ ഉതകുന്ന അനവധി ഉദാഹരണങ്ങൾ ചരിത്രത്തിലുണ്ട്. അതൊന്നും ഇവിടെ പരിശോധിക്കുന്നില്ല. എന്നാൽ ഇ.എം.എസിനോ മറ്റു മാർക്സിസ്റ്റ് ബുദ്ധിജീവികൾക്കോ വ്യത്യസ്തമായ ഒരു പ്രത്യയശാസ്ത്രം അവതരിപ്പിക്കാൻ സാധിച്ചില്ല. ലോകകമ്മ്യൂണിസത്തിലുണ്ടായ ഈ പ്രകാരഭേദങ്ങൾ വായിച്ചെടുത്ത് കേരളത്തിൽ പാർട്ടിക്കാവശ്യമായ വ്യാഖ്യാനങ്ങൾ ചമക്കുന്നതിലായിരുന്നു അവർക്കു താത്പര്യം. ആ പരിശോധനയിലൂടെ മാർക്സിസം-ലെനിനിസമാണ് ആധികാരിക പ്രത്യയശാസ്ത്രമെന്ന് പ്രഖ്യാപിക്കുകയും ചെയ്തു. പാർട്ടി വീക്ഷണവും നിലനില്പും അതിന് പിൻബലവുമായി. അതിനാൽ മാർക്സിയൻ വിമർശനപദ്ധതി എന്നൊന്ന് ഇവിടെ രൂപപ്പെടുകയുണ്ടായില്ല. പാർട്ടിയുമായി ചേർന്ന് സഞ്ചരിച്ച എഴുത്തുകാർ മാർക്സിസ്റ്റ് പ്രത്യയശാസ്ത്രത്തിന്റെ പ്രചാരകരും നിരൂപകരുമായി. അതേസമയം മറ്റിടങ്ങളിൽ വ്യത്യസ്തമായ വ്യാഖ്യാനങ്ങൾ മാർക്സിസത്തിൽ സംഭവിച്ചുകൊണ്ടിരിക്കുന്നതിനാൽ ആദ്യകാല പ്രത്യയശാസ്ത്രവാദികൾ കൊണ്ടുവന്ന പല വിജ്ഞാനങ്ങളും വ്യാവഹാരികതലത്തിൽ തിരസ്കരിക്കപ്പെട്ടു. പഴയ പ്രയോഗങ്ങളുടെ ഒഴിഞ്ഞുപോക്കുണ്ടായി. സൗന്ദര്യശാസ്ത്രപരമായ ഒരു വിഘടനവും സംഭവിച്ചു.

നമ്മുടെ സംവേദനത്തെ യാഥാസ്ഥിതികമാക്കിയിരുന്നത് ഭാരതീയ ചിന്താപദ്ധതികളായിരുന്നുവല്ലോ? പാശ്ചാത്യചിന്താപദ്ധതികളും ഇവിടെ വളർന്നുവന്നു. അതോടെ ഭാരതീയമെന്നും പാശ്ചാത്യമെന്നും വ്യവഹരിക്കാവുന്ന രണ്ടുധാരകൾ വിമർശനത്തിൽ വികസിച്ചുവന്നു. ആദ്യത്തേത് രസം ധ്വനീചർച്ചകൾക്ക് പ്രാധാന്യം നൽകിയപ്പോൾ പാശ്ചാത്യചിന്താ

പദ്ധതിയിൽ സംഭവിച്ചുകൊണ്ടിരുന്ന മാറ്റങ്ങൾ പരിഭാഷപ്പെടുത്തുകയായിരുന്നു നമ്മുടെ വിമർശകന്മാർ ചെയ്തത്. ഇതിനിടയിൽ മാർക്സിസം അംഗീകരിച്ച വിമർശകന്മാർക്ക് പുതുതായി ഒന്നും ചെയ്യാനായില്ല. മാർക്സിസ്റ്റ് നിരൂപകരായി അറിയപ്പെട്ടവർ പാശ്ചാത്യ-പൗരസ്ത്യപദ്ധതികളോട് കലഹിച്ചതുമില്ല. തങ്ങളുടെ പ്രത്യയശാസ്ത്ര നിലപാടുകൾ മേൽപദ്ധതികളുടെ ഓരംചേർന്ന് അവതരിപ്പിക്കാമെന്ന് തെറ്റായി ധരിക്കുകയും ചെയ്തു. അതിന്റെ ചരിത്രമാണ് വാസ്തവത്തിൽ മലയാളത്തിലെ മാർക്സിയൻ നിരൂപണത്തിന് പറയാനുള്ളത്. ചുരുക്കിപ്പറഞ്ഞാൽ പുരോഗമന സാഹിത്യപ്രസ്ഥാനം പോലുള്ള ഇടതുപക്ഷ സംഘടനകൾക്ക് നേതൃത്വം കൊടുത്ത എഴുത്തുകാർ വായനയുടെ കാര്യം വന്നപ്പോൾ പ്രത്യയശാസ്ത്രത്തിൽ നിന്ന് അകന്ന് സഞ്ചരിക്കുകയായിരുന്നു. നിരൂപകനായ സി.പി. ശ്രീധരൻ ഈ വസ്തുതകൾ അദ്ദേഹത്തിന്റെ "പ്രതിബദ്ധത വിമർശനസാഹിത്യത്തിൽ" എന്ന പ്രബന്ധത്തിൽ എടുത്തുപറയുന്നുണ്ട്. എങ്കിലും മറ്റുചില കാര്യങ്ങൾ കൂടി നമുക്ക് പരിശോധിക്കേണ്ടിവരുന്നു. "നിരൂപകന്റെ രാജ്യഭാരം" എന്ന കൃതി എഴുതിയ എം.ആർ. ചന്ദ്രശേഖരൻ അദ്ദേഹത്തിന്റെ നല്ലകാലത്ത് കമ്മ്യൂണിസ്റ്റുകാരോടൊപ്പമായിരുന്നു. സാഹിത്യത്തെ സവിസ്തരം വിശദീകരിക്കാൻ പ്രത്യയശാസ്ത്ര താത്പര്യമുള്ള നിലപാടുകൾ സ്വീകരിച്ചെങ്കിലും അദ്ദേഹത്തിന്റെ നിരൂപണലേഖനങ്ങളിൽ പ്രത്യയശാസ്ത്രം അകറ്റിനിർത്തിയതായാണ് അനുഭവം. കെ.പി. ശരത്ചന്ദ്രനും, എ.പി.പി. നമ്പൂതിരിയും തായാട്ട് ശങ്കരനുമൊക്കെ ഈ വഴിക്ക് തന്നെയാണ് പോയത്. കമ്മ്യൂണിസ്റ്റായി അറിയപ്പെട്ടിരുന്ന എം.എൻ. വിജയൻ സാഹിത്യവിമർശനത്തിൽ പ്രത്യയശാസ്ത്രനിലപാടിനോടൊപ്പമായിരുന്നോ? അദ്ദേഹത്തിന്റെ പ്രശസ്തമായ വൈലോപ്പിള്ളി കവിതാപഠനങ്ങൾ, 'ശീർഷാസന'മുൾപ്പെടെ പരിശോധിക്കുക. മാർക്സിയൻ നിരൂപണരീതിയോടായിരുന്നില്ല അദ്ദേഹത്തിന് താല്പര്യമെന്നു കാണാം. അദ്ദേഹം ഉപയോഗിച്ചത് ഫ്രോയ്ഡിനെയും മനഃശ്ശാസ്ത്രത്തെയുമാണ്. കെ.എൻ. എഴുത്തച്ഛനും എം.എസ്. മേനോനും ഭാരതീയ സാഹിത്യചിന്തകളുടെ പ്രചോദനത്തിലാണ് കൃതികൾ വായിച്ചതും നിരൂപണത്തിലേർപ്പെട്ടതും. അതായത് വർഗ്ഗസമരമോ തൊഴിലാളിവർഗ്ഗ വികാസമോ അവരുടെ നിരൂപണ നിലപാടുകളെ പ്രയോജനപ്പെടുത്തിയില്ല എന്ന് സാരം. പുറത്തേക്ക് ഇവർ മാർക്സിസ്റ്റുകളായി അറിയപ്പെടുകയും ചെയ്തു.

"കേരളത്തിൽ ആദ്യത്തെ തെരഞ്ഞെടുക്കപ്പെട്ട കമ്മ്യൂണിസ്റ്റ് ഭരണമുണ്ടാക്കാൻ, അതിനുശേഷം അവർക്ക് നേതൃത്വമുള്ള ഐക്യ മുന്നണി ഭരണകൂടങ്ങൾ സ്ഥാപിക്കാൻ കഴിഞ്ഞിട്ടും, അതിന് വേണ്ടത്ര വലിയ വിഭാഗം ജനങ്ങളുടെ പിന്തുണയുണ്ടായിട്ടും, സാഹിത്യത്തിലും സാഹിത്യകാരന്മാരിലും ആ സ്വാധീനമുണ്ടായില്ല - നാടകരംഗത്തും

നോവൽ രംഗത്തും കുറേ കൃതികളുണ്ടായി – അതും പ്രത്യയശാസ്ത്ര സ്വാധീനം കൊണ്ടാണോ അധികാരിവർഗ്ഗത്തിന്റെ പ്രസാദം നേടാനാണോ എന്നൊക്കെ മറ്റൊരപഗ്രഥനത്തിന് വിഷയമാകേണ്ടതാണ്.”

ഏറെക്കുറെ സത്യസന്ധമാണ് സി.പി. ശ്രീധരന്റെ ഈ നിരീക്ഷണമെന്ന് തോന്നിപ്പോകുന്നു. പ്രത്യയശാസ്ത്രത്തിൽ ആകൃഷ്ടരായി എഴുതിത്തുടങ്ങിയ മിക്കവാറും എഴുത്തുകാർ, ആ നിലപാടുകളുമായി വിയോജിക്കുന്നതും പിന്നീട് പ്രത്യയശാസ്ത്രത്തെ ഉപേക്ഷിക്കുന്നതും നാം കണ്ടു. ‘ഇരുപതാം നൂറ്റാണ്ടിന്റെ ഇതിഹാസം’ രചിച്ച അക്കിത്തവും ‘കലയും മാർക്സിസവും’ എന്ന പുസ്തകമെഴുതിയ വി.ടി. ഇന്ദുചൂഡനും തുടങ്ങി നിരവധി പേർ കമ്മ്യൂണിസ്റ്റ് വിരോധികളായി. എം.ആർ. ചന്ദ്രശേഖരനും എം.എൻ. വിജയനും പുറത്തുപോയി. ഇതെല്ലാം സംഭവിച്ചത് പ്രത്യയശാസ്ത്രത്തിന്റെ പോരായ്മകൊണ്ടോ, അത് കൈകാര്യം ചെയ്തവരുടെ അറിവില്ലായ്മ കൊണ്ടോ ആയിരുന്നില്ലെന്ന് പറയാമോ? കൂടുതൽ ആഴത്തിൽ വിലയിരുത്തേണ്ട വിഷയമാണ് ഇതെന്ന് പറഞ്ഞുവെക്കട്ടെ.

കമ്മ്യൂണിസ്റ്റ് പ്രത്യയശാസ്ത്ര നിലപാടുകൾ ഉൾക്കൊള്ളുന്ന ഒരു വിമർശനപദ്ധതി രൂപപ്പെടാനിടയുള്ള സാഹചര്യം മലയാളത്തിൽ ഉണ്ടായിരുന്നു. പക്ഷേ അതു സംഭവിച്ചില്ല. മാർക്സിയൻ നിരൂപണത്തെക്കുറിച്ച് പറഞ്ഞുതുടങ്ങുമ്പോഴേക്കും ഇ.എം.എസിനെ കടത്തിക്കൊണ്ടുവരുന്ന ഒരു ശീലം നാം കാണുന്നു. മാർക്സിസത്തിന്റെ ഉൾക്കാഴ്ച മാർക്സിസത്തിൽ ചെന്നെത്തുന്നതിന് മുൻപ് തന്നെ മാർക്സിസ്റ്റ് സിദ്ധാന്തത്തിന്റെ പ്രകാശം ഇ.എം.എസിൽ പ്രതിഫലിച്ചിരുന്നതായി പി. ഗോവിന്ദപിള്ള ചൂണ്ടിക്കാണിക്കുന്നു. എന്നാൽ ഒരു പുതിയ മാർക്സിസ്റ്റ് വ്യാഖ്യാനം അദ്ദേഹം നടത്തിയിട്ടുപോലുമില്ല. പ്രത്യയശാസ്ത്രത്തിന്റെ പ്രയോഗവും അനുഭവവും ഇ.എം.എസിൽ കാണാമെന്ന് നിരീക്ഷിച്ചവർ ധാരാളമാണ്. എന്നാൽ സാഹിത്യവും കലയും വിലയിരുത്തിയപ്പോൾ അദ്ദേഹം പൊലിപ്പിച്ചു നിർത്തിയത് പ്രത്യയശാസ്ത്രത്തെ ആയിരുന്നില്ല, അതാത് കാലത്തെ പാർട്ടി താല്പര്യങ്ങളായിരുന്നു. ആ നിലപാട് ഇ.എം.എസ്. തന്നെ തുടങ്ങിവെച്ച നിരൂപണമാർഗ്ഗങ്ങളിൽ തടസ്സങ്ങൾ സൃഷ്ടിച്ചതായി കാണുന്നു. വേറൊരു തലത്തിൽ ആലോചിച്ചാൽ, ഇ.എം.എസ്. ആരംഭിച്ച മാർക്സിയൻ നിരൂപണത്തെ അദ്ദേഹം തന്നെ അവസാനിപ്പിക്കുകയായിരുന്നുവെന്ന് വിലയിരുത്തേണ്ടിവരും. മലയാളത്തിലെ മാർക്സിസ്റ്റ് നിരൂപണം ഒരു ചാപിള്ളയായി.

‘രൂപഭദ്രത’ വാദത്തിന്റെ ആവിർഭാവവും അതിന്റെ സ്വാഭാവികമായ നിശ്ചലതയും സൗന്ദര്യശാസ്ത്രപരമായി വിലയിരുത്തുമ്പോൾ ആ സത്യം നമുക്ക് ബോധ്യപ്പെടും. കല കലയ്ക്കുവേണ്ടി എന്നും കല ജീവിതത്തിനുവേണ്ടി എന്നുമുള്ള വാദങ്ങൾ വരുന്നത് പ്രത്യയശാസ്ത്ര ഇടപെടലിന്റെ ഭാഗമായിട്ടാണ്. അതും അധികകാലം നിലനിന്നില്ല.

തുടർന്ന് വന്ന രൂപഭദ്രതാവാദം ഉള്ളടക്കവും രൂപവും തമ്മിലുള്ള ഒരു എഴുന്നള്ളിപ്പ് പ്രശ്നമായി മാറിയത് ചരിത്രത്തിൽ നാം വായിക്കുന്നു. നമ്മുടെ മാർക്സിസ്റ്റ് എഴുത്തുകാർ ഉള്ളടക്കമാണ് പ്രധാനമെന്ന് വിലയിരുത്തുകയായിരുന്നു. കമ്മ്യൂണിസത്തിന് വേരോട്ടമുള്ള ഒരു പ്രദേശമായിരുന്നല്ലോ സോവിയറ്റ് യൂണിയൻ. അവിടെ മഴപെയ്താൽ ഇവിടെ കുട പിടിക്കുന്ന നമ്മുടെ എഴുത്തുകാർ, പക്ഷേ അവിടത്തെ പ്രത്യയശാസ്ത്ര വികാസങ്ങൾ അറിഞ്ഞിരുന്നില്ല. ജോസഫ് മുണ്ടശ്ശേരി രൂപഭദ്രത എന്ന വാക്ക് പ്രയോഗിച്ചതോടെ കമ്മ്യൂണിസ്റ്റ് നിരൂപകർക്ക് ഇരിക്കപ്പൊറുതിയില്ലാതായി. പ്രത്യയശാസ്ത്രസാഹിത്യം ഉള്ളടക്കത്തിന് പ്രാധാന്യം കൊടുക്കുമ്പോൾ കമ്മ്യൂണിസ്റ്റ് സഹയാത്രികനായ മുണ്ട ശ്ശേരി രൂപമാണ് പ്രധാനം എന്നുപറയുന്നതിലെ അനൗചിത്യം അവർക്ക് സഹിക്കാവതായിരുന്നില്ല. അവർ ബഹളം വെച്ചു. എന്നാൽ ഈ നിരൂപ കരും എഴുത്തുകാരും ധരിച്ചുവെച്ച കാര്യങ്ങൾ ചരിത്രപരമായി തെറ്റായി രുന്നു. കമ്മ്യൂണിസ്സത്തിന് പ്രാമുഖ്യമുള്ള സോവിയറ്റ് യൂണിയനിലെ എഴുത്തുകാർ രൂപത്തെ അപ്രധാനീകരിച്ചില്ല. ഉള്ളടക്കത്തിൽ നിന്ന് രൂപത്തെ വേർതിരിച്ചെടുത്ത് പഠിക്കുന്നത് ഉചിതമല്ല എന്ന ആശയ ത്തോടായിരുന്നു അവർക്ക് പ്രിയം. പ്രത്യയശാസ്ത്രപരമായ കാലബോധ ത്തിന്റെ പ്രശ്നമായിട്ടാണ് ഞാൻ ഈ വ്യതിയാനത്തെ കാണുന്നത്. 1928ൽ പുറത്തുവന്ന മെത്‌വേദേവിന്റെ 'ദി ഫോർമൽ മെത്തേഡ് ഇൻ ലിറ്റററി സ്കോളർഷിപ്പ്' എന്ന ഗ്രന്ഥത്തിൽ ഇപ്രകാരം കാണുന്നു: 'A properly marxist poetics must be adequate to the unity of form and content' ആ നിലക്കാണെങ്കിൽ മലയാളത്തിലെ ശരിയായ മാർക്സിയൻ നിരൂപണം ആരംഭിച്ചത് രൂപഭദ്രതാവാദത്തെ തുടർന്നാണ്; മുണ്ടശ്ശേരി യാണ് ആദ്യത്തെ മാർക്സിസ്റ്റ് നിരൂപകൻ. ഈ ഒരു വ്യാഖ്യാനത്തിൽ ഞാൻ തെറ്റുകാണുന്നില്ല. പക്ഷേ എന്നെ അദ്ഭുതപ്പെടുത്തിയത് മറ്റൊന്നാണ്. മാർക്സിയൻ നിരൂപണത്തിൽ ഉള്ളടക്കത്തോടൊപ്പം പ്രാധാന്യം രൂപത്തിനും കൽപ്പിച്ചുകൊടുക്കുന്ന ശൈലി നമ്മുടെ നിരൂപ കർ അറിഞ്ഞില്ല. അറിയാതെയാണ് രൂപഭദ്രതാതർക്കത്തിൽ ഇടപെട്ടതും മുണ്ടശ്ശേരിയെ ശകാരിച്ചതും. വർഷങ്ങൾക്ക് ശേഷം പി. ഗോവിന്ദപ്പിള്ള ആദ്യകാല മാർക്സിസ്റ്റുകാർ നിരക്ഷരരാണ് എന്ന് ധ്വന്യാത്മകമായി പ്രതികരിച്ചതിലെ പൊരുളും നാമിവിടെ അന്വേഷിക്കണം.

"മാർക്സിസ്റ്റ് സൗന്ദര്യശാസ്ത്രം പിൽക്കാലത്ത് വേണ്ടത്ര വളർന്നി ട്ടില്ലാത്തതിനാലും, പടിഞ്ഞാറൻ നാടുകളിലും മറ്റും വളർന്നിടത്തോള മെങ്കിലും മനസ്സിലാക്കാൻ വേണ്ടത്ര പുസ്തകങ്ങളും മറ്റും അന്നത്തെ അസാധാരണ സാഹചര്യത്തിൽ ലഭ്യമല്ലാതിരുന്നതിനാലും രാഷ്ട്രീയ രംഗത്ത് നിലവിലിരുന്ന സങ്കുചിത ധാരണകൾ കൊണ്ടുമായിരിക്കാം ഈ പാളിച്ചകൾ എന്ന് ഇ.എം.എസ്. പിൽക്കാലത്ത് ആർജ്ജവത്തോടെ സമ്മതിച്ചത്."

മാർക്സിസ്റ്റ് നിരൂപണവും സൗന്ദര്യശാസ്ത്രവും സൃഷ്ടിച്ച കുഴപ്പങ്ങളിലേക്കാണ് പി. ഗോവിന്ദപ്പിള്ളയുടെ വിരൽചൂണ്ടൽ. ചങ്ങമ്പുഴയെക്കുറിച്ച് ഇ.എം.എസ്. എഴുതിയ ലേഖനവും രൂപഭദ്രതാതർക്കവും ഇതെഴുതുമ്പോൾ ഈ നിരൂപകനെ വല്ലാതെ അലോസരപ്പെടുത്തിയിരിക്കണം. മാത്രവുമല്ല, രമണന്റെ അമ്പതാം പതിപ്പിനെഴുതിയ അവതാരികയിൽ മറ്റൊരുചോദ്യം കൂടി അദ്ദേഹം ഉന്നയിക്കുന്നു.

"കലയും സാഹിത്യവും എല്ലാം സാമ്പത്തികാടിത്തറയുടെ ഉല്പന്നവും മേൽപ്പുരയുമാണെങ്കിൽ സാമ്പത്തികാടിത്തറ സമൂലം മാറുമ്പോഴും അക്കാലത്തെ സാഹിത്യവും കലയും മനുഷ്യരെ ആകർഷിക്കുകയും ആനന്ദിപ്പിക്കുകയും ചെയ്യുന്നത് എന്തുകൊണ്ട്?"

ഈ ചോദ്യത്തിന് ഉത്തരം അന്വേഷിച്ചുപോയാൽ മാർക്സിസ്റ്റ് നിരൂപകരായി അറിയപ്പെടാൻ ആഗ്രഹിച്ചവർ അവതരിപ്പിച്ച വസ്തുതകൾ മിക്കവാറും തകിടം മറിയുന്നത് അദ്ഭുതത്തോടെ നോക്കിനിൽക്കേണ്ടിവരും. അവരുടെ മഹാകവികൾ കവികളല്ലാതായി മാറും. സമൂഹത്തിന്റെ പ്രതിബദ്ധതയ്ക്ക് ഉദാഹരണമായി ഉയർത്തിക്കാട്ടിയ പുസ്തകങ്ങൾ ചവട്ടുകുട്ടയിൽ സ്ഥാനം തേടിപ്പോവുന്നത് കൗതുകത്തോടെ നോക്കിനിൽക്കേണ്ടിവരും. കൃതിയുടെ ആകർഷണത്തിന്റെ, സൗന്ദര്യമഹിമയുടെ നിർവ്വചനങ്ങൾ മാറിപ്പോകും. അതായത് മാർക്സിന്റെ പരിഗണനയിൽപ്പെട്ട ഘടകങ്ങളല്ല അതിനപ്പുറത്തെ മറ്റു ചില ഘടകങ്ങളാണ് സാഹിത്യത്തെ ആകർഷിക്കുന്നതും നിലനിർത്തുന്നതുമെന്ന് മാർക്സിസ്റ്റ് നിരൂപകർ തന്നെ സന്ദേഹിക്കുകയാണ്. കൃതികൾ എഴുതപ്പെടുന്ന സാഹചര്യം മാർക്സിയൻ നിരൂപണത്തിന്റെ പരിഗണനാവിഷയമായിരുന്നല്ലോ? എന്നാൽ കൃതിയിലെ അർത്ഥമെന്നത് അതിലെ വ്യക്തിനിഷ്ഠാവബോധമാണെന്ന് തെളിയുന്നു. അതിന് ചരിത്രപരവും സാമൂഹികവുമായ അവബോധങ്ങളുമായി ഇഴയടുപ്പമുണ്ട്. അതൊരു വ്യവസ്ഥയെ വിരൽനീട്ടി സ്പർശിച്ചുവെന്നുവരാം. സാഹിത്യകൃതിയുടെ നിലനില്പ് വായനക്കാരിലാണ് എന്ന് തിരിച്ചറിയാതെയും വയ്യ. കേൾവിക്കാരനും പ്രഭാഷകനും തമ്മിലുള്ള വ്യുൽക്രമ(Resiprocal) ബന്ധമാണ് സാഹിത്യകലയുടെ ആനന്ദദായകഘടകം എന്ന് ബാക്തിൻ അടക്കമുള്ള നിരൂപകർ ചൂണ്ടിക്കാണിച്ചിട്ടുള്ളതാണ്. അതാണ് കലയെയും സാഹിത്യത്തെയും കാലാതിവർത്തിയായി നിലനിർത്തുന്നത്. അതുകൊണ്ടാണ് തൊഴിലാളിവർഗ്ഗസാഹിത്യമെന്ന് മുദ്രകുത്തപ്പെട്ട പലകൃതികളും സാമ്പത്തികാടിത്തറ മാറിയിട്ടും വിസ്മൃതമാകാത്തത്. ഈ ആഗോളീകരണകാലത്തും അവ വായിക്കപ്പെടുന്നു. തകഴിയുടെ രണ്ടിടങ്ങഴി പുനർവായിക്കപ്പെടുന്നു, ആ മൂല്യത്തിന്റെ പിൻബലത്തിൽ. ഡോസ്റ്റോവിസ്കിയുടെ നോവലുകളുടെ സൗന്ദര്യം കാലം മാറിയിട്ടും നാം ആസ്വാദിക്കുന്നു. എന്നാൽ പ്രത്യയശാസ്ത്രവും മാർക്സിയൻ സൗന്ദര്യശാസ്ത്രവും പഠിച്ചതിനുശേഷം കേശവദേവ് എഴുതിയ 'ഉലക്ക'

ഈ പുതിയ കാലത്ത് എത്ര പേർ വായിക്കുന്നുണ്ട്? സാഹിത്യത്തിലെ സൗന്ദര്യാംശമെന്നത് അതിന്റെ ഉള്ളടക്കമായി മാറുന്ന വർഗ്ഗസമരമോ പ്രത്യയശാസ്ത്രമോ അല്ല എന്നാണ് ഇതെല്ലാം തെളിയിക്കുന്നത്. എഴുത്തുകാരുടെ അവബോധത്തെ വായനക്കാരുമായി അന്യോന്യം വിനിമയം ചെയ്യാൻ ഉതകുന്നവിധം കൃതിയെ രൂപപ്പെടുത്തുന്നതിലെ തന്ത്രമാണ് സൗന്ദര്യം. അത് രൂപമാണ്. ചിലപ്പോഴത് ഒരു വാക്കായിരിക്കും. മറ്റുചിലപ്പോൾ ഒരനുഭവത്തിന്റെ ആവിഷ്കാരമാകും. ഈ വസ്തുത മനസ്സിലാക്കാൻ ആദ്യകാലത്തെ നമ്മുടെ മാർക്സിയൻ വിമർശകർക്ക് കഴിയാതെ പോയി.

റിയലിസം, സോഷ്യോളജി തുടങ്ങിയ സംജ്ഞകൾ നമ്മുടെ മാർക്സിയൻ നിരൂപകർ രസകരമായി ആവർത്തിച്ചുകൊണ്ടിരിക്കുന്നു. കുടിയൊഴിക്കൽ നിരൂപണം ചെയ്തപ്പോൾ എൻ.വി. കൃഷ്ണവാരിയർ ഇപ്രകാരം എഴുതി: "അത് തൊഴിലാളികളെ ഉശിരുപിടിപ്പിക്കാൻ അവന്റെ ചേരിയിൽ നിന്നെഴുതിയതല്ല. നല്ലത് പലതിനെയും പിഴുതുകളയുന്ന ഒരു രൗദ്രപ്രവാഹമാണിതിലെ വിപ്ലവം." വൈലോപ്പിള്ളിയുടെ കവിതയെ ഒരു പ്രത്യയശാസ്ത്രകവിതയായി കാണാൻ കൃഷ്ണവാരിയർ മടിക്കുന്നു. വിപ്ലവത്തിന് ശേഷമുള്ള നിർമ്മാണത്തിൽ കൂടുതൽ നല്ല മനുഷ്യരെപ്പറ്റി സങ്കല്പിക്കാൻ അതുപകരിക്കുമെന്ന് കൂട്ടിച്ചേർക്കുന്നു. മാർക്സിസത്തോടാണ് അടുപ്പമെന്ന് വരുത്തുകയും അതേ സമയം കവി മനുഷ്യപക്ഷത്താണെന്ന് ഉറപ്പിക്കുകയും ചെയ്യുന്ന ഒരു വൈരുദ്ധ്യാത്മക രീതിയാണ് ചില മാർക്സിയൻ അനുഭാവനിരൂപകന്മാർ അനുവർത്തിച്ചുപോന്നത്. ഇത് ഒരു ഇരട്ടത്താപ്പാണ്. മാർക്സിയൻ നിരൂപണ പദ്ധതിയുടെ അലകും പിടിയും ആ സമീപനം ഊരിയെടുത്തെറിഞ്ഞു. മാത്രവുമല്ല, പ്രത്യയശാസ്ത്രവുമായി ബന്ധപ്പെട്ട ഒരു സൗന്ദര്യബോധം വികസിപ്പിച്ചെടുക്കാൻ ആ നിരൂപകർക്ക് കഴിയാതെയും പോയി. പരാജയത്തിന്റെ ഈ രുചിയറിഞ്ഞ നിരൂപകരെ പിന്നീട് നാം കാണുന്നത് ചില സാംസ്കാരികസംഘടനകളുടെ തലപ്പത്താണ്.

അരനൂറ്റാണ്ടിലേറെക്കാലമായി മാർക്സിസവും തൊഴിലാളിവർഗ്ഗ ജീവിതവും കേരളക്കരയിലുടനീളം ചർച്ച ചെയ്യപ്പെട്ടുവെങ്കിലും പ്രത്യയശാസ്ത്രസാന്നിധ്യമുള്ള ഒരു നിരൂപണം ഉരുത്തിരിച്ചെടുക്കാൻ കഴിഞ്ഞില്ല എന്നതാണ് ഇടതുപക്ഷം വളർത്തിയെടുത്ത പൊതുബോധം. ഇവിടെ ഒരു മാർക്സിയൻ നിരൂപണമേ ഉണ്ടായില്ല. അതിനാൽ മാർക്സിയൻ വിമർശനത്തിന്റെ ഭാവിയെക്കുറിച്ചുള്ള ഒരന്വേഷണത്തിന്റെ അനിവാര്യതയുമില്ല എന്നു ഞാൻ കരുതുന്നു.

ആധുനികതയും ഉത്തരാധുനികതയും നമ്മുടെ സമൂഹത്തിൽ വരികയും പോവുകയും ചെയ്തു. ജീവിതത്തിലും സാഹിത്യത്തിലും അത് സാരമായ മാറ്റങ്ങൾ വിതക്കുകയും ചെയ്തു. ആധുനികത സംസാരിച്ചത് റിയലിസത്തിനെതിരായിട്ടാണ്. ആധുനികത മാർക്സിസത്തിനും

എതിരായിരുന്നു. അതുവരെ പ്രത്യയശാസ്ത്രത്തിന്റെ ശരിതെറ്റുകളെ സംബന്ധിച്ച് കൂടിയാലോചിച്ചിരുന്നവർ ആധുനികതയെ പിന്തുടരാൻ തുടങ്ങി. അവർ അങ്ങിനെ രണ്ടുവിഭാഗങ്ങളായി തിരിയുന്നത് സാഹിത്യ ചരിത്രത്തിൽ നാം കാണുന്നു. കമ്മ്യൂണിസത്തോടായിരുന്നു ആഭിമുഖ്യ മെങ്കിലും സച്ചിദാനന്ദനും എം. മുകുന്ദനും ആധുനികതയുടെ പരിവേഷ മണിഞ്ഞ് പ്രത്യക്ഷപ്പെട്ടു. കെ.പി. ശരത്ചന്ദ്രനും എം.ആർ.സിയു മൊക്കെ ആധുനികതയെ പ്രതിരോധിക്കാൻ അമ്പും വില്ലുമായി സമൂഹ ത്തിലിറങ്ങി നടന്നു. നരേന്ദ്ര പ്രസാദ് ആധുനിക നിരൂപണത്തിന്റെ വക്താവായി. ഈ ഒരു വിഘടനം വാസ്തവത്തിൽ സൗന്ദര്യശാസ്ത്ര പരമായിരുന്നു എന്നാണെന്റെ വിശ്വാസം. പ്രത്യയശാസ്ത്രം പ്രചരിപ്പിച്ച സൗന്ദര്യ ആശയങ്ങളായിരുന്നില്ല ആധുനികരുടേത്. അവർ സാമൂഹിക പ്രതിബദ്ധതയുമായി വിയോജിച്ചു. വായനക്കാർ സ്വതന്ത്രരായിരി ക്കണമെന്ന ആശയം സംവേദനരംഗത്ത് പ്രബലമായത് ആധുനികത യുടെ കാലത്താണ്. അവരുടെ പ്രത്യയശാസ്ത്രം സ്വതന്ത്രമായി വായിക്കുമ്പോൾ ലഭിക്കുന്ന ആനന്ദമാണെന്ന് വന്നു. സാഹിത്യത്തിലെ സ്വതന്ത്രതാവാദവും പ്രതിബദ്ധതാവാദവും തമ്മിൽ ആന്തരികമായും പ്രത്യക്ഷമായും നടന്ന ഈ തർക്കങ്ങൾ കാവ്യാനുഭവത്തെയും രാഷ്ട്രീയബോധത്തെയും കൂട്ടിയിണക്കേണ്ടതിലേക്കുകൂടി ചില നിരൂപകരെ കൊണ്ടെത്തിച്ചിരിക്കണം. ബി. രാജീവന്റെ 'സ്വാതന്ത്ര്യ ത്തിന്റെ സമഗ്രത' എന്ന പുസ്തകത്തിന്റെ ആശയപരമായ പ്രസക്തി തിരിച്ചറിയുന്ന പശ്ചാത്തലമിതാണ്.

കലയും രാഷ്ട്രീയവും തമ്മിലുള്ള അടുപ്പത്തിന്റെ പ്രശ്നം മാർക്സി യൻ മനുഷ്യസങ്കല്പത്തിന്റെ ആഴത്തിൽ വേരുകളുള്ളതും മനുഷ്യനെ ക്കുറിച്ചുള്ള യാന്ത്രികസങ്കല്പത്തെ പാടെ നിഷേധിക്കുന്നതുമാണെന്ന് ബി. രാജീവൻ എടുത്തുപറയുന്നു. കല എന്ത് എന്നുചോദിക്കുന്നതു പോലെ എന്താണ് സൗന്ദര്യമെന്നും ആലോചിക്കാൻ തയ്യാറാവുന്നു. എന്നാൽ മാർക്സിസത്തെ അപ്പാടെ അദ്ദേഹം തള്ളിക്കളയുന്നുമില്ല.

"കലാസൃഷ്ടിയുടെ ധർമ്മം സൗന്ദര്യപരമാണ്. സൗന്ദര്യമാകട്ടെ സത്യത്തിന്റെ വൈരുദ്ധ്യാത്മകമായ കണ്ടെത്തലാണ്. സത്യത്തിന്റെ മാനുഷികതലത്തിലുള്ള സാക്ഷാത്കാരമാണ്. സൗന്ദര്യം ചരിത്രപര മാണ്. ചരിത്രത്തോടൊപ്പം സത്യത്തോടൊപ്പം മുന്നേറാൻ കഴിയുന്ന ഒരു കലാകാരനുമാത്രമേ അയാളുടെ മുന്നിലുള്ള സത്യത്തെ സൗന്ദര്യാത്മ കമായി മാറ്റി മറിക്കാനാകൂ. സത്യവും സൗന്ദര്യവും തമ്മിലുള്ള വിഘടന മല്ല, സത്യവും സൗന്ദര്യവും തമ്മിലുള്ള വൈരുദ്ധ്യാത്മകമായ ഐക്യ മാണിവിടെ സംഭവിക്കുന്നത്."

ആധുനികകലയെ നിർവ്വചിക്കാനുള്ള സുഗമവഴി അന്വേഷിക്കുക യാണ്. മാർക്സിസം-ലെനിനിസത്തോടുള്ള തന്റെ ആഭിമുഖ്യത്തെ മറച്ചുവെച്ചിട്ടില്ല എന്നുതോന്നിപ്പിക്കും വിധം ആധുനികകലയെ

നിർണ്ണയിക്കുകയാണ്. ആധുനിക കവിത കാല്പനികതയെ മറികടക്കുകയാണ് ചെയ്തതെന്നും കവി സ്വയം കണ്ടെത്തുന്നതാണ് ആധുനിക കവിതയെന്നും അദ്ദേഹം വിശദീകരിക്കുന്നു. പോരാത്തതിന് വർഗ്ഗസമരത്തെയും കൂട്ടിന് വിളിക്കുന്നു. ഒരു കാലത്ത് വർഗ്ഗസമരം ഇച്ഛയ്ക്കും ബോധത്തിനും വഴിപ്പെടാത്ത സാമൂഹ്യപ്രതിഭാസമായിരുന്നു. ഇന്നത് മനുഷ്യന് ബോധപൂർവ്വം കൈകാര്യം ചെയ്യാവുന്ന വിഷയമായി മാറിയെന്നാണ് രാജീവന്റെ മതം. 'അബോധ'ത്തിൽ നിന്ന് 'ബോധ'ത്തിലേക്കുള്ള ഈ വർഗ്ഗമാറ്റം, വർഗ്ഗസമരം മാറിപ്പോയതിന്റെ അടയാളപ്പെടുത്തലാണ്. അതിനർത്ഥം മാർക്സിസത്തിന് പ്രസക്തി ഇല്ലാതായി എന്നാണ്. അതൊന്നും ഇപ്പോൾ വിഷയമാക്കേണ്ട പ്രശ്നമല്ല. നിരൂപകനായ രാജീവൻ മാർക്സിയൻ പ്രത്യയശാസ്ത്രത്തിന് അരികുചേർന്ന് മറ്റൊരു കാവ്യപാരായണ സമ്പ്രദായത്തിന് വഴിമരുന്നിടുകയാണ്. പിന്നീട് എപ്പോഴോ 'ആധുനികതയുടെ ചുവന്നവാൽ' എന്ന് നരേന്ദ്രപ്രസാദ് എഴുതിയപ്പോൾ മറ്റൊരു കീഴ്മേൽ മറിയലിന് മലയാള ഭാവുകത്വം അടിമപ്പെടുകയായിരുന്നു. പാർട്ടിയാണ് വലുതെന്നും സംഘടനാപ്രമേയങ്ങളിൽ നിന്ന് സാഹിത്യത്തിന്റെ വിലയിരുത്തൽ സമാരംഭിക്കണമെന്നും ആഗ്രഹിച്ചവർ സംവേദന ചരിത്രത്തിലെ ഇത്തരം മെയ്‌വഴക്കങ്ങൾ കാണാതെ പോയി. മലയാളത്തിലെ മാർക്സിയൻ വിമർശനപദ്ധതി പരാജയപ്പെട്ട ഇടമിതാണ്.

കമ്മ്യൂണിസം കമ്മ്യൂണിസ്റ്റുകാരിൽനിന്നുതന്നെ മടങ്ങിപ്പോവുക; അവർക്ക് തന്നെ അത് മനസ്സിലാവാതെ വരിക; ഈ ഒരു കാലാവസ്ഥയിലാണ് മലയാള നിരൂപണവും സാഹിത്യവും എത്തിനിൽക്കുന്നത്. സോവിയറ്റ് യൂണിയന്റെ തകർച്ചയും ആഗോളീകരണപ്രവണതകളും ജനാധിപത്യത്തിലെ സ്ഥൂലസമീപനങ്ങളും നമ്മുടെ എഴുത്തിനെയും വല്ലാതെ ബാധിച്ചിരിക്കുന്നു. ഉത്തരാധുനികത തീർന്നുവെന്ന് സാഹിത്യത്തെ മുൻനിർത്തി ചിലർ പ്രഖ്യാപിക്കുമ്പോഴും രാഷ്ട്രീയത്തിലും സമൂഹത്തിലും ഉത്തരാധുനികത നിലനില്ക്കുകയാണ് എന്ന് പറയാവുന്നവിധം കാര്യങ്ങൾ കുഴമറിഞ്ഞുകിടക്കുന്നു. ട്യൂണിഷ്യയിലും ഈജിപ്തിലും മറ്റ് ഇസ്ലാമിക രാഷ്ട്രങ്ങളിലും ആവിർഭവിച്ച സമരങ്ങളിൽ ജനാധിപത്യമെന്ന വാക്ക് ആവർത്തിക്കപ്പെടുകയും കമ്മ്യൂണിസം എന്ന വാക്ക് ഒഴിവാക്കപ്പെടുകയും ചെയ്യുന്നു. ഈ ഒരു സാഹചര്യത്തിൽ പഴയകാല മാർക്സിയൻ വഴക്കങ്ങൾക്ക് എന്ത് പ്രസക്തി എന്ന് ചോദിക്കാൻ എഴുത്തുകാരും നിരൂപകരും ആലോചിച്ചുകൊണ്ടിരിക്കുന്നു. അവർ കണ്ടെത്തുന്നത് മാർക്സിയൻ നിരൂപണത്തെ നിയന്ത്രിച്ചിരുന്ന സംഘടനകളും ആശയങ്ങളും തമ്മിലുള്ള സമരമാണ്. അത് വലിയ ഒരു അകൽച്ചയാണ് ഭാവുകത്വത്തിൽ സൃഷ്ടിച്ചുകൊണ്ടിരുന്നത് എന്ന് ഞാനും വിശ്വസിക്കുന്നു. നമ്മുടെ മുഖ്യ ധാരാവിമർശകരിൽ ഒരു വലിയ വിഭാഗം പ്രത്യയശാസ്ത്രവിരുദ്ധരായിരുന്നു.

കൃതിയിലെ സൗന്ദര്യാംശത്തോടായിരുന്നു അവർക്ക് ആഭിമുഖ്യം. അപരസമൂഹത്തിലുണ്ടായ മാർക്സിയൻ വിമർശനരീതികൾ ഉൾക്കൊള്ളാനും അതിനനുസരിച്ച് സാഹിത്യകൃതികൾ വായിച്ചെടുക്കാനും ശ്രമിക്കുന്ന അപൂർവ്വം നിരൂപകരും മലയാളത്തിലുണ്ട്. നവമാർക്സിസത്തിന്റെയും ഗറില്ലാ കമ്മ്യൂണിസത്തിന്റേയും അന്തർധാരകൾ പരിഭാഷപ്പെടുത്തുന്നതിൽ അവർ ശ്രദ്ധ ചെലുത്തുന്നു. അൽത്തൂസർ, ഫൂക്കോ, ഹെബർമാസ് തുടങ്ങിയ നവചരിത്രവാദത്തിന്റെ എഴുത്തുകാരെ പരിചയപ്പെടുത്തുന്ന ചില കൃതികൾ ഇടക്കാലത്ത് പുറത്തുവരികയുണ്ടായി. അവരുടെ സിദ്ധാന്തങ്ങളുമായി നാം പരിചയപ്പെട്ടു. എന്നാൽ ഇത്തരം ആശയനവീകരണങ്ങളുടെ സാധ്യതകൾ ഉപയോഗപ്പെടുത്തി നമ്മുടെ സാഹിത്യകൃതികൾ പുനർവായിക്കാനും അതുവഴി ഒരു പുതിയ നിരൂപണ പദ്ധതിക്ക് തുടക്കമിടാനും ആർക്കെങ്കിലും സാധ്യമായോ? എന്റെ ചോദ്യം തങ്ങൾ മാർക്സിസ്റ്റുകളാണ് എന്ന് സ്വയം പരിചയപ്പെടുത്തുന്ന നിരൂപകരോടാണ്. സാംസ്കാരികവിമർശനമെന്നും സ്ത്രീവാദമെന്നും ദളിത് വാദമെന്നും ഉറക്കെപ്പറഞ്ഞ് പ്രത്യയശാസ്ത്രത്തിന്റെ അരികുപറ്റി നടക്കുകയാണ് മറ്റുചിലർ. എന്തുചെയ്യാം? എന്നിട്ടും അവർ പറയുന്നു; തങ്ങളാണ് മാർക്സിസ്റ്റ് നിരൂപണം എഴുതുന്നത് എന്ന്.

തൻപാഠം: മേൽക്കൂരമാറുമ്പോൾ അടിത്തറ മാറണം എന്ന ശീർഷാസന സുഖത്തിലാണ് ഇന്നത്തെ മാർക്സിസ്റ്റ് പഠിതാക്കളും അനുഭാവികളും. എന്റെ മിത്രം ബാബു വാസുദേവൻ ഇന്ന് നമ്മോടൊപ്പമില്ല. അദ്ദേഹമുണ്ടായിരുന്നെങ്കിൽ 'അടിത്തറയും മേൽപ്പുരയും' എന്ന പ്രയോഗം ആവർത്തിക്കുമെന്നാണ് എന്റെ വിശ്വാസം. ഉറച്ച പ്രത്യയശാസ്ത്രവാദിയായിരുന്നു അദ്ദേഹം. പക്ഷേ കാലം മാറിക്കഴിഞ്ഞിരിക്കുന്നു. പ്രത്യയശാസ്ത്രം ജീർണ്ണമായി. പ്രത്യയശാസ്ത്രം ഒന്നല്ല പലതുണ്ട് എന്ന് ഈ നൂറ്റാണ്ട് വ്യക്തമാക്കിക്കഴിഞ്ഞു. അതിനാൽ മാർക്സിയൻ നിരൂപണത്തിനും പലതായിരിക്കാനേ കഴിയൂ. അതിനാൽ മാർക്സിസ്റ്റ് നിരൂപണം എന്നത് അപ്രായോഗികവും അപ്രധാനവുമെന്ന് ചിന്താലോകം അടയാളപ്പെടുത്തിയിരിക്കുന്നു.

■

ജീവൽസാഹിത്യം: കാലവും സൗന്ദര്യവും

പുരോഗമനം ഒരു പഴയ വാക്കാണ്; അർത്ഥം തേഞ്ഞുപോയ വാക്ക്. ഇടതുപക്ഷ ബുദ്ധിജീവികളും രാഷ്ട്രീയക്കാരും അതിന്റെ അർത്ഥം നഷ്ടപ്പെടുത്തിക്കളഞ്ഞിരിക്കുന്നു. ആവശ്യത്തിനും അനാവശ്യത്തിനും ഉപയോഗിച്ചുകൊണ്ടിരിക്കുന്ന ഒരു വസ്തു ചീത്തയാവുന്നതുപോലെ. പുരോഗമനമെന്ന വാക്കും ചീത്തയായി. അതൊരു എഴുത്ത് സംജ്ഞയല്ലാതായി. ഒരർത്ഥത്തിൽ അതിന് നമ്മുടെ ഇടതുപക്ഷ ബുദ്ധിജീവികളോടു നന്ദിപറയണം. പ്രോഗസ്സീവ് എന്ന വാക്കിന്റെ പരിഭാഷയ്ക്ക് എല്ലാ നന്മയും നഷ്ടപ്പെട്ടതോടെ, പഴയ കാലത്ത് ഉപയോഗിച്ച് ഒരു പദം - ജീവൽസാഹിത്യം - കൂടുതൽ തെളിഞ്ഞുവരുകയാണ്.

'പുരോഗമന'ത്തെക്കാൾ സൗന്ദര്യം 'ജീവൽസാഹിത്യ'ത്തിനുണ്ട് എന്ന് ഇപ്പോൾ തോന്നിപ്പോകുന്നു. അത് പിണറായിയെന്നും വി.എസ്. എന്നും വേർതിരിക്കപ്പെട്ടിട്ടില്ലല്ലോ. മുപ്പതുകളിൽ ഇ.എം.എസും കൂട്ടാളികളും കുറച്ചുകാലം ഉപയോഗിച്ചു എന്നല്ലാതെ വേറെ അപകടമൊന്നും ജീവൽസാഹിത്യമെന്ന വാക്കിനോ ആശയത്തിനോ സൗന്ദര്യത്തിനോ സംഭവിച്ചിട്ടില്ല. പക്ഷേ, ഉപയോഗിക്കപ്പെട്ട പരിസരം അപ്പാടെ മാറിയിരിക്കുന്നു. കലയിലും സാഹിത്യത്തിലും അനിവാര്യമായിക്കഴിഞ്ഞ മാറ്റത്തെ ജീവോന്മുഖം എന്നു വ്യവഹരിക്കാനായാൽ അതിനു കാലികമായ അർത്ഥവ്യക്തത കൈവരുകയും ചെയ്യും.

പഴയ ജീവൽസാഹിത്യത്തിലേക്കു നമുക്കു തിരിഞ്ഞുനോക്കാം. "പുരോഗതിയുടെ ആവേശകരമായ സന്ദേശമാണ്" ജീവൽസാഹിത്യം നൽകുന്നതെന്ന വാദം അക്കാലത്ത് പ്രബലമായിരുന്നു. പരിസരങ്ങളിൽ നിന്നകന്നുള്ള കലാനിർമ്മാണത്തെ അതു ചോദ്യം ചെയ്തിരുന്നു. അങ്ങനെയാണെങ്കിൽ പുതിയ കാലത്തെ ജീവൽസാഹിത്യമോ? ജനാധിപത്യത്തിന്റെ ആവേശകരമായ സന്ദേശമാണ് ഈ ജീവൽസാഹിത്യത്തിന്റെ ജീവനെന്ന് നമുക്കു വ്യവഹരിക്കാം. ഒപ്പം ജനാധിപത്യത്തെയും നിർവചിക്കേണ്ടി വന്നേക്കും. ഇടതുപക്ഷ പ്രസ്ഥാനങ്ങൾ ആഹ്ലാദത്തോടെ

ആവർത്തിക്കുന്ന ജനാധിപത്യം - അതിൽ വ്യക്തിസ്വാതന്ത്ര്യമില്ല; വ്യക്തിസ്വാതന്ത്ര്യം കമ്യൂണിസം അംഗീകരിക്കുന്നില്ല എന്നതിനാൽ - അല്ല ഇത്. കലാകാരന്റെ വ്യക്തിത്വമാണ് അവന്റെ കലയുടെ രൂപത്തെയും ഭാവത്തെയും തിട്ടപ്പെടുത്തുക. അതിനാൽ കല ആവശ്യപ്പെടുന്ന ജനാധിപത്യത്തിൽ കലാകാരന്റെ വ്യക്തിപരമായ സ്വാതന്ത്ര്യബോധം സർഗ്ഗാത്മകമായി സൗന്ദര്യത്തിൽ ഇടപെടുന്നുണ്ട്. അത് ആവശ്യപ്പെടുന്ന ജനാധിപത്യമാണ് പുതിയ ജീവൽസാഹിത്യകലയുടെ ജീവൻ.

കലയുടെ ആവിഷ്കാരത്തിൽ എഴുത്തുകാരന്റെ പരിസരങ്ങൾ പ്രതിബിംബിക്കാതെ വരില്ല. ഏതു കാലത്തെ എഴുത്തും അംഗീകരിക്കുന്ന വസ്തുതയാണത്. 'ജീവൽസാഹിത്യവും സൗന്ദര്യബോധവും' എന്ന പ്രബന്ധത്തിൽ ഇ.എം.എസ്. എഴുതുകയുണ്ടായി: "ലോകത്തിൽ രണ്ടു തരം ശക്തികൾ കാണാം. ലോകത്തെ മുന്നോട്ടു കൊണ്ടുപോകുന്നത് ഒന്ന്. പിറകോട്ടു പിടിച്ചുവലിക്കുന്നതൊന്ന്." ഈ ശക്തികളെ മുൻനിറുത്തിയാണ് കലാകാരന്റെ ചേരിയെക്കുറിച്ച് നിർണ്ണയിച്ചതും എഴുത്തിനെ നിർവചിച്ചതും. പിറകോട്ട് പിടിച്ചുവലിക്കുന്ന ശക്തികളിൽ സാമ്രാജ്യത്വം, ഫാഷിസം, നാടുവാഴിപ്രഭുത്വം, മുതലാളിത്തം എന്നിവ ഉൾപ്പെടുന്നു. അതിനെതിരെയാണ് കമ്യൂണിസ്റ്റുകളും പുരോഗമനവാദികളും നിലയുറപ്പിച്ചിരുന്നത്. എന്നാൽ ഇന്നത്തെ ലോകസാഹചര്യം എന്താണ്? ദുഷ്ടശക്തികൾക്കിടയിൽ സാമ്രാജ്യത്വവും ഫാഷിസവുമുണ്ട്. കൂട്ടത്തിൽ കമ്യൂണിസവും ആൾദൈവ പ്രത്യയശാസ്ത്രങ്ങളും കയറിക്കൂടിയിരിക്കുന്നു. മറുവശത്ത് സ്വാതന്ത്ര്യം, ദേശീയത, ജനാധിപത്യം, സോഷ്യലിസം എന്നിവ കാണുന്നു. നമ്മുടെ സമൂഹത്തെ സൂക്ഷ്മമായി വിശകലനവിധേയമാക്കിയാൽ സോഷ്യലിസത്തിനും സ്വാതന്ത്ര്യത്തിനുംവേണ്ടി നിലകൊള്ളുന്ന ആശയ പ്രസ്ഥാനങ്ങളുടെ ചില വേരുകളെങ്കിലും ഫാഷിസത്തിലേക്കും മുതലാളിത്തത്തിലേക്കും നീണ്ടുചെല്ലുന്നതായി അനുഭവപ്പെടും. നമ്മുടെ കമ്യൂണിസം മുതലാളിത്തവുമായി സന്ധി ചെയ്തുകഴിഞ്ഞു. ജ്യോതിബസു അടക്കമുള്ള കമ്യൂണിസ്റ്റ് നേതൃത്വം ഇപ്പോൾ പറയുന്നത് മുതലാളിത്തത്തിനു കീഴ്പ്പെട്ടു കഴിഞ്ഞ സമരോത്സുകതയെക്കുറിച്ചാണ്. ഈ പ്രത്യയശാസ്ത്രത്തിലേക്കു സൂക്ഷിച്ചുനോക്കൂ. അവിടെ ഫാഷിസത്തിന്റെ വെളിച്ചമുണ്ട് എന്നു പറയാവുന്നവിധം കാര്യങ്ങൾ കീഴ്മേൽ മറിഞ്ഞു. ആ മട്ടിൽ ഇടതുപക്ഷ ബുദ്ധിജീവികൾ തന്നെ സംസാരിക്കാൻ തുടങ്ങിയിരിക്കുന്നു. മതവർഗ്ഗീയതയുമായി വിപ്ലവാശയവാദികൾ അടുക്കാൻ തുടങ്ങിയിരിക്കുന്നു. മതവർഗ്ഗീയതയുമായി വിപ്ലവാശയവാദികൾ അടുക്കാൻ തുടങ്ങിയതിന്റെ വർത്തമാനമാണ് ഉയർന്നു കേൾക്കുന്നത്. ഇതെല്ലാം കൂട്ടിവായിക്കുമ്പോൾ മുതലാളിത്തത്തിന്

എതിർഭാവമായി രൂപപ്പെട്ടതെല്ലാം പരസ്പരം ലയിച്ച് ഇല്ലാതായി എന്നു തോന്നുകയും ചെയ്യും.

സാഹിത്യത്തിലെ ഭിന്നിപ്പിക്കലിനെക്കുറിച്ചുള്ള വർത്തമാനങ്ങൾ കേട്ടുകൊണ്ടാണ് മുപ്പതുകളിൽ ജീവൽസാഹിത്യം ഉണർന്നത്. ആ ഭിന്നിപ്പ് കേൾവി മാത്രമായി മാറിയിരിക്കുന്നു. കലാനിർമാണം കലയ്ക്കു വേണ്ടി മാത്രമാണെന്ന വാദം ഇന്നാരെങ്കിലും തിരിച്ചുകൊണ്ടുവരും എന്ന് ഞാൻ വിശ്വസിക്കുന്നില്ല. സൗന്ദര്യം ചരിത്രപരമായ ഒരു യാഥാർത്ഥ്യമാണെന്നും അതിനു സമൂഹത്തിൽ നിന്ന് വേറിട്ട സ്വത്വ മില്ലെന്നും എല്ലാവർക്കുമറിയാം. യാഥാസ്ഥിതികമല്ല സൗന്ദര്യവാദം എന്നാണ് താത്പര്യം. അതായത് സൗന്ദര്യബോധത്തിന്റെയും കലയു ടെയും പൊതു താത്പര്യത്തിന്റെയും തലത്തിൽ ജനാധിപത്യം ആവശ്യപ്പെടുന്ന മറ്റൊരു ജ്ഞാനമണ്ഡലം രൂപപ്പെടുകയാണ്. ആഗോള സമൂഹം ആത്മാർത്ഥമായും നമ്മെ ക്ഷണിച്ചുകൊണ്ടുപോകുന്നത് ഒരു ഭിന്നിപ്പില്ലായ്മയിലേക്കാണ്. എന്നാൽ നേരിയ ഇടർച്ചകളില്ലാതെ ഒരു സമൂഹമില്ല എന്ന യാഥാർത്ഥ്യം സാഹിത്യം തിരിച്ചറിയുന്നു. പുതു തായി ഒരു ഭിന്നിപ്പില്ലാതെ എങ്ങനെ മുന്നോട്ടു പോകും എന്നാണ് ചോദ്യം. ജനാധിപത്യപരമായ ഒരു ഭിന്നിപ്പ് രൂപപ്പെട്ടു കഴിഞ്ഞിരിക്കുന്നു എന്നാണ് പുതിയ ജീവൽസാഹിത്യം ഓർമ്മപ്പെടുത്തുന്നത്. അതായത് ജനാധിപത്യവും ജനാധിപത്യം ആഗ്രഹിക്കുന്ന ബഹുസ്വര സൗന്ദര്യവു മായിരിക്കും പുതിയ ഭിന്നിപ്പിന്റെ അടയാളങ്ങൾ. അതിനെതിരായ കലയും സാഹിത്യവും ജീവൽസാഹിത്യമാവില്ല. ജനാധിപത്യപരമായ ഒരു സൗന്ദര്യബോധം നിർമ്മിച്ചെടുക്കണമെന്ന് ഈ സാഹിത്യം ആവശ്യപ്പെടുന്നു. ആ സൗന്ദര്യബോധത്തിന്റെ അടിസ്ഥാനത്തിൽ പാരമ്പര്യത്തെ, ഭൂതകാല കൃതികളെ നമുക്കു വായിക്കാം. അത് കല യുടെ സ്വീകാര്യതയാണ്. ജീവിതത്തെ, അതിന്റെ പരിസര യാഥാർത്ഥ്യ ങ്ങളെ സമഗ്രതയിൽ വിശകലനം ചെയ്യാൻ അത് കലാകാരനെ പ്രാപ്ത മാക്കും.

ഇവിടെ ഉണ്ടാകുന്ന എല്ലാ പ്രതിബന്ധങ്ങളെയും തട്ടിയകറ്റുകയാണ് യഥാർത്ഥമായ സ്വാതന്ത്ര്യം. ഈ സ്വാതന്ത്ര്യം ആഗ്രഹിക്കാത്ത കഥ യില്ല, കവിതയില്ല, ഒരു കലയുമില്ല. മാത്രവുമല്ല ഈ സ്വാതന്ത്ര്യത്തിന്റേ തായ ഒരു ജനാധിപത്യവും അതിന്റേതായ ഒരു ഭാഷയും ഉണ്ട്. ഈ ഭാഷയും സ്വാതന്ത്ര്യവും ആവിഷ്കരിക്കപ്പെടുന്ന ചില കൃതികളെങ്കിലും ചരിത്രത്തിൽ നിന്ന് കണ്ടെടുക്കാൻ കഴിയും. അവ അവഗണിക്കപ്പെട്ട വയാകാം. ഒരുപക്ഷേ, സാമൂഹിക ജീവിതമാകാം ആ കൃതികളുടെ അവഗണനക്കാസ്പദം. അത്തരം കൃതികളെ വായനയുടെ പുത്തൻ ജീവി തത്തിലേക്കു വീണ്ടെടുക്കുക എന്നത് പ്രധാനമായ കാര്യമാണ്. പഴമ

പുരണ്ട കല, പുതുമ പുരണ്ട കല എന്നല്ല – മനുഷ്യജീവിതത്തെയും ജീവിത യാഥാർത്ഥ്യത്തെയും തിരിച്ചെടുക്കലാണ് എഴുത്തിലെ ജനാധിപത്യരീതി. സ്വാതന്ത്ര്യത്തിന്റെ തത്ത്വചിന്തയെ അടിസ്ഥാനപ്പെടുത്തിയുള്ള സമീപനമാണ് എഴുത്തിന്റെ സാക്ഷാൽ ജീവിതമാവുക. ചുറ്റുപാടുകൾ കാണുക. കടംവന്ന് ആത്മഹത്യയിലേക്കു നിപതിക്കുന്ന കർഷകർ, വർഗ്ഗീയതയുടെ ദുസ്സഹതകൾ പേറുന്ന മനുഷ്യർ, കാല്പനികതയുടെ ഭാരം ചുമക്കുന്ന സ്വപ്നജീവികൾ, അതിരുവത്കരിക്കപ്പെട്ട കീഴാളനും സ്ത്രീകളും, ആൾദൈവങ്ങൾക്കു മുന്നിൽ ചുംബനത്തിനും ആലിംഗനത്തിനും വേണ്ടി ക്യൂ നിൽക്കുന്നവർ – നമ്മുടെ ഇപ്പോഴത്തെ സമൂഹചിത്രത്തിൽ ഇതെല്ലാം അടങ്ങുന്നുണ്ട്. അറിവ് ലോകത്തിന്റെ പുതിയ ഉത്പന്നങ്ങളായി നാം ഇടപെടുന്നു. പ്രത്യയശാസ്ത്രങ്ങളുടെ ശിഥിലത വേദനിപ്പിക്കുന്ന വിധം കരാളമായി മാറിയിരിക്കുന്നു. ഓരോ സമൂഹവും മാറുമ്പോൾ പ്രധാനമായും ഉന്നയിക്കപ്പെടാറുള്ള ഒരു ചോദ്യമുണ്ട്: ആരാണ് പുതിയ മനുഷ്യൻ? പുതിയ പൗരൻ ഉത്തരം യഥാവിധി ലഭിക്കുമെന്ന് വിശ്വസിക്കാൻ പാകതയുള്ള സമൂഹമല്ലാതായോ നമ്മുടേത്?

ഓരോ വ്യക്തിയിലേക്കും ചൂഴ്ന്ന് നോക്കുക. അയാൾ പഴയപോലെ തന്റേടത്തോടുകൂടി സംസാരിക്കുന്നത് കേൾക്കുന്നേയില്ലല്ലോ. സമൂഹത്തിന്റെ പരിസരങ്ങളെ ഒരതിർത്തിവരെ മാറ്റാൻ വിധിക്കപ്പെട്ടവൻ, അതിനു വ്യക്തമായ രൂപം കൊടുക്കാൻ നിയോഗിക്കപ്പെട്ടവൻ – എന്നിട്ടും നമ്മുടെ പുതിയ പൗരൻ പകച്ച് വരണ്ട് മൗനിയായി മാറിപ്പോയിരിക്കുന്നു. ഒന്നുകൂടി സൂക്ഷ്മമായി പരിശോധിക്കുക: പുറത്തേക്കു മാത്രം അവൻ നിസ്സംഗനായിരിക്കുന്നു. അകത്ത് എന്തെല്ലാമോ നീറിപ്പുകയുന്നുണ്ട്. പ്രതികരിക്കണമെന്നുണ്ട്. എന്തു ചെയ്യാം. ചോദ്യങ്ങൾ പുറത്തേക്കു വരാതെ അടഞ്ഞുനിൽക്കുന്നു. ഇന്നത്തെ പൗരൻ ആരെയാണ് ഭയക്കുന്നത്? ഇയാൾ വാസ്തവത്തിൽ ആഗോളീകൃത പൗരനേയല്ല. നമ്മുടെ രാഷ്ട്രീയവും സമൂഹത്തിൽ നിറഞ്ഞുനിൽക്കുന്ന വർഗ്ഗീയതയും മറ്റനേകം വിഭാഗീയതയും ഓരോ പൗരനെയും മാറ്റിക്കൊണ്ടിരിക്കുന്നു. ഈ പൗരനെ നിങ്ങളെങ്ങനെ നിർവചിക്കും? ഉള്ളിൽ പ്രക്ഷുബ്ധനും പുറമേക്ക് നിസ്സംഗനുമായി മാറിയ പുതിയ കേരളീയ പൗരൻ സാഹിത്യത്തിലും കലയിലും കടന്നുവരുന്നുണ്ടോ എന്നാണ് പുതിയ ജീവൽസാഹിത്യം ആരായുന്നത്. ഈ നിസ്സംഗതയും ഈ പ്രക്ഷുബ്ധതയും ഭയരഹിതമായ ഒരു സ്വാതന്ത്ര്യത്തിന്റെ വീണ്ടെടുപ്പിന് ആവശ്യപ്പെടുന്നു. പുരോഗമനത്തിന്റെ ശരിയായ അർത്ഥത്തെ നിഷ്ഠുരമായി കൊലചെയ്തത് ഈ ഭയത്തിന്റെ രൂപമാണ്. സമൂഹത്തിൽ ഭയം വിതച്ച് നൂറുമേനി കൊയ്യാമെന്ന രാഷ്ട്രീയ നീതി ചോദ്യം ചെയ്യപ്പെടുമെന്ന് ഈ വീണ്ടെടുപ്പ് ഓർമ്മപ്പെടുത്തും. അത് എഴുത്തിന്റെ ജനാധിപത്യമായ തീരുമാനമാണ്. കല എത്രമാത്രം

സുന്ദരമായാലും, അതിൽ എത്രമാത്രം സൗന്ദര്യമുണ്ടായാലും സമൂഹ ത്തിലെ ഭയപ്പാടു മാറ്റാനുള്ള സ്വാതന്ത്ര്യമായി കല മാറുമ്പോൾ മാത്ര മാണ് അത് ജീവൽസാഹിത്യമാകുന്നത്. പഴയ പുരോഗമനചിന്തയുടെ ആളുകൾ അതു സ്വീകരിക്കാൻ ഇടയില്ല. അതുകൊണ്ട് ഈ പുരോഗ മന സാഹിത്യത്തെ എതിരിടുന്നതാണ് ജീവൽസാഹിത്യം.

ചുരുക്കത്തിൽ ഇടതുപക്ഷ ബുദ്ധിജീവികൾ പ്രാതിനിധ്യരൂപമായി ചൂണ്ടിക്കാണിക്കുന്ന പാർട്ടി സാഹിത്യങ്ങളെ ജീവൽസാഹിത്യം തിര സ്കരിക്കുന്നു. ആവിഷ്കാരത്തിന്റെ ജനാധിപത്യ സൗന്ദര്യത്തെ ഈ സാഹിത്യം സാക്ഷാത്കരിക്കുന്നു.

■

ധൈഷണിക യുദ്ധങ്ങൾ

ഭാവനയുടെയും വസ്തുതകളുടെയും ലോകത്ത് കുലീനമായ ഒരു പിടിച്ചെടുക്കലിനുവേണ്ടി ഒരുങ്ങുന്നതോടെയാണ് സാഹിത്യനിരൂപകൻ സകലവിധ ശൈഥില്യങ്ങളിൽ നിന്നും മോചിതനാവുന്നത്. അയാളുടെ സാമ്രാജ്യം വായനയുടേതാണ്. ആ ലോകത്തിൽ നിരന്തരം നടത്തിക്കൊണ്ടിരിക്കുന്ന സമരങ്ങളുടെ ഭാവമാർജ്ജിക്കുമ്പോൾ ഈ പിടിച്ചെടുക്കൽ കലയായിത്തീരുന്നു. ചുറ്റുപാടുള്ളതെല്ലാം തനിക്കന്യമല്ലെന്ന തോന്നലുകളിൽ നിന്ന് ഉളവാകുന്ന, ഈ ഭാവത്തെ കൗതുകത്തോടെയാണ് റൊളാങ്ങ് ബാർത്ത് വീക്ഷിക്കുന്നത്. പുസ്തകങ്ങളുടെ ലോകം തനിക്കന്യമല്ലെന്ന അവസ്ഥയുടെ ചായ്‌വിലാണ് വിമർശകൻ വസ്തുതകൾ സ്വന്തമാക്കാൻ ശ്രമിക്കുന്നത്. വിമർശനത്തിലെ ഈ നിലപാടിനെ ക്ഷോഭമെന്നും പ്രക്ഷോഭമെന്നുമൊക്കെ ചിലർ വിശേഷിപ്പിച്ചു കണ്ടിട്ടുണ്ട്. സാഹിത്യകൃതിയുടെ അവബോധവും വിമർശകന്റെ മനസ്സും തമ്മിലുള്ള കല്പിതമായ ഈ ഗുസ്തി സ്വതന്ത്രമായ ഒരു വ്യവസ്ഥയിൽ പ്രവേശിക്കാനുള്ള ഒരു പൊരുതലാണ്. സാഹിത്യബാഹ്യമായ നിറക്കൂട്ട് പകരാൻ മാത്രം ശ്രദ്ധിക്കുമ്പോൾ, ഈ ലോകത്തെ വേണ്ടവിധത്തിലറിയാൻ കഴിയാതെ പോവുകയും ചെയ്യും.

എഴുത്തുകാരന്റെ ലോകമല്ല, നിരൂപകൻ പിടിച്ചെടുക്കാനായുന്ന ലോകം. കൃതിയിലെ വാക്കുകൾക്കും വരികൾക്കും പുരാവൃത്ത സംജ്ഞകൾക്കുമിടയിലാണ് എഴുത്തുകാരന്റെ ലോകം തെളിഞ്ഞിരിക്കുന്നത്. അവിടെയാണ് നിരൂപകൻ പരതുന്നത്. വേറൊരാൾക്കും വളരെ വേഗത്തിൽ എത്തിപ്പെടാൻ കഴിയാത്ത അവസ്ഥ അയാളുടെ മനസ്സിൽ നീറിക്കിടപ്പുണ്ടെന്ന് തുടക്കത്തിൽ നാമറിയുന്നില്ല. സാഹിത്യകൃതിയിൽ നിരൂപകൻ നടത്തുന്ന ഈ പരതൽ വികസിച്ച് ഒരു സാഹിത്യസംഭവമാകുമ്പോഴാണ് വിമർശനത്തെ അറിയുന്നത്. നിരൂപണ കലയിലെ ഒരു സന്ധ്യ ഇവിടെ അവസാനിക്കുന്നു. ഒരു പുലർകാലത്തിന്റെ വരവ് പ്രത്യക്ഷപ്പെടുന്നു. വാൾക്കർ ഗിബ്സൻ, ജോർജ് പുലെ, വോൾഫോങ് ഐസർ, എലിസബത്ത് ഫ്രൂൺഡ് തുടങ്ങിയ അഭാരതീയരുടെ നിഗമനങ്ങൾ വായിക്കുമ്പോൾ 'ന്യൂ ക്രിട്ടിസിസ'ത്തിന്റെ വഴിയിൽ ഇരുൾ പരന്നു

തുടങ്ങിയെന്ന് നാം പതുക്കെ മനസ്സിലാക്കുന്നു. നിരൂപണത്തിന്റെ പുതിയ ദിശ വെളിപ്പെടുകയാണ്. വായനക്കാരൻ മാറുന്നതിനനുസരിച്ച് പാഠവും അർത്ഥവും മാറുന്നുവെന്ന അറിവ്, മലയാള വിമർശനകലയിലെ പുതിയ വഴിത്തിരിവാകുകയാണ്.

എന്നാൽ ഇതൊന്നും മനസ്സിലാക്കാതെയാണ് ചില നിരൂപകർ അധമബോധത്തിലേക്കു ചെന്നുചാടുന്നത്. ഗുണപരമായ മാറ്റങ്ങൾ ഉൾക്കൊള്ളാൻ എല്ലാ മനസ്സുകൾക്കും കഴിയണമെന്നില്ല. അതേസമയം സാഹിത്യകലയിലുണ്ടാവുന്ന വിശുദ്ധമായ എല്ലാ പരിണാമങ്ങളും ഞങ്ങളോടൊപ്പം മാത്രമേ വരാവൂ എന്നു ശഠിക്കാൻ തുടങ്ങിയാലോ? നമ്മുടെ വലിയൊരു ശാപമാണത്. "സർഗ്ഗാത്മക സാഹിത്യത്തിന്റെ പിറകെ നടക്കുക എന്ന പതിവ് ഉപേക്ഷിച്ച് അതിനൊപ്പം നീങ്ങുക എന്ന ലക്ഷ്യം വീണ്ടെടുത്തിരിക്കുന്നു" എന്ന് ഒരു നവനിരൂപകൻ എഴുതിക്കണ്ടു. സർഗ്ഗാത്മക സാഹിത്യത്തോടൊപ്പം നടക്കലാണോ വിമർശനകലയെ സംബന്ധിക്കുന്ന മുന്തിയ കാര്യം? അല്ലെങ്കിൽ സാഹിത്യത്തിന് ഒരടി മുന്നിൽ നടക്കാനല്ലേ നിരൂപണകലയ്ക്കു കഴിയേണ്ടത്? വിമർശകന്റെ പിടിച്ചെടുക്കൽ എന്ന സൗന്ദര്യക്രിയ പൂർണ്ണമാവുക അപ്പോൾ മാത്രമായിരിക്കും.

ആധുനിക നിരൂപണത്തിന് അത്രത്തോളം ഉയരാൻ കഴിയുന്നുണ്ടോ?

നിരൂപണ ചരിത്രത്തിൽ ഇടക്കാലത്തെങ്കിലും ആ പ്രതീക്ഷയുടെ വഴി ഒരുങ്ങിയതായിക്കാണാം. മുണ്ടശ്ശേരിയും മാരാരും അഴീക്കോടും ഭാസ്കരൻ നായരും നിരൂപണത്തിന്റെ വഴി തെളിയിക്കാൻ ശ്രമിച്ചിരുന്നു. ആ വഴി സിദ്ധാന്തത്തിന്റേതാണ്. ബാഹ്യമായ പരിഗണനകൾ വിമർശനത്തിൽ സ്വീകരിച്ചപ്പോൾ പോലും സൂക്ഷ്മമായ നിലപാടുകളും ആ നിലപാടുകളിൽ ആത്മാർത്ഥതയും അവർ സൂക്ഷിച്ചതായിക്കാണാം. സൗന്ദര്യശാസ്ത്രപരമായ നിലപാടുകളിൽ സത്യസന്ധനും ആത്മാർത്ഥതയുള്ളവനുമാകാനാണ് വിമർശകനു കഴിയേണ്ടത്. പോയ കാല തലമുറയിലെ നിരൂപകരെ യാഥാസ്ഥികരെന്നു വിളിച്ചാക്ഷേപിച്ച ആധുനിക നിരൂപകർക്ക് അതിനു കഴിഞ്ഞുവോ?

നവനിരൂപകർ മാരാർക്ക് നേരെ എടുത്തെറിഞ്ഞ ആദ്യത്തെ പരാതി നമുക്ക് പരിശോധിക്കാം. സമകാലിക സാഹിത്യത്തോട് കുട്ടിക്കൃഷ്ണ മാരാർക്ക് പ്രതികരിക്കാൻ കഴിഞ്ഞില്ല, അല്ലെങ്കിൽ അദ്ദേഹം നിരൂപണത്തിൽ നിന്ന് സമകാലിക സാഹിത്യത്തെ ഒഴിച്ചു നിർത്തി എന്നതാണ് അത്. മാരാരുടെ മനസ്സിലും ഒരു പൊരുതൽ നടന്നിരുന്നു. കല ജീവിതത്തിനു വേണ്ടിയാണോ എന്ന പ്രസക്തമായ ചോദ്യത്തെയാണ് മാരാർ നേരിട്ടത്. ഭാരതപര്യടനത്തിന്റെ രചന അദ്ദേഹത്തെ കൊണ്ടെത്തിച്ചത് കല ജീവിതത്തിനു വേണ്ടിയാണെന്ന തീർപ്പിലാണ്. കർണ്ണനെപ്പറ്റി പ്രതിപാദിക്കുന്ന അവസരത്തിൽ മനുഷ്യന്റെ നിലനില്പിനെ ശാശ്വതീകരിക്കുന്നത് അവന്റെ ബലമാണെന്ന് മാരാർ സൂചിപ്പിക്കുന്നു. അത് വെറും

കായികബലമല്ല. മനസ്സിന്റെ ബലമാണ്. ജീവിതമാകട്ടെ ആ ബലമാർജ്ജിക്കാനുള്ള പോരാട്ടമാണ്. കലയിലും ആ യുദ്ധം അനിവാര്യമാണ് എന്നാണ് മാരാരുടെ നിഗമനം.

കേരളീയ ജീവിതത്തിന്റെ ജലാംശം സ്വീകരിക്കുന്ന നമ്മുടെ എഴുത്തുകാരെല്ലാം നേരിടുന്ന പ്രധാനപ്പെട്ട പ്രശ്നവും മറ്റൊന്നല്ല. ബലദൗർബല്യങ്ങൾ തമ്മിലുള്ള മൽപ്പിടുത്തം ജീവിതത്തിന്റെ ആത്മാവാണ്. കേശവദേവിന്റെ 'റൗഡി' എന്ന കഥാപാത്രത്തെ ഓർത്തുപോവുന്നു. 'പരമു' എന്ന ദുർബലനായ മനുഷ്യൻ റൗഡിയായി പരിണമിച്ചതിന്റെ ദാർശനികപൊരുൾ അതാണ് തെളിയിക്കുന്നത്. നമ്മുടെ നൈതികതയുടെ പ്രബലമായ ഒരംശത്തെ പിടിച്ചെടുക്കുകയാണ് മാരാർ ചെയ്തത്. ഈ നൈതികതയിന്മേൽ ചവിട്ടിനിന്ന് 'ബല'ത്തെക്കുറിച്ചന്വേഷിക്കുന്ന മാരാർ വാസ്തവത്തിൽ സമകാലിക ഭാവനയുടെ ഇടനിലങ്ങളിൽ ഒരിടത്തു തന്നെയാണ് നിൽക്കുന്നത്. മുണ്ടശ്ശേരിയിലാകട്ടെ, ഈ പിടിച്ചെടുക്കലും അതിന്ന് വേണ്ടിയുള്ള യുദ്ധവും മറ്റൊരു രീതിയിലാണ് സംഭവിച്ചത്. കലയുടെ സാമൂഹ്യധർമ്മവും രൂപബോധവും തമ്മിലുള്ള ഒരു ഗുസ്തി അദ്ദേഹത്തിന്റെ വിമർശകപ്രതിഭയുടെ ഗതിയെ ഭംഗിയായി നിയന്ത്രിച്ചിരുന്നു. സാഹിത്യ കാലാവസ്ഥകളുമായി ചേർത്തുവെച്ചാണ് രൂപം ഭദ്രമായിരിക്കണമെന്ന് മുണ്ടശ്ശേരി സിദ്ധാന്തിച്ചത്.

മറ്റൊരു സന്ദർഭംകൂടി പരിശോധിച്ചു നോക്കാം. ജി. ശങ്കരക്കുറുപ്പിന് ജ്ഞാനപീഠം ലഭിച്ച അവസരത്തിൽ വീറോടെ ഉയർന്നുവന്ന ഒരു ചോദ്യമുണ്ട്: "ജോസഫ് മുണ്ടശ്ശേരി ഇനി എന്തു ചെയ്യും...? മാരാർ എന്തു ചെയ്യും...? വിമർശനകല ഏതു കാലത്തും നേരിട്ടേക്കാവുന്ന സമരസൂചന ഇതിലുണ്ട്. ജി.യേയും അദ്ദേഹത്തിന്റെ കവിതയേയും വിമർശിച്ചുപോന്നിരുന്ന മാരാർക്കും മുണ്ടശ്ശേരിക്കും ഈ പുരസ്ക്കാരലബ്ധിയോടെ പടം താഴ്ത്തേണ്ടിവന്നില്ലേ എന്ന സന്ദേഹം അക്കാലത്ത് വായനക്കാരിൽ ഉണർന്നുണ്ടായോ? എന്നാൽ ഈ നിരൂപകർ ഈ സന്ദേഹത്തെ ഇല്ലായ്മ ചെയ്യുന്നതിനു വേണ്ടി ഒന്നും ചെയ്തു കണ്ടില്ല. സ്വാർജ്ജിതമായ ബലമുള്ളപ്പോൾ പ്രതിരോധം എന്തിന് എന്നാകാം അവർ ആലോചിച്ചുപോയത്. രണ്ടു ദശകങ്ങൾക്കപ്പുറം നടന്ന ഈയൊരു യുദ്ധം ഇവിടെ സ്മരിച്ചത്. മാരാർ-മുണ്ടശ്ശേരി എന്നീ വിഗ്രഹങ്ങളെ ഉയർത്തിക്കൊണ്ടുവരാനല്ല. മലയാള നിരൂപണത്തിലെ മറ്റുചില ഉൾപ്പിരിവുകൾകൂടി ചൂണ്ടിക്കാണിക്കാനാണ്. കവി നടത്തുന്ന ധാർമ്മികവും നിയതവുമായ സമരത്തിന്റെ അടയാളം അവന്റെ രചനകളാണ്. അവാർഡുകളല്ല. പുരസ്കാരങ്ങൾ ബാഹ്യമായ പരിഗണനകൾ മാത്രമാണ്. അതുകൊണ്ടുതന്നെ പുരസ്ക്കാരങ്ങളെ മുൻനിർത്തി നിരൂപകന് ആശയങ്ങൾ പടുത്തുയർത്തുക പ്രയാസമാണ്. സ്വരൂപിച്ചുവെച്ചിട്ടുള്ള അഭിപ്രായങ്ങൾക്ക് മറുപടിയാകുന്നില്ല അത്. സ്വാർജ്ജിതമായ അനുഭൂതി പരമ്പരകൾ കൊണ്ടും വായനയുടെ കർമ്മത്താലും കെട്ടിപ്പടുക്കുന്ന

വ്യവസ്ഥകളുമായി ഒരു കൃതി യോജിക്കുന്നുണ്ടോ ഇല്ലയോ എന്ന തെരഞ്ഞെടുപ്പാണ് നിരൂപകർ നടത്തുന്നത്. അതിന്നിടയിൽ ചില സൗന്ദര്യാംശങ്ങളെ തന്റേതാക്കാൻ പരിശ്രമിക്കുകയും ചെയ്തെന്നു വരാം.

നിരൂപകന്റെ സ്വാതന്ത്ര്യം അയാൾ വേണ്ടത്ര പ്രയോജനപ്പെടുത്തിയിട്ടുണ്ടോ എന്നതാണ് പ്രശ്നം. പഴമ, പുതുമ എന്നിങ്ങനെയുള്ള വേർതിരിവുകൾക്കു നേരിയ പ്രാധാന്യമേയുള്ളൂ. മാരാർ പഴയ കൃതികളെക്കുറിച്ച് മാത്രമേ എഴുതിയിട്ടുള്ളൂ എന്നു വേവലാതിപ്പെടുന്നവരും കഴിഞ്ഞ കുറേ വർഷങ്ങളായി ആംഗലേയ സാഹിത്യത്തിൽ സംഭവിച്ച മാറ്റങ്ങൾ ഉൾക്കൊള്ളാത്തതിൽ രോഷം കൊള്ളുന്നവരും മനസ്സിലാക്കേണ്ട ചില പെരുമാറ്റ രീതികളുണ്ട്. ചെറുപ്പക്കാരായ നിരൂപകരുടെ ലേഖനങ്ങൾ വായിക്കാനും, കഴിയുമെങ്കിൽ ഉദ്ധരിക്കാനും മടികാണിച്ചിട്ടില്ലാത്ത വിമർശകനായിരുന്നു മാരാർ എന്നറിയണം. കലയുടെ രഹസ്യങ്ങൾ പിടിച്ചെടുക്കാൻ കഴിയലാണ് വിമർശനമെന്ന തിരിച്ചറിവ് പകർന്നുനൽകുക വഴിയാണ് മാരാർ മലയാളത്തിന്റെ പ്രതിഭാബലമായത്.

ചില്ലറ വഴക്കുകൾ നമ്മുടെ സമകാല നിരൂപണത്തിൽ നടക്കുന്നുണ്ട്. എന്നാൽ സർഗ്ഗാത്മക സാഹചര്യങ്ങൾ അത്രത്തോളം അനുകൂലമാണ് എന്നു തോന്നുന്നില്ല. സർഗ്ഗാത്മകഭൂമിയിൽ യുദ്ധങ്ങൾ ആവിർഭവിക്കുമ്പോൾ മാത്രമാണ് സാഹിത്യത്തിലെ കാലാവസ്ഥ മാറുന്നത്. ഭാവുകത്വം വികസിക്കുന്നത്. ഇത്തരമൊരു സാഹചര്യം ഇവിടെ ഉണ്ടാവുകയാണെങ്കിൽ നമ്മുടെ നവനിരൂപകർ എന്തു ചെയ്യുമെന്ന് ആലോചിക്കേണ്ടതാണ്. 'സി.ജെ. തോമസും എം. ഗോവിന്ദനും നാം സാധാരണ വ്യവഹരിക്കുന്ന അർത്ഥത്തിൽ സാഹിത്യനിരൂപകന്മാരായിരുന്നില്ലെന്ന്' എഴുതാൻ ചുളുക്ക് കാണിക്കുകയില്ല. അതേ അവസരത്തിൽ മലയാള നിരൂപണം കണ്ട രണ്ടു പ്രതിഭകളായിരുന്നു ഗോവിന്ദനും സി.ജെയുമെന്ന് പ്രസംഗിക്കുമായിരുന്നു. ചങ്ങമ്പുഴയുടെ 'സ്പന്ദിക്കുന്ന അസ്ഥിമാട'ത്തിന് കേസരിയെഴുതിയ തുച്ഛമായ അവതാരികയെടുത്ത് ഉദ്ധരിച്ച്, കേസരി എന്തായിരുന്നില്ലയോ, അതായിരുന്നുവെന്ന് സമർത്ഥിക്കാൻ മിനക്കെട്ടുവെന്നുംവരാം. ഇങ്ങനെ അദ്ഭുതങ്ങൾ സൃഷ്ടിക്കുന്ന വിചിത്ര ജീവികളുടെ രംഗമായി മലയാള നിരൂപണം അധഃപതിച്ചുകൊണ്ടിരിക്കുകയാണ്. ഈ വിധമുള്ള കാഴ്ചപ്പാടുകളും നിഗമനങ്ങളും അവതരിപ്പിക്കൽ തങ്ങളുടെ ബാദ്ധ്യതയായി കൊണ്ടുനടക്കുന്ന നിരൂപകർ പ്രകടിപ്പിക്കുന്ന തിടുക്കമാണ് ആപൽക്കരം.

വി. രാജകൃഷ്ണൻ എന്ന നിരൂപകന്റെ സാഹിത്യ നിലപാടുകൾ ശ്രദ്ധിച്ചു നോക്കുക. ഒരു കഥാകൃത്തിനോടു പ്രതികരിച്ചുകൊണ്ട് അദ്ദേഹം എഴുതി: "ബോർഹേസിന്റെയും സക്കറിയയുടെയും എം.പി. നാരായണപ്പിള്ളയുടെയും സ്വാധീനതാംശങ്ങൾ കൂട്ടിച്ചേർത്ത് ഭേദപ്പെട്ട രണ്ടോ മൂന്നോ കഥകൾ എഴുതിയതിനുശേഷം വഴിമുട്ടിനിൽക്കുന്ന നമ്മുടെ ചില കാഥികന്മാർക്ക് വീര്യമുള്ള മരുന്നുകൾ വേണ്ടിവരും." ഈ

വാക്യം കൊണ്ട് അദ്ദേഹം ഉദ്ദേശിച്ചത് വിശദീകരിക്കാനല്ല എന്റെ ശ്രമം. പ്രയോഗശൈലിയുടെ ആഴത്തിലെവിടെയോ പ്രതിഫലിച്ചുനിൽക്കുന്ന ഒരു രഹസ്യമില്ലേ..." സക്കറിയയോടു കൂടി മലയാള കഥ അവസാനിച്ചുവെന്ന് പറയാൻ പാകത്തിൽ ഒരു മാനസികാവസ്ഥ സൃഷ്ടിക്കുകയായിരുന്നോ വിമർശക പ്രതിഭ ചെയ്തത്? അല്ലെങ്കിൽ മലയാളത്തിലെ നവീനകഥ വികാസത്തിന്റെ പാതയിലല്ലെന്ന് ധ്വനിപ്പിക്കാനുള്ള സാഹസമാണോ അദ്ദേഹം ഇവിടെ നടത്തിയത്? പുതിയ കഥയെ വിശേഷിപ്പിക്കാൻ പുതിയ സംജ്ഞ തേടി ഊരുചുറ്റി ഒടുവിൽ 'ഖസാക്കി'ലെ ഒരു സംജ്ഞയിൽത്തന്നെ അടിഞ്ഞ നിരൂപകനാണ് വി. രാജകൃഷ്ണൻ. വേറൊരവസരത്തിൽ പുതിയ തലമുറയിലെ കാഥികരെപ്പറ്റി മറ്റുള്ളവർ എഴുതുന്നതും പറയുന്നതും തീരാത്ത അവജ്ഞയോടെയും പുച്ഛത്തോടെയും നോക്കിക്കണ്ടത് ഓർമ്മയിലെത്തുന്നു. അതായത് മലയാളത്തിലെ സൂക്ഷ്മഭേദങ്ങൾ മനസ്സിലാക്കുന്നതിനേക്കാൾ എളുപ്പം പോയകാലത്തെ വിഗ്രഹങ്ങൾ എടുത്ത് പൊടിതട്ടി വയ്ക്കലാണെന്ന് ചിലർ ധരിക്കുന്നുണ്ട്. അതിനെ വിമർശനകലയായും പരിഗണിച്ചുപോരുന്നു. വ്യത്യസ്ത രീതിയിലുള്ള വായനകളില്ലാതെ ബിംബങ്ങളെ പുനഃപ്രതിഷ്ഠിക്കാൻ നടത്തുന്ന സമീപനങ്ങൾ ജീർണ്ണമാകാനാണ് സാദ്ധ്യതയുള്ളത്. നമ്മുടെ നിരൂപകരുടെ നിലപാടുകൾ ഊർജ്ജസ്വലമാകേണ്ടതിന്റെ സൂചനകൾ ധാരാളമാണ്.

ദൈവവും ചെകുത്താനും തമ്മിലുള്ള പോര് നടന്നുകൊണ്ടിരിക്കുന്ന സമൂഹമാണ് അമേരിക്കയുടേതെന്ന് റൊളാങ്ങ് ബാർത്ത് സൂചിപ്പിക്കുകയുണ്ടായി. ഇതുപോലൊരു സംഘട്ടനം നമ്മുടെ സമൂഹത്തിലുമില്ലേ. ദൈവികാനുഭൂതിയുടെയും യാഥാർത്ഥ്യങ്ങളുടെയും സമരഭൂമിയായി കേരളീയ മനസ്സിനെ വിശദീകരിക്കാൻ ചിലപ്പോഴൊക്കെ തോന്നിയിട്ടുണ്ട്. തങ്ങൾക്കിഷ്ടപ്പെട്ടതെടുത്ത് വിഗ്രഹമാക്കി പൂജിക്കാനും അവയുടെ ബലത്തിൽമാത്രം ധൈഷണിക വ്യായാമങ്ങൾ നടത്താനുമുള്ള ആഗ്രഹം വരുന്നത് ഈ സമരത്തിന്റെ ഭാഗമായിട്ടാണ്. കുമാരനാശാനിലും 'പി'യിലും ഈ സംഘർഷം ഞാൻ കാണുന്നു. സച്ചിദാനന്ദന്റെ കവിതകളിലും ദൈവികാനുഭൂതിയും പൊള്ളുന്ന യാഥാർത്ഥ്യങ്ങളും തമ്മിലുള്ള പോരാട്ടമുണ്ട്. ആ കവിതയുടെ ഘടന തന്നെയാണ് അതിനു തെളിവാകുന്നത്.

പോയകാലത്തെ വിഗ്രഹങ്ങളെടുത്ത് തുടച്ച് മണത്ത് പൊലിപ്പിക്കാനുള്ള ശ്രമങ്ങൾ നിരൂപണ പ്രതിഭയ്ക്കു നേരെയുള്ള യുദ്ധമാണ്. അത്തരം ധൈഷണിക യുദ്ധങ്ങളാണ് നിരൂപണത്തിലാവശ്യം. വിഗ്രഹങ്ങളുടെ തണലിലുള്ള ജീവിതമല്ല വിമർശകന്റേത്.

■

അഴീക്കോടിന്റെ രാമൻ

രാമൻ വാത്മീകിയുടെയോ നാരദന്റേയോ? ഇതെന്തൊരു ചോദ്യമാണെന്ന് ആർക്കെങ്കിലും തോന്നിക്കൂടായ്കയില്ല. രാമായണരാമൻ വാത്മീകിയുടേതാണ്. നമുക്ക് രാമൻ പരിചിതമായത് രാമായണത്തിൽ നിന്നാകയാൽ, നാം ആ രാമനെ കാലങ്ങളായി ധ്യാനിച്ചും ആദരിച്ചും പോരുന്നു. എന്നാൽ വാത്മീകിയ്ക്ക് രാമനെ എവിടെ നിന്നാണ് കിട്ടിയത് എന്ന് ആലോചിച്ചുനോക്കുക. ഈ രാമന് മുൻപ് മറ്റൊരു രാമനുണ്ടായിരുന്നു; നാരദൻ അറിഞ്ഞതും പറഞ്ഞതും. 'ആരുണ്ടീ ലോകത്തിൽ ഗുണവാനും വീര്യവാനുമായിട്ട്' എന്നാണ് വാത്മീകി നാരദനോട് ആരാഞ്ഞത്. അതിന് ഇക്ഷ്വാകുവംശത്തിൽ പിറന്നവനും രാമനെന്ന പേരിൽ 'ജനൈഃ ശ്രുത'നുമായ ഒരു നരനുണ്ടായിരുന്നു എന്നായിരുന്നു നാരദന്റെ മറുപടി. നാരദൻ വിശദീകരിച്ചുകൊടുത്ത രാമനാണ് വാത്മീകി രാമായണത്തിലൂടെ ലോകത്തിനായി സമ്മാനിച്ച കഥയിലെ കഥാപാത്രം. നാം ആരാധിക്കുന്നതും ആദരിക്കുന്നതും ആ രാമനെയാണ്.

നാരദന്റെ മറുപടിയിൽ 'നരൻ' എന്ന് പ്രയോഗിച്ചുകാണുന്നു. ചോദ്യത്തിലും നരശബ്ദമുണ്ടായിരുന്നു. ഈ നരശബ്ദങ്ങളെ വിശകലനം ചെയ്യുന്ന അഴീക്കോട്, നാരദൻ എന്ന സംജ്ഞയ്ക്ക് പുതിയ അർത്ഥം നല്കാൻ മെനക്കെട്ടതായി കാണുന്നു. നരനെക്കുറിച്ചുള്ള അറിവ് നല്കുന്നവനാണ് നാരദൻ. അങ്ങിനെയെങ്കിൽ വാത്മീകിയും നാരദന് സമനാണ്. 'നരൻ' എങ്ങനെയിരിക്കണമെന്നാണ് രാമായണവും നല്കുന്ന സൂചന. ആയതിനാൽ ഈ കാര്യം നാരദനിൽ നിന്ന് പകർന്നുകിട്ടിയ അറിവിന്റെ തുടർച്ചയാണ്. രാമനെ സംബന്ധിച്ച അറിവ് നാരദനിൽ തുടങ്ങി വാത്മീകിയിലൂടെ ലോകത്തേയ്ക്ക് വികസിക്കുകയായിരുന്നു. അങ്ങനെ രാമായണം വിശ്രുതമാവുകയും നാരദ രാമൻ മറവിയിലേക്ക് പിൻതള്ളപ്പെടുകയും ചെയ്തിരിക്കുന്നു. വാത്മീകിയുടെ രാമൻ വിശുദ്ധനായ ഒരു നരൻ മാത്രമാണെന്ന് കരുതാമോ? 'ഞാനെന്ന മർത്തനെന്നോർപ്പൂ' എന്ന് രാമൻ തന്നെ സ്വയം പ്രസ്താവിക്കുന്നുണ്ട് രാമായണത്തിൽ ഒരിടത്ത്. സീത അഗ്നിപ്രവേശം നടത്തിയ

സന്ദർഭത്തിൽ ബ്രഹ്മദേവാദികളുടെ ചോദ്യത്തിന് മറുപടിയെന്ന രീതിയിലാണ് ആ പ്രസ്താവം. രാമൻ ദശരഥപുത്രനാണ്; അതിനാൽ മനുഷ്യപുത്രനുമാണ്. അഥവാ നരൻ തന്നെ. അതേസമയം, രാമായണത്തിൽ ഒന്നുരണ്ടിടത്ത് മഹാവിഷ്ണുവിന്റെ അവതാരമായി രാമനെ ചിത്രീകരിക്കുന്നതായും കാണാം, ബാലകാണ്ഡത്തിലും മറ്റും. ഒരേസമയം മനുഷ്യനും അവതാരവുമാണ് എന്ന വിശ്വാസം പുലരണമെന്ന താല്പര്യത്തിലാണോ ആ രീതിയിലുള്ള ചിത്രീകരണം എന്ന് വ്യക്തമല്ല. രാമചരിതം നിരൂപണ വിധേയമാക്കിയവരെ ഈ രണ്ടു ഭാവങ്ങളും അലട്ടിയിരിക്കണമെന്നുതന്നെയാണ് എന്റെ വിശ്വാസം. രാമനെ ദൈവമായി ആരാധിക്കുന്നവരും രാമായണകാവ്യത്തിലെ ഒരു കഥാപാത്രമായി നെഞ്ചോട് ചേർക്കുന്നവരും രാമായണത്തിന് വേറിട്ട പാഠങ്ങൾ ആകൃതിപ്പെടുത്തിയെടുത്തു എന്നതാണ് വസ്തുത. അതിനാൽ രാമവൈവിധ്യം പാരായണങ്ങളിൽ സംഭവിക്കുകയും ചെയ്തിരിക്കുന്നു. അത് രാമകഥാവായനയുടെ ചരിത്രം നമ്മെ ബോധ്യപ്പെടുത്തുകയും ചെയ്യുന്നു.

അഴീക്കോടിന്റെ രാമനിലേക്ക് പ്രവേശിക്കുന്നതിന് മുൻപായി മാരാരുടെ രാമനിരൂപണം ഒന്ന് ശ്രദ്ധിക്കുന്നത് ഗുണകരമാകുമെന്ന് പ്രതീക്ഷിക്കട്ടെ. രാമകഥാചരിതം മുൻനിർത്തി വികസിച്ചുവരുന്ന ഒരു പഴയ രാമപാഠമുണ്ട്: രാമന്മാർ അനേകം കാണാം, പക്ഷേ, സീത ഒന്നേയുള്ളൂ എന്ന നിലപാടാണ് പ്രധാനം. സ്വാമി വിവേകാനന്ദനാണ് ഈ പാഠത്തിന്റെ ഉപജ്ഞാതാവ്. ഈ നവീനകാലത്ത് ആ ആശയത്തിനെത്രത്തോളം പ്രസക്തിയുണ്ടെന്നത് പരിശോധിക്കേണ്ട മറ്റൊരു വസ്തുതയാണ്. 'വാത്മീകിയുടെ രാമൻ' എന്ന ലേഖനത്തിൽ അതിന്റെ ഒരു ഫലശ്രുതി എന്ന മട്ടിലാണോ മാരാർ രാമചന്ദ്രനെ വായിച്ചത്? അതെന്തായാലും യഥാർത്ഥ രാമനിൽ നിന്ന് തുടങ്ങി കുമാരനാശാന്റെ സീതയിൽ ചെന്നാണ് മാരാരുടെ നിരൂപണം അവസാനിക്കുന്നത്. രാമായണം വായിച്ചവരെല്ലാം അവരുടേതായ രാമനേയും സീതയേയും നിർമ്മിച്ചെടുക്കുന്നതിൽ ദത്തശ്രദ്ധരായിരുന്നു. ഒരു നിരപേക്ഷനായ രാമനെ മാരാർ വരഞ്ഞുവെയ്ക്കുന്നു. വാത്മീകിയുടെ രാമൻ വസ്തുതാപരമായി ചിന്തിച്ചാൽ നിരപേക്ഷനാണ് എന്നാണ് വാദം. തന്റെ ജീവിതത്തിന്റെ പ്രധാന സന്ദർഭങ്ങളിലെല്ലാം അദ്ദേഹം പെരുമാറിയത് ആ വിധമായിരുന്നത്രെ. കൈയ്ക്കൽ വന്നുചേർന്ന രാജലക്ഷ്മിയെ അച്ഛന്റെ ഇംഗിതമനുസരിച്ച് തട്ടിത്തെറിപ്പിക്കുകയും തുടർന്ന് കാട്ടിൽ താമസിക്കാൻ പോകുകയും ചെയ്ത പൗരനാണ് വാത്മീകിയുടെ രാമൻ. അതിന്റെ പേരിൽ രാമൻ പ്രശസ്തനുമായി. സീതാപരിത്യാഗം അത്ര വലിയ കുറ്റമായി രാമന്റെ മേൽ നാമാരും ചാർത്തിക്കൊടുക്കാറില്ല.

രാമനെ 'നിരപരാധനും മഹാത്മാവു'മായി അവതരിപ്പിക്കുകയായിരുന്നില്ല കവി ലക്ഷ്യമെന്ന് മാരാർ അഭിപ്രായപ്പെടുന്നു. അത് വേറിട്ട ഒരു വായനയായിരുന്നു. സീതാപരിത്യാഗം ഒരു കുറ്റമാണെങ്കിൽ, ആ കുറ്റമെല്ലാം രാമന്റെ സ്വഭാവത്തിൽ ഉൾച്ചേർന്നിരിപ്പുള്ളതാണ്. ആ യാഥാർത്ഥ്യമാണ് വാത്മീകി തന്റെ കാവ്യത്തിൽ തെളിയിക്കാൻ ശ്രമിച്ചത്. ഈ നിലപാടുമായി ചേർന്നുനിന്നുകൊണ്ട് ആശാന്റെ 'ചിന്താവിഷ്ടയായ സീത'യുടെ ആഭ്യന്തരപൊരുളിലെത്താൻ കുട്ടികൃഷ്ണമാരാർ വഴി തേടുന്നു. മാരാർ എഴുതുന്നത് കേൾക്കുക :

"അസാധാരണാനുഭവങ്ങളോടുകൂടിയ ഒരു ജീവിതത്തിന് ശേഷം ദുഷ്പ്രാപമായ പരമപദത്തിലേക്ക് പ്രസ്ഥിതമായ ആ ധന്യാത്മാവിനോട് വിനീതനായ ഒരു മഹാകവി 'വിശ്വവിഖ്യാതമാവാനിരിക്കുന്ന ഈ ചരിത്രത്തെപ്പറ്റി അങ്ങേയ്ക്ക് പറയുവാനുള്ളതെന്താണ്? 'എന്ന് ചോദിച്ചപ്പോൾ കിട്ടിയ സമാധാനമാണ് 'ചിന്താവിഷ്ടയായ സീത'.

രാമചരിതം വായിച്ച് കവി ഒരസമാധാനത്തിലായിരുന്നു എന്നും അതിൽ നിന്ന് മോചിതനാവാൻ സ്വയമേവ ഒരു ചോദ്യം കണ്ടെത്തി എന്നും ഈ വാക്യം നമ്മെ ധരിപ്പിക്കുന്നു. രാമകഥയാണ് ചരിത്രമെങ്കിൽ മഹാകവി കുമാരനാശാനാണ്. രാമചരിതം വായിച്ച് മനസ്സ് അല്പം കലുഷമായ ആശാൻ സർഗ്ഗാത്മകമായ ഒരു സമാധാനം തേടിയത്, സീതയുടെ ചരിതത്തിലാണ്, അവളുടെ മനഃസാന്നിദ്ധ്യത്തിലാണ്. ചില രാമായണ സന്ദർഭങ്ങളിൽ മങ്ങിപ്പോവുന്ന രാമനെ നമുക്ക് കാണേണ്ടിവരുന്നു. ആ രാമനെ സീത ഭംഗിയായി മനസ്സിലാക്കുന്നു. അത് സീതയെ യാത്രാവചനം ചൊല്ലാൻ പ്രേരിപ്പിക്കുന്നു. അതുകൊണ്ടാണ് മാരാർ പറഞ്ഞത്; 'വാസനകളെ വെവ്വേറെ വിളിച്ച് ഒടുക്കത്തേതായി യാത്രാവചനം ചെയ്യുന്നതെന്ന്.' രാമന്റെ അരികിലേയ്ക്ക് ചെല്ലാൻ സീത ആഗ്രഹിക്കുന്നേയില്ല; രാമനെ തന്റെ അരികിലേക്ക് ക്ഷണിക്കുകയാണ് സീത ചെയ്യുന്നത്. കവിയുടെ ബോധപൂർവ്വമായ ഒരാഖ്യാന കൗതുകം ഇതിലുണ്ടെന്ന് എനിക്ക് തോന്നുന്നു. മങ്ങലേറ്റ രാമനെ സീതയുടെ അരികിൽ കൊണ്ടെത്തിച്ചത് കവിയുടെ മനോധർമ്മമാണ് എന്ന് വ്യാഖ്യാനിച്ചാലും തെറ്റില്ല. ദിവാകരനെ നളിനിയുടെ അരികിലെത്തിച്ച ആശാൻ തന്നെയാണ് രാമനെ സീതയുടെ അരികിലെത്തിക്കുന്നത് എന്ന കാര്യം ശ്രദ്ധേയമാണ്. ദുഷ്യന്തനെ ശകുന്തളയുടെ അടുത്തേക്ക് ഇറക്കികൊണ്ടുവന്ന കാളിദാസനേയും നാം ഇവിടെ ഓർത്തുപോവും. അന്തർവാസനകളെ വേർതിരിച്ചെടുത്ത് വിളിച്ചടുപ്പിക്കുന്ന ഇതിനെ അറിഞ്ഞാൽ മാത്രമേ വാത്മീകിയുടെയും കാളിദാസന്റേയും ആശാന്റെയും സീതമാരെ മനസ്സിലാക്കാൻ പറ്റൂ. ആരുടെ സീതയായാലും ഒരു സ്ത്രീ എന്ന നിലയ്ക്ക്

അവർ ഇടപെടുന്നത് രാജ്യാധികാരത്തിനും പ്രവാസത്തിനും ഇടയിലുള്ള ഒരു സമൂഹത്തിലാണ്. രാമന്റെ കാട്ടിലെ ജീവിതം ഏതാണ്ട് പ്രവാസ തുല്യമായ അനുഭവമായിരുന്നല്ലൊ. രാവണൻ തട്ടിക്കൊണ്ടുപോയപ്പോൾ കുറച്ചുസമയത്തേക്കെങ്കിലും സീതയും പ്രവാസിയായി മാറിയത് നാം രാമായണത്തിൽ വായിക്കുന്നു. ഇന്നത്തെ പ്രവാസസംസ്കാരവുമായി തട്ടിച്ചുനോക്കേണ്ടതില്ലെങ്കിലും ആ അവസ്ഥകൾ രാമനെ അടുത്തറി യാൻ പര്യാപ്തമായേക്കും എന്നാണ് എന്റെ പക്ഷം. രാമൻ ഈ കാവ്യ ത്തിൽ സീതയുടെ വരൻ മാത്രമാണ്, പരിചാരകൻ എന്ന് പറഞ്ഞാലും അതിശയോക്തിപരമാവില്ല. അങ്ങിനെയാണെങ്കിൽ രാമൻ നല്ല ഭർത്താ വാണോ എന്ന് ചോദിച്ചേക്കാം. അല്ല എന്ന ഉത്തരമായിരിക്കും ഒരു പക്ഷെ, രാമായണത്തിന്റെ സൂക്ഷ്മവായന നമുക്ക് നല്കുക. വലിയ വരുടെ കാഴ്ചപ്പാടിൽ സീത മാതൃകാഭാര്യയാണ്. ഈ വൈരുദ്ധ്യം രാമനും സീതയും തമ്മിൽ നടക്കേണ്ട ഒരു സംവാദത്തിലേയ്ക്ക് വായ നക്കാരെ കൊണ്ടുപോയേക്കാം. സീത സ്ത്രീകളനുഭവിക്കുന്ന സംഘർഷ ങ്ങളുടെ പ്രതിരൂപമാണ് എന്ന് ഗാന്ധിജി പറഞ്ഞത് ഈ സാഹചര്യ ത്തിന്റെ പിൻബലത്തിലായിരിക്കാം. എന്നാൽ എന്നെ അദ്ഭുതപ്പെടുത്തു ന്നത് മറ്റൊരു സംഗതിയാണ്. അത് രാമചരിതത്തിനുണ്ടായ വിവിധ പാഠ ങ്ങളിലൂടെ കടന്നുപോയപ്പോൾ ഉണ്ടായ അനുഭവമാണ്.

രാമായണത്തിൽ ആർക്കാണ് പ്രാമുഖ്യം? രാമനോ സീതയ്ക്കോ? അതിന് കവിവാക്യങ്ങൾ ഉദ്ധരിച്ച് സമാധാനം കണ്ടെത്തേണ്ട കാര്യമില്ല. വാത്മീകി രാമായണത്തിൽ സീതയ്ക്ക് നല്കിയിരിക്കുന്ന ഇടം പരിശോ ധിച്ചാൽ കാര്യങ്ങൾ കുറേക്കൂടി വ്യക്തമാവും. സീതയുടെ സജീവമായ ഒരു സാന്നിദ്ധ്യമില്ലായ്മ രാമായണത്തിലുണ്ട്. ഒരു ഉത്തമ ഭാര്യയെന്ന നിലയിലും ഒരു കഥാപാത്രമെന്ന നിലയിലും ലാഘവമായ ഇടം മാത്രമേ സീതയ്ക്കുള്ളൂ രാമായണത്തിൽ. ഈ കൃതിയിലെ സ്ത്രീകഥാപാത്ര ങ്ങളെ വിലയിരുത്തുന്ന മേഘനാഥ് ദേശായി (Meghnad Desai) ഓരോ കാണ്ഡത്തിലുമുള്ള സീതാപരാമർശങ്ങൾ പരിശോധിച്ച് സമഗ്രമായ ഒരു കണക്ക് അവതരിപ്പിക്കുകയുണ്ടായി. ബാലകാണ്ഡം, അയോദ്ധ്യാകാണ്ഡം, ആരണ്യകാണ്ഡം, സുന്ദരകാണ്ഡം തുടങ്ങിയ ഭാഗങ്ങളിൽ പ്രദക്ഷിണം നടത്തി ഒരു റിപ്പോർട്ട് അദ്ദേഹം അവതരിപ്പിക്കുന്നു. അറുന്നൂറ്റി നാല്പ ത്തിരണ്ട് സർഗ്ഗങ്ങളിൽ ആകെ എഴുപത്തിയാറിൽ മാത്രമാണ് സീത പരാമർശവിഷയം ആവുന്നത് എന്ന വസ്തുത അദ്ദേഹം രേഖപ്പെടു ത്തുന്നു. അങ്ങിനെയാണെങ്കിൽ, രാമായണ കാവ്യത്തിൽ വെറും പത്തു ശതമാനം മാത്രമാണ് സീതയ്ക്കായി നീക്കിവെച്ചിരിക്കുന്നത്. സമ്പൂർണ്ണ പ്രാതിനിധ്യം ശ്രീരാമനാണ് എന്ന് വരുന്നു. അതായത് രാമനെ ഒരു ഒത്ത പുരുഷനായി അവതരിപ്പിക്കുകയായിരുന്നു വാത്മീകിയുടെ ലക്ഷ്യം. ഒരു

യഥാർത്ഥ നരനെ ആവിഷ്കരിക്കുക എന്നതിനപ്പുറം വാത്മീകി കടന്നു ചെന്നില്ലെന്ന് സാരം. യഥാർത്ഥ നരനെ അവതരിപ്പിച്ചതിനാൽ വാത്മീകിക്ക് ഒരു യഥാർത്ഥ നാരിയെയും അവതരിപ്പിക്കാതെ നിവൃത്തിയില്ലാതെ വന്നിരിക്കാമെന്ന് നമുക്കൂഹിക്കാം. ഈയൊരു സത്യം ആശാന്റെ സീതാകാവ്യനിരൂപണത്തിൽ അഴീക്കോട് വിശദീകരിക്കാൻ ശ്രമിച്ചുകാണുന്നു.

വാത്മീകിയുടെ നിവൃത്തികേട് വായനക്കാർക്ക് ഏറ്റെടുക്കേണ്ടിവരികയാണ്. രാമചരിതം ആസ്പദമാക്കി അനേകം വായനാപാഠങ്ങൾ പോയ കാലത്ത് വിവിധ ഇന്ത്യൻ ഭാഷകളിൽ ഉണ്ടായിട്ടുള്ളതാണ്. രാമചരിതത്തിന് പ്രാദേശിക വ്യഖ്യാനങ്ങളും സംഭവിച്ചിരിക്കുന്നു. കാളിദാസന്റെ രഘുവംശവും, ഭവഭൂതിയുടെ ഉത്തരരാമചരിതവും പ്രധാന കൃതികളാണ്. രാമായണം എന്ന വീരോചിത കവിതയാണ് (Heroic Poem) ഈ കൃതികൾക്കെല്ലാം ഉപോൽബലകമായിത്തീർന്നത്. ദേശീയമായ പ്രാധാന്യം രാമന് കൈവന്നത് ഇത്തരം വായനകളിലൂടെയാണ്. ബാലരാമ ദാസയുടെ 'ജഗ്മോഹൻ രാമായണം' ഒറിയയിലെ ഒരു ക്ലാസ്സിക് ആയി അംഗീകരിക്കുന്നു. വാത്മീകി രാമായണത്തെ ഉപജീവിച്ചുകൊണ്ടാണ് ഈ കൃതിയുടെ രചന എന്നു കാണാം. ആർ.കെ. നാരായണന്റെ രാമായണത്തിൽ രാമനാണ് കേന്ദ്രപുരുഷൻ. അദ്ധ്യാത്മരാമായണത്തിലും രാമൻ തന്നെ മുന്നിൽ നില്ക്കുന്നു. പ്രാദേശികമായും അല്ലാതെയും ഇന്ത്യൻ ഭാഷകളിൽ വാത്മീകി രാമായണത്തിൽ നിന്ന് പുതിയ വായനാപാഠങ്ങൾ രൂപപ്പെടുമ്പോൾ, രാമന്റെ പ്രസക്തി തന്നെയാണ് വ്യക്തമാക്കപ്പെടുക. അങ്ങനെ രാമൻ വീര്യനായി; കവിതയുടെ കേന്ദ്രഭാഗമായ ഏകപത്നീപ്രണയം വ്യക്തി സവിശേഷതയുമായി ചേർന്ന് ഒരു ദർശനപരിവേഷം രാമന് ലഭിക്കുകയും ചെയ്തു. എന്നാൽ 'ഒഴിവാക്കപ്പെട്ട" (absent) സീതയിലൂന്നിയാണ് കുമാരനാശാൻ രാമനെ വായിച്ചതും സീതയെ അവതരിപ്പിച്ചതും. നേരത്തെ സൂചിപ്പിച്ചതുപോലെ രാജ്യാധികാരത്തിനും പ്രവാസത്തിനും ഇടയിൽ നിന്ന് പൊതുസമൂഹത്തെ അഭിമുഖീകരിച്ച സീതയെ ആശാൻ തിരിച്ചറിഞ്ഞിരുന്നു എന്നാണ് എന്റെ നിരീക്ഷണം. ആ മട്ടിൽ 'ചിന്താവിഷ്ടയായ സീത'യ്ക്ക് മറ്റൊരു വായനയും ആവശ്യമായിരിക്കുന്നു. വ്യത്യസ്ത ഭാവങ്ങളായ കൂറും നിരാകരണവും സീതയിൽ ലയിച്ചുചേർന്ന് കിടക്കുന്നു. അവകാശങ്ങളോടും പ്രവർത്തനങ്ങളോടും സീതയ്ക്കുണ്ടായിരുന്ന സവിശേഷമായ നീതിബോധം രാമായണം വായിച്ചവർക്കാർക്കും നിരാകരിക്കാനുമാവില്ല. ഈവക കാരണങ്ങളാലായിരിക്കാം, സീത റീജിണലായ അവബോധങ്ങളിലേക്ക് സാരമായി പ്രവേശിച്ചത് എന്ന് നമിതാ ഗോഖലെ സൂചിപ്പിച്ചതുപോലെ വിശ്വസിക്കുന്നതാവും ഉചിതം. രാമൻ ദേശതാരമായപ്പോൾ സീത പ്രാദേശിക സൗന്ദര്യമായി പരിലസിക്കുകയായിരുന്നു. പൊതുസമൂഹം സീതയെ

സ്വകാര്യമാക്കിവയ്ക്കുകയും രാമനെ ആദരവോടെ ആഘോഷിക്കാൻ പറ്റുന്ന മിത്തോളജിയുടെ ഘടനയിലേക്ക് മാറ്റിയെടുക്കുകയും ചെയ്തു. അതിന്റെ ഫലമായി പുതിയ ചില രാമന്മാർ ഇടക്കാലത്ത് ഭാരതത്തിന് ലഭിച്ചതായും നാം കണ്ടു. 'രാമഭദ്രാജയ രാമഭദ്രാജയ' എന്ന സ്തുതി വാക്യം വീണ്ടും പൊതു വ്യവഹാരമായി ആനന്ദനൃത്തം ചെയ്യാൻ തുടങ്ങി. ഒരു കാലത്ത് നമ്മുടെ ഭക്തകവികളാണ് രാമനെ സ്തുതിച്ച് കവിതക ളെഴുതിയത്: രാമനെ ഭാവനകൊണ്ട് ആഘോഷിക്കുകയായിരുന്നു അവർ. ദേശീയമായ ഒരു ശക്തിയും ഒരു ലോക നേതൃത്വവും ഒരു ഘട്ടത്തിലു ണ്ടായിരുന്ന ആ രാമനെയാണ് ഇപ്പോൾ രാഷ്ട്രീയ രാമനായി ചിലർ കൊണ്ടാടാൻ പരിശ്രമിക്കുന്നതും വാഴ്ത്തുന്നതും.

രാമന് കൈവന്ന ലോകനേതൃത്വം ഒഴിവാക്കിക്കൊണ്ടാണ് കുമാര നാശാൻ 'ചിന്താവിഷ്ടയായ സീത'യുടെ രചന നിർവ്വഹിച്ചത് എന്ന് അഴീക്കോട് ഉപദർശിക്കുന്നു. വസ്തുതകൾ എന്തുമാകട്ടെ, കൃതിയ്ക്ക കത്ത് രാമൻ ഇടയ്ക്കിടെ ഓർമ്മിക്കപ്പെടുന്നത് കാണാം. സീത ഈ രാമന് എന്ത് അപ്രമാദിത്വമാണ് കൊടുക്കുന്നത്? ആ അപ്രമാദിത്വം സീതയ്ക്ക് മുമ്പിൽ രാമന് പിണഞ്ഞ പരിഭവത്തിന്റെ വശത്തിലാണ് എന്ന് മാത്രം. ആശാന്റെ സീതാപാഠത്തിൽ യുക്തിവിചാര കൗശലത്തിന്റെ തരിപ്പും സാന്നിധ്യവും അഴീക്കോട് നിരീക്ഷിച്ചറിയുന്നു. വാത്മീകിയുടെ ദർശനവും ആശാന്റെ ദർശനവും പരസ്പരം ആലിംഗനബന്ധമാവുന്ന ഒരിടമാണിത്. ഈ ദർശനകാലത്തെ നിരൂപണം ചെയ്യുന്ന അഴീക്കോട് രാമനെ സീത യിലേക്ക് ചുരുക്കുകയായിരുന്നുവെന്ന് ആരെങ്കിലും വാദിച്ചാലോ? അതു തെറ്റാണെന്ന് ഉറപ്പിച്ചു പറയാനാവില്ല എന്നാണ് എന്റേയും വിശ്വാസം.

ഗാന്ധിയുടെ രാമനെ അഴീക്കോട് സ്വല്പം നേരത്തേയ്ക്ക് മറന്നതു പോലെ തോന്നിപ്പോകുന്നു, സീതാകാവ്യനിരൂപണം വായിച്ചപ്പോൾ. 'ഏകസീതാ ദർശനത്തിലേക്ക്' അദ്ദേഹം വഴുതിപ്പോയി. അതൊരു നിരൂപകനിയന്ത്രണവുമാവാം. എന്നാൽ ആ നിയന്ത്രണം പതുക്കെ ഗാന്ധിയുടെ രാമസങ്കല്പത്തെ ഓർമ്മപ്പെടുത്തുകയും ചെയ്യുന്നു. രാമനെ ഒരു ചരിത്രപുരുഷനായി ഗാന്ധിജി കണ്ടിട്ടില്ല. അദ്ദേഹത്തിന് സങ്കല്പ പുരുഷനായിരുന്നു രാമൻ. ഗാന്ധിയിൽ ഒരു ചരിത്രരാമനില്ലായിരുന്നു. എന്നാൽ തന്റെ സങ്കല്പത്തെ യാഥാർത്ഥ്യമാക്കി മാറ്റാൻ കഴിയുമോ എന്ന അന്വേഷണമാണ് ഗാന്ധിജി ഓരോ പ്രവർത്തനപദ്ധതിയിലൂ ടെയും ലക്ഷ്യം വെച്ചതെന്ന് നമുക്കും അറിയാത്തതല്ല. അത് മനസ്സിലാ ക്കിയിട്ടുള്ള അഴീക്കോട് ഗാന്ധിജിയുടെ കർമ്മപദ്ധതിയെ അടുത്തു നിർത്തി ആനന്ദിക്കുന്നു. 'ശ്രീരാമൻ ലോകരാമനാണ്' എന്ന് പ്രഖ്യാപിച്ച ഒരു സന്ദർഭം ഓർത്തുപോവുന്നു. 1992ൽ അയോദ്ധ്യാപ്രശ്നവും ബാബറി മസ്ജിദ് പൊളിച്ചതും തുടർന്നുണ്ടായ സംഭവവികാസങ്ങളും, ഇന്ത്യൻ

സാമൂഹ്യാവസ്ഥയെ സങ്കീർണ്ണമാക്കിയ ഘട്ടത്തിലായിരുന്നു അഴീക്കോട് രാമനെക്കുറിച്ച് ഉറക്കെ സംസാരിക്കാൻ തുനിഞ്ഞത്. ആരാണ് രാമൻ? ലോകത്തിലെ സമസ്ത ജനങ്ങൾക്കും സന്തോഷമുളവാക്കുന്നവനും സർവ്വലോകത്തിന്റേയും രക്ഷിതാവും എന്നാണ് രാമന് അദ്ദേഹം കൊടുക്കുന്ന വിശേഷണം. ഇവാൻ, ശബരി തുടങ്ങിയ ഹീനജാതിക്കാരേയും കാട്ടാളർ, വാനരർ, രാക്ഷസർ, തരുപക്ഷിമൃഗാദികൾ എന്നിവരേയും രാമൻ അതിയായി സ്നേഹിച്ചിരുന്നു. അതിരുവത്കരിക്കപ്പെട്ടവരോടായിരുന്നു രാമന് താത്പര്യം. രാമായണത്തിൽ രാമനെ വിശേഷിപ്പിക്കുന്നതുതന്നെ 'ആനന്ദവർദ്ധനൻ' എന്നാണെന്ന് അഴീക്കോട് ചൂണ്ടിക്കാണിച്ചുതരുന്നു. ആനന്ദം കൊടുക്കുന്ന ഈ രാമന്റെ പേരിൽ സമൂഹത്തിൽ ആനന്ദമില്ലാതാക്കുന്നവരെ ഭംഗിയായി അഴീക്കോട് വിമർശിക്കുകയും കളിയാക്കുകയുമാണ്. ആ വർഗ്ഗീയവാദികളെ ശ്രീരാമന്റെ 'നവഭക്തർ' എന്നാണ് അഴീക്കോട് നാമകരണം ചെയ്യുന്നത്. രാമനെ കേന്ദ്രസ്ഥാനത്തുനിർത്തി ഒരു ബ്രാഹ്മണ്യം സമൂഹത്തിലും രാഷ്ട്രീയത്തിലും വളർന്നുവരുന്നതിനെ അഴീക്കോട് എതിരിടുകയാണ്. അവരുടെ വാദമിതാണ്: "വാത്മീകിയുടെ രാമന്റെ പേരിൽ രാമമന്ദിരം വേണം, ബാബറിമസ്ജിദ് വേണ്ട." ഈ മുദ്രാവാക്യം യഥാർത്ഥ രാമൻ അപ്രാപ്യനാണെന്ന് അഴീക്കോട് എടുത്തുപറയുന്നു. ആ രാമനുള്ള കാലത്ത് ഇസ്ലാം ഈ രാജ്യത്ത് ഉണ്ടായിരുന്നുവെങ്കിൽ, ആ മതാനുയായികളും രാമന്റെ സ്നേഹവും വാത്സല്യവും ഉൾക്കൊള്ളുമായിരുന്നു. 'ഭാരതീയത' എന്ന കൃതിയിൽ നിന്ന് ഏതാനും വരികൾ കൂടി ശ്രദ്ധിക്കുക.

"ലോകർക്കു ദുഃഖം വരുമ്പോൾ രാമൻ ഏറ്റവും ദുഃഖിക്കുന്നു എന്ന് വാത്മീകി പറയുന്നു. ലോകരാമനായ രാമൻ എന്നാണ് ആശയം. വാത്മീകി കാവ്യത്തിലുടനീളം ഈ വിചാരം തലോടിക്കൊണ്ടിരിക്കുന്നു. ഇതിന് വിപരീതനായ ഒരു രാമനെക്കണ്ടാൽ അതല്ല വാത്മീകിയുടെ രാമൻ എന്ന് ഉറക്കെപ്പറയാൻ നമുക്ക് കഴിയുന്നു."

ഇത് രാമന്റെ മഹത്ത്വത്തിലേക്കുള്ള ഒരു ചൂണ്ടുപലക കൂടിയാണ്. യഥാർത്ഥ രാമനെക്കുറിച്ച് നാം എപ്പോഴും നിശ്ശബ്ദരാണ്. ഒരു വിപരീത രാമൻ വന്നാലോ? നാം ഭാരതീയർ ഉടനെ ചാടിയെഴുന്നേറ്റ് ആ രാമനെ പ്രതിരോധിക്കാൻ തയ്യാറാവുന്നു. ഈ സാമൂഹ്യദർശനം ഉൾക്കൊള്ളാൻ പൊടുന്നനെ നമുക്ക് കഴിയുന്നു. അഴീക്കോടിന്റെ വരികൾക്കിടയിൽ നിന്ന് വായിച്ചെടുക്കാവുന്ന ഒരു കാഴ്ചയാണ് ഇത്. വീണ്ടും രാമായണത്തിലേക്ക് അദ്ദേഹം ശ്രദ്ധ ക്ഷണിക്കുന്നു. വനവാസത്തിനായി അയോദ്ധ്യയിൽ നിന്ന് ഇറങ്ങി നടന്ന രാമന് നദി കടക്കേണ്ടി വന്നപ്പോൾ, തോണി നല്കിയത് നിഷാദനായ ഗുഹനാണ്. ഒരു പിന്നോക്കക്കാരൻ! ഇതേ രാമനാണ് ഉത്തരരാമചരിതത്തിൽ സീതയ്ക്ക് ഉറങ്ങാനായി കൈവെച്ചുകൊടുക്കുന്നത്. ഈ ബാഹു സീതയുടെ ഉപധാനമാണ്. ഇങ്ങനെയുള്ള

രാമൻ രാഷ്ട്രീയ മുദ്രാവാക്യങ്ങളിൽ ജീവിക്കുകയില്ലെന്ന് അഴീക്കോട് അഭിപ്രായപ്പെടുന്നു. രാഷ്ട്രീയ സംഘർഷങ്ങളുടേയും മനുഷ്യഹത്യയുടേയും അന്യമതവിരോധത്തിന്റേയും പ്രതിരൂപമായി രാമനെ അവതരിപ്പിക്കാൻ പാടുപെട്ടതിന്റെ അനുഭവം നമ്മുടെ മുമ്പിലുണ്ടല്ലൊ. ആ രാമൻ വിപരീത രാമനാണ്. വിപരീതരാമന്മാർ പരാജയപ്പെടുക തന്നെ ചെയ്യും.

അഴീക്കോടിന്റെ രാമൻ ഒരു രാഷ്ട്രീയ രാമനല്ല എന്നാണ് ഇതിന്നർത്ഥം. മതരാമനുമല്ല. വർഗ്ഗീയതയ്ക്കും മതവിരോധത്തിനും വേണ്ടി ഇടക്കാലങ്ങളിൽ ഒരു രാമനെ ചിലർ ചേർന്ന് ഉയർത്തിക്കൊണ്ടു വരികയുണ്ടായി. രാമൻ ഒരു മിത്തോളജിയാണെന്ന യാഥാർത്ഥ്യത്തിലേക്ക് അത് നമ്മെ വീണ്ടും കൂട്ടിക്കൊണ്ടുപോകാൻ ഇടയാക്കി. രാമൻ ആ ഗൃഹാതുരമിത്താണെന്ന് വാത്മീകി മുതൽപേർ ആവർത്തിച്ച് ഓർമ്മപ്പെടുത്തുകയും ചെയ്തുകൊണ്ടിരിക്കുന്നു. ഗൃഹാതുരത്വത്തെ അധികാരത്തിനായി പ്രയോജനപ്പെടുത്താനുള്ള പരിശ്രമങ്ങൾ എഴുപതുകൾക്ക് ശേഷം നമ്മുടെ സമൂഹത്തിൽ നടക്കുന്നതായി നാമറിയുന്നു. അതിനായി ഒരു ഗൃഹാതുരരാമനെ ബോധപൂർവ്വം ഉയർത്തിക്കൊണ്ടു വരികയാണ്. ഒരു കഥാപാത്രമാണെന്നും ഒരു നരനാണെന്നും വിശേഷിപ്പിക്കപ്പെട്ട രാമൻ ഒരു മിത്തു കൂടിയാണ് ഇപ്പോൾ എന്നത്, മറ്റൊരു ആലോചനാവിഷയമാണ്. ചരിത്രപരമോ അക്കാദമിക്കോ ആയ ആശയമല്ല മിത്തോളജിയുടേത്. അത് സമകാലിക സാധ്യതകൾ ആവശ്യപ്പെടുന്ന ഒരു ചലനരൂപമാണ്. അതിനാൽ രാമൻ ഒരു ആശയമായിത്തീരുന്നു. അതുകൊണ്ടു തന്നെ, മിത്തോളജിയെ രാഷ്ട്രീയവും സാമൂഹ്യവും മതപരവുമായ ഇടപെടലുകൾക്കായി ഉപയോഗിക്കാനും ജനങ്ങൾക്കിടയിൽ സ്വാധീനത സൃഷ്ടിക്കാനും പ്രയോജനപ്പെടുത്താൻ ഒരുങ്ങുന്നു. അതിന്റെ ഭാഗമായി ഒരു രാഷ്ട്രീയ രാമനോ, മത രാമനോ ആകൃതിപ്പെടുമ്പോൾ രാമചരിതപാരായണം സൃഷ്ടിച്ചെടുത്ത ലോകരാമന്റെ പാഠങ്ങൾ നിഷ്പ്രയോജനമാവും എന്നത് വാസ്തവമാണ്. ഈ രാഷ്ട്രീയ / മതരാമനിർമ്മിതികളെ പ്രത്യയശാസ്ത്രപരമായി തിരസ്ക്കരിക്കേണ്ടത് സമൂഹനന്മക്കാവശ്യമാണ്. ആ തിരസ്ക്കാരം ശരിയായ രാമനെ തിരിച്ചെടുക്കാനും ആ രാമനെ പൊതുസമൂഹത്തിലെത്തിക്കാനും പ്രയോജനപ്പെടുന്നുണ്ടോ എന്ന അന്വേഷണമാണ് എന്നെ അഴീക്കോടിന്റെ രാമനിലെത്താൻ പ്രേരിപ്പിച്ച ഘടകം. ശ്രീരാമനുണ്ടായ നവഭക്തന്മാർ ഭയം വർദ്ധിപ്പിക്കുന്നവരാണ് എന്ന് പറയുന്നു. ഭയത്തോടൊപ്പം ദുഃഖത്തേയും വർദ്ധിപ്പിക്കുന്ന ഈ ഭക്തശിരോമണികൾ, വാത്മീകിയുടെ ആനന്ദരാമനെ വിസ്മരിച്ചതിലാണ് അഴീക്കോടിന് അമർഷം. ആനന്ദം വർദ്ധിപ്പിക്കുന്നവനാണ് രാമൻ. മറ്റൊരു കാര്യം കൂടി അതേ സന്ദർഭത്തിൽ അദ്ദേഹം സൂചിപ്പിക്കുന്നു; വീര്യം പണയം വെച്ചാണ് രാമൻ സീതയെ ജനകനിൽ നിന്ന്

വാങ്ങിയത് എന്ന്. സ്ത്രീധനം വാങ്ങാത്ത ഒരു രാമബാഹുവിനെ ഓർക്കാതിരിക്കുകയോ എന്ന് സന്ദേഹിക്കുകയും ചെയ്യുന്നു

അഴീക്കോടിന്റെ പ്രഭാഷണങ്ങളിലും എഴുത്തിലും ഗാന്ധിയോടൊപ്പം ഇടയ്ക്കിടെ പ്രത്യക്ഷപ്പെടാറുള്ള പുരുഷൻ രാമനാണ്. രാമരാജ്യ സങ്കല്പം ആവർത്തിച്ചു പറഞ്ഞുറപ്പിച്ചിരുന്ന ഗാന്ധിജിയോടൊപ്പം രാമൻ നിൽക്കുമെന്നുറപ്പാണ്. ആ രാമൻ നമ്മുടെയൊക്കെ ഹൃദയത്തിലുള്ള മനോഹരമായ സങ്കല്പ പുരുഷനും വിശ്വാസധാമവും തന്നെയാണ്. ആ രാമൻ ഒരു മതത്തോടൊപ്പവും ചേർന്ന് നില്ക്കുകയില്ല. നമ്മുടെ രാഷ്ട്രീയക്കാരോടൊപ്പവും ആ രാമനില്ല. അഴീക്കോട് എഴുതുന്നു.

"സൂര്യൻ ലോകത്തിനും, വെള്ളം ചെടികൾക്കും എത്ര ആവശ്യമാണോ അതിനേക്കാൾ തന്റെ സമസ്ത പ്രജാവൃന്ദത്തിനും ശ്രീരാമൻ അനുപേക്ഷണീയനായിരുന്നുവെന്ന് അയോദ്ധ്യകാണ്ഡത്തിൽ കാണാം. ശ്രീരാമന്റെ സർവ്വമത മൈത്രിയെ അവിടെ ശ്ലാഘിക്കുന്നു. ദയയിൽ രാമൻ അദ്വൈതീയനാണെന്നും ലോകത്തിലെ സർവ്വജനങ്ങളും മാനുഷ്യകത്തിന്റെ വേരായ രാമനിൽ നിന്ന് പൊടിച്ചുണ്ടാകുന്ന ഇലയും പൂവും കായും ആണെന്നും മറ്റൊരു രാമായണ പദ്യം പാടുന്നു."

ഈയൊരു പരിദർശനം എന്തിനായിരുന്നു? രാമൻ ഏതെങ്കിലുമൊരു മതത്തിന്റേയോ വിശ്വാസത്തിന്റേയോ രാഷ്ട്രീയത്തിന്റേയോ വേരല്ല എന്നും മാനുഷ്യകത്തിന്റെ വേരാണ് എന്നും അടിവരയിടുകയാണ് അഴീക്കോട് ചെയ്യുന്നത്. മാനുഷ്യകത്തിന്റെ രാമൻ, മനുഷ്യനെ അറിയുന്ന രാമനാണ്, അല്ലെങ്കിൽ മനുഷ്യനാണ്. അതുകൊണ്ടാണ് രാമചരിതം അനേകം പാഠനിർമ്മിതികൾക്ക് കാരണമായത്; ഇപ്പോഴും പുതിയ പാഠങ്ങൾ ഉണ്ടായിക്കൊണ്ടിരിക്കുന്നു. മനുഷ്യനെ അറിയുന്ന, മനുഷ്യനെക്കുറിച്ചുള്ള അറിവ് നല്കുന്ന രാമൻ എന്നതിന് മറ്റൊരു വ്യാപകത്വം കൂടി ലഭിക്കുന്നു. വാത്മീകിയെ മറ്റൊരു നാരദനാക്കി എന്ന ഒരു പ്രയോഗം 'ആശാന്റെ സീതാകാവ്യ'ത്തിന്റെ പൂർവ്വഭാഗത്ത് നാം കാണുകയുണ്ടായി. നാരദൻ വാത്മീകിയെ മറ്റൊരു നാരദനാക്കിയതു പോലെ, രാമനെ അഴീക്കോട് മറ്റൊരു നാരദനാക്കുന്നു. നരനെ സംബന്ധിച്ച അറിവാണ് രാമൻ.

■

നിരൂപകനിൽ ഒരു ഭവഭൂതിയുണ്ട്

"Beautiful feelings make bad art and without the devils help there would be no art" -**Andre Gide**

ഇത് ഒരു പഴയകാല ചിന്തയാണ്. കേവലം മനോഹരമായ വികാരങ്ങൾ മാത്രമുള്ള ഒരു കൃതി ചീത്തയാണ് എന്ന് വായനക്കാർ വിധിയെഴുതുമ്പോൾ നാമത് നിഷേധിച്ചിട്ട് കാര്യമില്ല. അതുകൊണ്ടാണ് പ്രശംസയും സന്തോഷവും ആനന്ദവും മാത്രം ആവിഷ്ക്കരിക്കപ്പെടുന്ന ഒരു ആത്മകഥ വായനക്കാർക്ക് ഇഷ്ടമില്ലാത്ത ഉത്പന്നമായി മാറുന്നത്. അല്പം ദുഃഖവും ചീത്ത വികാരങ്ങളും മറ്റുമുണ്ടെങ്കിൽ ഒരുപക്ഷേ അതു സ്വീകരിക്കപ്പെടുമായിരുന്നു.

ആന്ദ്രേഴീദിന്റെ ഈ വാക്യം ഞാനിപ്പോൾ ഓർമ്മിച്ചത് എനിക്കു തന്നെയുണ്ടായ ഒരനുഭവത്തിന്റെ പശ്ചാത്തലത്തിലാണ്. ഒരു വായനാനുഭവ സംഭാഷണത്തിനിടയിൽ കൊട്ടിഘോഷിക്കപ്പെട്ട ഒരു പുസ്തകം ഇഷ്ടപ്പെട്ടില്ലെന്ന് തുറന്നു പറഞ്ഞുപോയി. അതിന്റെ രചയിതാവ് മലയാളത്തിലെ വലിപ്പമുള്ള എഴുത്തുപ്രമാണിയായിരുന്നു. എഴുത്തുകാരന്റെ വ്യക്തിപ്രഭാവമോ രാഷ്ട്രീയ പിന്തുണയോ ഒന്നും ഗൗനിക്കാതെ പുസ്തകത്തെക്കുറിച്ച് പറഞ്ഞ അഭിപ്രായം പുറത്ത് സൃഷ്ടിച്ച ബഹളങ്ങൾ എന്നെ അദ്ഭുതപ്പെടുത്തുകയാണുണ്ടായത്. വലിപ്പമുള്ള എഴുത്തുകാരന്റെ പുസ്തകത്തെക്കുറിച്ചുണ്ടായ തുറന്നുപറച്ചിൽ - ഒരുപറ്റം പുരോഗമന സാഹിത്യത്തിന്റെ അവശിഷ്ടങ്ങളെ പ്രകോപിതരാക്കി; കൂട്ടമായി ഒപ്പിട്ട് പ്രസ്താവനയുമിറക്കി.

നാം പണംകൊടുത്ത് വാങ്ങിക്കുന്ന ഏത് ഉത്പന്നവും പ്രയോജനകരമല്ലെന്ന് തോന്നിയാൽ, അത് ഉപേക്ഷിക്കാനുള്ള സ്വാതന്ത്ര്യം നമുക്കെല്ലാമുള്ളതാണ്. ആ സ്വാതന്ത്ര്യം നാം ഉപയോഗിക്കുക തന്നെ വേണം. ഒരു പുസ്തകം ഒരു ഉത്പന്നം തന്നെയാണ്. ഒരു വായനക്കാരന്റെ സൗന്ദര്യശാസ്ത്ര നിലപാടുകൾ തെറ്റിപ്പോകാനുള്ള സാധ്യതയും നാം കാണണം. ആയൊരു പശ്ചാത്തലത്തിലാണ് ഒരാത്മകഥ വായിച്ചപ്പോൾ, ആത്മകഥാ രൂപങ്ങളുമായി താരതമ്യം ചെയ്യാനും ആ ആത്മകഥ

കൊള്ളരുതാത്തതെന്ന് പ്രഖ്യാപിക്കാനും തയ്യാറായത്. ഴീദ് പറഞ്ഞതു പോലെ കേവല സ്തുതികളും മനോഹരവികാരങ്ങളും സ്വയം പ്രശംസ കളും നിറഞ്ഞ ആത്മകഥയായിരുന്നല്ലോ, അഴീക്കോടിന്റെ ആത്മകഥ.

ആധുനികോത്തര കാലത്ത് പഴയ സൗന്ദര്യസങ്കല്പങ്ങൾ അപ്പാടെ മാറിയേ മതിയാവൂ എന്ന ശാഠ്യം ചിലർക്കു കണ്ടേക്കാം. പക്ഷേ, എല്ലാ വർക്കുമതില്ല. സൗന്ദര്യം ഒരു സഹജാവബോധമാണ്. ഏത് കാലത്താ യാലും ഏതു പ്രദേശത്തായാലും സൗന്ദര്യത്തിന്റെ പ്രാഥമിക നിർവ ചനം അതായിരിക്കാനേ വഴിയുള്ളൂ. എന്നാൽ സൗന്ദര്യം സംവാദവും ഇടപെടലും പ്രതികരണവുമാണ് എന്ന് ആനന്ദകുമാര സ്വാമി അഭിപ്രാ യപ്പെട്ടതിനോട് എനിക്കു യോജിപ്പാണ്. വിമർശനത്തിന്റെ പ്രധാന ധർമ്മം ഇടപെടലും സംവാദവും പ്രതികരണവും തന്നെയാണ്. വിമർശനം ശക്ത മായ വ്യവഹാരമാവുന്നതും അതിനാലാണ്. ഒരു സാഹിത്യരൂപത്തിലൂടെ നാം തിരിച്ചറിയുന്ന സ്പിരിറ്റിന്റെ ഹേതുഘടകങ്ങൾ കൂടി സൗന്ദര്യത്തി ലുണ്ടാകാം. അതുകൊണ്ട് ഒരു നിരൂപകൻ ഒരിക്കലും എയ്സ്റ്റെറ്റിക് കൺസ്യൂമറിസത്തിന് ഇരയാവുന്നില്ല.

ഒരു പുസ്തകത്തിന്റെ മൊത്തം ആശയാനുഭൂതിയും അതിലൂടെ എഴു ത്തുകാരൻ ആർജിക്കുന്ന ചരിത്രസൗന്ദര്യങ്ങളുടെ ആർജവത്വവും നിരൂ പണകലയുടെ വിഷയമാവുന്നു. അനുഭവങ്ങളിൽ ബന്ധപ്പെട്ടുകൊണ്ട് ആകൃതിപ്പെടുന്നതാണ് വിമർശനം. ആ മട്ടിൽ വിമർശനം മാറുമ്പോൾ കൃതിയുടെ വായനാപാഠവും മാറുന്നു. എഴുത്തുകാരൻ അവന്റെ ആവി ഷ്കൃതാനുഭവത്തിലൂടെ നിർദ്ദേശിക്കുന്നതാവില്ല നിരൂപണാനുഭവം.

ഇവിടെ നിരൂപണം സർഗ്ഗാത്മകമാവുകയാണ് എന്നു വാദിക്കാം. സർഗ്ഗാത്മകമായ ഒരു വെളിപാടായി നിരൂപണം അനുഭവപ്പെടുകയും ചെയ്യാം. ആ സർഗ്ഗഗതിയുടെ വേരുകൾ അന്വേഷിച്ചുപോവുമ്പോൾ എഴു ത്തുകാരുടെ ദർശനം രൂപപ്പെടുന്ന ഒരു ഘട്ടത്തെ നമുക്കു സ്പർശി ക്കാനും കഴിഞ്ഞേക്കും. അതാണ് വിമർശനകലയുടെ സ്വാധീനതാംശം എന്നു തോന്നിപ്പോവുന്നു. അതായത് എഴുത്തുകാരുടെ ദർശനലോക വുമായി ചേർന്നുകൊണ്ടാണ് വിമർശകന്റെ ദർശനലോകവും രൂപപ്പെ ടുക എന്നു സാരം. ഇതു മാത്രമാണ് മേന്മയെ നിർണ്ണയിക്കുന്ന ഘടക മെന്ന് കരുതാമോ? വിമർശനത്ത് മറ്റു ചിലതുകൂടി അവകാശപ്പെടാനുണ്ട്. വിമർശനം ശാന്തമായ വാങ്മയമല്ല. അവിടെ ഗഹനമായ ഗർത്തങ്ങൾ കാണും. അവിടെ കാറ്റും കോളും തിരകളും പ്രത്യക്ഷപ്പെടും. പുതിയ കാലത്തെ അനുഭവത്തിലൊതുക്കുന്ന നിരൂപകൻ പുതിയ ദർശനവും പുതിയ ഭാഷയും അന്വേഷിക്കുക സ്വാഭാവികമാണ്. അതിന്റെ ഇടപെട ലുകളുണ്ടാവും. അതോടെ സവിശേഷമായ സംഘർഷങ്ങളും സൗന്ദര്യ ചർച്ചകളും സംഭവിക്കാനും ഇടം കാണുന്നു. കുറ്റം ചെയ്യാത്ത ജയിൽപ്പു ള്ളികളായി നിരൂപകർ രൂപാന്തരപ്പെടുന്നത് വളരെ കൗതുകത്തോടെ നോക്കി നിൽക്കുകയും ചെയ്യാം.

ഒരു പുസ്തകം തന്റെ അഭിരുചിക്കിണങ്ങുന്നില്ല എന്ന് ഒരു നിരൂപകൻ ഉറക്കെപ്പറഞ്ഞപ്പോൾ, ഗ്രന്ഥകാരനും അദ്ദേഹത്തിന്റെ വളർത്തുപുത്രന്മാരും നിരൂപകനെ ക്രൂശിലേറ്റാൻ നടത്തിയ ശ്രമങ്ങൾ എത്രമാത്രം അവഹേളനാപരമായിരുന്നുവെന്ന് ചരിത്രം രേഖപ്പെടുത്തിക്കഴിഞ്ഞു. ഗ്രന്ഥകാരൻ നിരൂപകനായതിനാൽ സൗന്ദര്യശാസ്ത്രപരമായ സംഘർഷം ഉൾക്കൊള്ളാൻ കഴിയാതെ പോയത് എന്നെ വല്ലാതെ അദ്ഭുതപ്പെടുത്തി. ഒരുതരം ഹിംസാ സംഘട്ടനത്തിനു നിരൂപണം കാരണമാകാമെന്നും ആ അനുഭവം വെളിപ്പെടുത്തുന്നു. അല്ലെങ്കിൽ ഹിംസാസംഘട്ടനത്തിന്റെ രൂപമാതൃകയാവുകയാണ് വിമർശനം. ഇത് സർഗ്ഗാത്മകമായ അന്വേഷണം വരുത്തിവെച്ച വിനയാണ്. അത് തിസ്യൂസിന്റെ വെളിപാടിനു സമാനമാണ്.

ചെറിയൊരടുപ്പം ആന്ദ്രേഴീദിന്റെ രചനാ നിർവചനത്തോട് തോന്നിപ്പോയത് അതുകൊണ്ടാണ്. ഈ വിമർശകന്റെ സൗന്ദര്യത്തോടുള്ള അടുപ്പവുമാണ്. നന്മയിൽ തിന്മയും തിന്മയിൽ നന്മയും ഉൾച്ചേർന്നിരിക്കാമെന്ന് പൊതുവെ പറയാറുണ്ടല്ലോ. അവയിലൊന്നിനെ വേർപെടുത്തി ആവിഷ്കരിക്കാൻ കലാകാരൻ ഒരുമ്പെടുകയാണെങ്കിൽ, ആ കലാസൃഷ്ടിയിൽ ജീവിതത്തിന്റെ സമഗ്രമായ അവബോധം ലഭിക്കണമെന്ന് ഉറപ്പില്ല. പൂ മാത്രം കാണുന്ന ഒരാൾക്ക് ചെടിയുടെ അവബോധം എങ്ങിനെ ഉണ്ടാകാനാണ്. വേരും കൊമ്പുകളും പൂക്കളും ഇലകളുമുള്ള ചെടിയാണെങ്കിൽ, ആ അവബോധം പൂർണ്ണതയിലെത്തും. ജീവിതത്തെക്കുറിച്ചുള്ള സമ്പൂർണ്ണമായ അവബോധം തപസ്യയിലൂടെ വരേണ്ടതാണ്. അതോടെ വിമർശനകലയുടെ സൂര്യദർശനമായി.

വിമർശകൻ ലക്ഷ്യമാക്കുക സൂക്ഷ്മ സത്തയാണ്. അതിന്റെ അന്വേഷണത്തിൽ ലഭ്യമാകുന്ന കാഴ്ചകൾ പഴയ ലാവണ്യ നിയമങ്ങളുടെ പ്രതിഷേധസൂചകങ്ങളായി മാറുന്നതും കാണാം. സാഹിത്യരൂപത്തെ സംബന്ധിക്കുന്ന വിധിയെഴുത്ത് വ്യത്യസ്തമായ ചില അനിവാര്യതകൾ പ്രകടമാക്കിയെന്നും വരാം. നാളിതുവരെ നമ്മുടെ സാഹിത്യവിമർശനരംഗത്തുണ്ടായ ആധിപത്യ പ്രവണതകൾ ഭാവിരൂപങ്ങളെ സ്വാധീനിച്ചതിന്റെ ചിത്രമായിരിക്കാം കൂട്ടത്തിൽ ലഭ്യമാവുക. സ്വതന്ത്ര്യമായ ചില മാർഗ്ഗങ്ങൾ തേടാൻ വിമർശനത്തെ അതു സഹായിക്കുകയും ചെയ്യും. ഇവിടെ സൗന്ദര്യത്തിന്റെ തിരസ്കാരവും അതിന്റെ പുതിയ വെല്ലുവിളികളും സ്വാഭാവികമാണ്.

വിമർശകന്റെ യാത്ര എന്നത് സൗന്ദര്യശാസ്ത്രപരമായ ഒന്നാണ്. എല്ലാ സാഹിത്യപ്രസ്ഥാനങ്ങളുമായി ആ യാത്ര ബന്ധപ്പെട്ടിരിക്കും. ഏതൊക്കെ പ്രസ്ഥാനങ്ങൾ വന്നാലും പോയാലും വിമർശകന്റെ യാത്ര തുടർന്നുകൊണ്ടിരിക്കുക തന്നെയാണ്. എഴുത്തുകാർ തുള്ളുന്ന വഴിക്കായിരിക്കില്ല ആ യാത്രകൾ. വിമർശകന്റെ സൗന്ദര്യബോധം നിർദ്ദേശിക്കുന്ന വഴിയിലൂടെയാണ് അയാൾ സഞ്ചരിക്കുക. കൃതികൾ വിമർശകനു

പിറകിലാണ് എന്നു തോന്നിപ്പോകുന്ന ഒരു സന്ദർഭമിതാണ്. വിമർശന കലയിൽ ഈ ആർജ്ജവം ഇല്ലാതെ വരുമ്പോഴാണ്, സർഗ്ഗശക്തി മരവിച്ചോ, ആത്മഭാവം നഷ്ടപ്പെട്ടോ എന്നൊക്കെ ആലോചിക്കേണ്ടിവരിക. കൃതികൾ ആത്മശൂന്യമാണ് എന്ന തോന്നൽ ആസ്വാദനരംഗത്ത് വിപുലപ്പെടുന്നത് വിമർശകർ ഇടപെടാതിരിക്കുമ്പോൾ മാത്രമാണ്.

വിമർശകന്റെ ലോകം വിശാലമാണ്. ആ ലോകം വെളിപാടുകളും വെല്ലുവിളികളുംകൊണ്ട് നിറഞ്ഞിരിക്കുന്നു. ഒരു സൗന്ദര്യവിപ്ലവം വിമർശകമനസ്സിൽ നടക്കുകയാണ് എന്ന് അതു തോന്നിപ്പിക്കുന്നു. ഒരു ഉപഭോക്താവായ വായനക്കാരനായി വിമർശകൻ മാറുന്ന സന്ദർഭവുമുണ്ട്. ആ മട്ടിൽ വിമർശകൻ നേരിടുന്ന വെല്ലുവിളികൾ ചിലപ്പോൾ നിയമലംഘനങ്ങൾക്കു വഴി തെളിയിക്കുമെന്ന പരമാർത്ഥം വിസ്മരിക്കാനാവില്ല. പണ്ട് ഭവഭൂതി പറഞ്ഞില്ലേ, ഈ ലോകം വിശാലമാണെന്നും എന്നെങ്കിലും തന്റെ കവിത ആസ്വദിക്കാൻ ആളുണ്ടാകുമെന്നും. സൗന്ദര്യശാസ്ത്ര നിയമങ്ങൾ ഉല്ലംഘിക്കുന്ന നിരൂപകരിൽ ഒരു ഭവഭൂതിയുണ്ട് എന്നു വിമർശകൻ ധൈര്യപ്പെടുകയാണ്. തന്റെ ഉല്ലംഘനങ്ങൾ ഇന്ന് എതിർക്കപ്പെട്ടാലും എന്നെങ്കിലും അതൊക്കെ സ്വീകരിക്കപ്പെടുമെന്നും അയാൾ വിശ്വസിക്കുന്നു.

എഴുത്തിന്റെ വഴികളെ മാലിന്യമുക്തമാക്കുക എന്ന ലാവണ്യലക്ഷ്യത്തിലേക്ക് നിരൂപകർ എത്തിച്ചേരുന്നു. പ്രത്യയശാസ്ത്രപരമായ നിയാമക തത്ത്വങ്ങൾക്കുള്ളിൽ ഇരുന്ന് കലാസൃഷ്ടിയെ കാണുന്നവരും ഭരിക്കുന്നവരുമുണ്ട്. അവർ എന്താണ് കാണുന്നത്? അവരുടെ കാഴ്ചപ്പാടുകൾ ഇടുങ്ങിയ പാതയിലൂടെയുള്ള നടത്തംപോലെ അരോചകമാവുന്നു. വിഷയത്തിന്റെ ഒരു ഭാഗം മാത്രമേ അവർ അറിയുന്നുള്ളൂ. എന്നിട്ടും തങ്ങളുടേത് പൂർണ്ണതയുള്ള ദർശനമാണെന്ന് അവകാശപ്പെടുകയും ചെയ്യുന്നു. എല്ലാ കലാസൃഷ്ടികളേയും തങ്ങളുടേതായ നിശ്ചിത നിയമങ്ങൾക്കകത്ത് നിർത്തി പരിശോധിക്കാൻ തയ്യാറെടുക്കുന്നു. ഇവർ പ്രൊക്രസ്റ്റസ്റ്റുകളെപ്പോലെയാണ്. അവരുടെ നിലപാടുകളും കർക്കശശാഠ്യങ്ങളും നല്ല വിമർശകനു സ്വീകരിക്കുക പ്രയാസമാണ്. അവരുടെ അപ്പോഴത്തെ മാനസിക വ്യവസ്ഥ, പ്രൊക്രസ്റ്റസ്റ്റിനെ കൊന്ന തിസ്യൂസിന്റേതായിപ്പോയാൽ ആരെയും കുറ്റം പറയാനാവില്ല. ഇന്നത്തെ കലയിൽ പഴയ നിർമ്മാണങ്ങൾ ചോദ്യം ചെയ്യപ്പെടുകയാണ്. പഴയ മൂല്യാനുഭവങ്ങൾ പുതിയ മൂല്യാനുഭവങ്ങളുടെ തിരിച്ചടി നേരിടുന്നു.

സമവാക്യ നിരൂപണങ്ങളുടെ ദുരന്തഭാവങ്ങൾ എറിഞ്ഞുടക്കപ്പെടേണ്ട കാലമായി. കാല്പനികത ചുവടുവെച്ച് വരുന്നതു കാണുന്നുണ്ട്; ഓർമ്മകളുടെയും ആത്മകഥകളുടെയും അനുഭവകഥകളുടെയും രൂപത്തിൽ. സാംസ്കാരിക വിമർശനത്തിന്റെ പേരിൽ നടക്കുന്ന തെമ്മാടിക്കുഴിക്കാഴ്ചകൾ വേറെയും. അതിനാൽ സമകാലികമായ വികാര വൈതരണികളെ സമരസപ്പെടുത്തേണ്ടതായും വരുന്നു. ഇതിന്റെ ഭാഗമായിട്ടാണ്

വിമർശനകലയിൽ സമകാലികമായി അസ്വാസ്ഥ്യങ്ങൾ ഉത്ഭവിക്കുന്നതും സൗന്ദര്യശാസ്ത്രം അഗ്നിയായി ഉണരുന്നതും. വ്യത്യസ്തമായ ഭാഷയും വ്യത്യസ്തമായ രൂപവും അന്വേഷണ വിഷയവുമാകുന്നു.

ആത്മകഥാരൂപം വിമർശകന്റെ അന്വേഷണവിഷയമാവുന്നത് ഈ പശ്ചാത്തലത്തിലാണ്. ആരെഴുതിയാലും ആത്മകഥകൾ സ്വീകരിക്കപ്പെട്ടിരുന്ന ഒരു കാലം മലയാളത്തിലുണ്ടായിരുന്നു. അതു മാറിയെന്ന് ആത്മകഥാകാരന്മാരെ ഓർമ്മപ്പെടുത്തേണ്ടത് നിരൂപണനീതിയാണ് – പുഷ്പത്തിന് വേരുകൾ സൃഷ്ടിക്കാൻ നമ്മുടെ ആത്മകഥാകാരന്മാർ ശ്രമിക്കരുതെന്ന അപേക്ഷയും എനിക്കുണ്ട്.

തുറന്ന മനസ്സോടെ മാത്രമേ ഒരു കലാസൃഷ്ടിയെ വിമർശകനു സമീപിക്കാനാവൂ. എക്കാലത്തേയും വിമർശക ധർമ്മവും അതാണ്. ഒരു വിമർശകൻ ആത്മകഥയെഴുതി പരാജയപ്പെട്ടാൽ, അത് ആരെങ്കിലും ബോദ്ധ്യപ്പെടുത്തിയാൽ അത് ഉപേക്ഷിക്കാനുള്ള ധീരത അദ്ദേഹം പ്രകടിപ്പിക്കുക തന്നെ വേണം. അല്ലെങ്കിൽ വായനക്കാർ ആ നിരൂപകനെ വെറുതെ വിടില്ല. തുറന്ന വായനയിൽ നിന്ന് ലഭിക്കുന്ന സാംസ്കാരികാനുഭവമാണ് വിമർശനമെങ്കിൽ, തുറന്ന ജീവിതാനുഭവത്തിന്റെ സർഗ്ഗാത്മക വായന ആയിരിക്കണം ഒരു ആത്മകഥാരൂപം.

■

എറണാകുളം ജില്ലയിലെ വടക്കൻപറവൂരിനടുത്ത് ചേന്ദമംഗലത്ത് ജനനം. ചേന്ദമംഗലം സർക്കാർ ഹൈസ്കൂൾ, സെന്റ് പോൾസ് കോളേജ് കളമശ്ശേരി, യു സി കോളേജ് ആലുവ, കോഴിക്കോട് സർവ്വകലാശാല എന്നിവിടങ്ങളിൽ പഠനം. ഇംഗ്ലീഷ് സാഹിത്യത്തിലും പത്രപ്രവർത്തനത്തിലും ബിരുദാനന്തര ബിരുദം.

1992 മുതൽ മാതൃഭൂമിയിൽ. വികസനോന്മുഖ പത്രപ്രവർത്തനത്തിനുള്ള കേരള സർക്കാർ അവാർഡ്, മദിരാശി മലയാളിസമാജത്തിന്റെ മാദ്ധ്യമ പ്രതിഭാ പുരസ്കാരം, മദ്രാസ് കേരള സമാജം നന്ദമ്പക്കാക്കത്തിന്റെ ടി വി എ മാരാർ പുരസ്കാരം എന്നിവ ലഭിച്ചിട്ടുണ്ട്. ചെന്നൈയിൽ മാതൃഭൂമി ലേഖകനായിരിക്കെ സമകാലിക വിഷയങ്ങളെക്കുറിച്ചെഴുതിയ കുറിപ്പുകൾ ചെന്നൈ കാഴ്ച എന്ന പേരിൽ പ്രസിദ്ധീകരിച്ചിട്ടുണ്ട്.

നിലവിൽ മാതൃഭൂമി കോഴിക്കോട് യൂണിറ്റിൽ അസിസ്റ്റന്റ് എഡിറ്റർ. ഭാര്യ ഷിജി കെ ജി, മകൻ രാഹുൽ.

വിലാസം: കുറുപ്പശ്ശേരി, വടക്കുംപുറം പി ഒ, ചേന്ദമംഗലം 683521
johnykanton@gmail. com

കെ.എ. ജോണി

സമർപ്പണം

സഹോദരങ്ങളായ
ജോർജ്
ആൻസിലി
ബേബി
വീനസ്
ക്ലീറ്റസ്
സെബാസ്റ്റ്യൻ
ടോമി
മേരി
മാത്യു
ഡെയ്സി

ഉള്ളടക്കം

പരാജയപ്പെടുന്ന ജനതയാവരുത് നമ്മൾ

കെ എ ജോണി

"നിന്റെ ശത്രുവിനെ അറിയുക,
നിന്റെ നിറം അവൻ ശ്രദ്ധിക്കുന്നില്ല
നീ അവനു വേണ്ടി പണിയെടുക്കുന്നിടത്തോളം,
നീ എത്ര സമ്പാദിക്കുന്നുണ്ടെന്നും അവൻ ശ്രദ്ധിക്കുന്നില്ല
നീ കൂടുതൽ സമ്പാദിക്കുന്നത് അവന്
വേണ്ടിയായിരിക്കുന്നിടത്തോളം,
മുകളിലെ മുറിയിൽ ആരാണ് താമസിക്കുന്നതെന്നതും
അവന് പ്രശ്നമല്ല
കെട്ടിടം അവന്റെ സ്വന്തമായിരിക്കുന്നിടത്തോളം,
അവൻ മാനവരാശിയുടെ സ്തുതിഗീതങ്ങൾ പാടുന്നു,
പക്ഷേ, മനുഷ്യരേക്കാൾ വില യന്ത്രങ്ങൾക്കാണെന്ന്
അവനറിയാം,

അവനുമായി വില പേശുക,
ചിരിച്ചുകൊണ്ട് അവൻ നിന്നെ മറികടക്കും,
അവനെ വെല്ലുവിളിക്കു, അവൻ കൊല്ലും,
സ്വന്തം സാമ്രാജ്യം നഷ്ടപ്പെടുന്നതിനു മുമ്പ്
അവൻ ലോകം നശിപ്പിക്കും."

1968 ൽ ഇംഗ്ലീഷ് കവി ക്രിസ്റ്റഫർ ലോഗ് എഴുതിയ ഈ വരികൾ സമകാലിക ഇന്ത്യയിലെ രാഷ്ട്രീയ കാലാവസ്ഥയെ അനുസ്മരിപ്പിക്കുന്നുണ്ടെങ്കിൽ അത് യാദൃശ്ചികമല്ല. നവ ഫാസിസത്തിന്റെ അലയൊലികൾക്കെതിരെ യൂറോപ്പിലും ലാറ്റിനമേരിക്കയിലും വിപ്ലവത്തിന്റെ തീനാമ്പുകൾ ജ്വലിക്കുന്നതിനിടെയാണ് ലോഗ് ഈ വാക്കുകൾ കുറിച്ചത്. വിയറ്റ്നാമിൽ അമേരിക്ക നടത്തിയ അധിനിവേശവും ബൊളീവിയയിൽ അമേരിക്കൻ പിണിയാളുകൾ ചെഗുവേരയെ വധിച്ചതും ലോകത്തെ നടുക്കിയ നാളുകളായിരുന്നു അത്. ഫാസിസം ആത്യന്തികമായി ചെയ്യുന്നത് മാനവികതയെ ഇല്ലാതാക്കലാണെന്ന തിരിച്ചറിവിലാണ് മർദ്ദിത ജനസമൂഹങ്ങൾ പോരാട്ടത്തിന്റെ പാതയിലേക്കിറങ്ങിയത്.

മതങ്ങളെക്കുറിച്ച് മാർക്സ് നടത്തിയ നിരീക്ഷണം ഫാസിസത്തിനും ബാധകമാണ്. ജനങ്ങളുടെ നിരാശയും തകർച്ചയും മുതലെടുത്തുകൊണ്ടാണ് ഫാസിസം പടരുന്നത്. രണ്ടാം യുപിഎ സർക്കാരിന്റെ കാലത്തുണ്ടായ അഴിമതികളുടെ പരിസരത്തിൽ സോണിയഗാന്ധിയുടെ വിദേശഉത്പത്തിയുമായി ബന്ധപ്പെടുത്തി സംഘപരിവാർ വിദഗ്ദമായി നടപ്പാക്കിയ വർഗ്ഗീയ അജണ്ട പച്ചപിടിക്കാനുണ്ടായ കാരണം ഇന്ത്യൻ ജനതയുടെ സാമ്പത്തിക പിന്നാക്കാവസ്ഥ തന്നെയായിരുന്നു. എല്ലാ പ്രശ്നങ്ങൾക്കുമുള്ള ഒറ്റമൂലി എന്ന നിലയിലാണ് നരേന്ദ്രമോദി അവതരിപ്പിക്കപ്പെട്ടത്. ക്രോണി ക്യാപിറ്റലിസത്തിന്റെ വിഷമത്രയും പേറുന്ന വികസനത്തിന്റെ ഗുജറാത്ത് മാതൃക ഇന്ത്യയുടെ ഭാവിയായി ചിത്രീകരിക്കുന്നതിൽ സംഘപരിവാർ വിജയിച്ചു. ലാൽ കൃഷ്ണ അദ്വാനിയല്ല ഈ പട നയിക്കാൻ യോഗ്യനെന്ന്

സംഘപരിവാർ കൃത്യമായി തിരിച്ചറിഞ്ഞുകഴിഞ്ഞിരുന്നു. ഒരു പ്രതിസന്ധിയിലും പതറില്ലെന്ന പ്രതീതി ജനിപ്പിക്കുന്ന, സർദാർ പട്ടേലിന്റെ വലതുപക്ഷപാതിത്വം അതിന്റെ സമസ്ത തീവ്രതയിലും സ്വാംശീകരിക്കാനും നടപ്പാക്കാനും കഴിയുന്ന, ഗാന്ധിജിയും നെഹ്റുവും കെട്ടിയുയർത്തിയ ഇന്ത്യൻ മതേതരത്വത്തിനെ എല്ലാ വിധത്തിലും വെല്ലുവിളിക്കാനും കഴിയുന്ന ഒരു നേതാവിനെയായിരുന്നു സംഘപരിവാറിന് വേണ്ടിയിരുന്നത്. നരേന്ദ്ര ദാമോദർദാസ് മോദി എന്ന ഗുജറാത്തുകാരനിൽ അവർ അത്തരമൊരാളെ കണ്ടെത്തി.

2002 ൽ ഗുജറാത്ത് കലാപത്തിന്റെ അകമ്പടിയോടെയാണ് മോദി നിയമസഭാ തിരഞ്ഞെടുപ്പിനെ ആദ്യമായി നേരിട്ടത്. "വിഷം നിറച്ച ഈ പാനപാത്രം തിരസ്കരിക്കുക" എന്ന തലക്കെട്ടിലാണ് വോട്ടെടുപ്പ് ദിനത്തിലെ ഹിന്ദു പത്രത്തിൽ അന്ന് എക്സിക്യൂട്ടീവ് എഡിറ്ററായിരുന്ന മാലിനി പാർത്ഥസാരഥി ലേഖനമെഴുതിയത്. ഗുജറാത്ത് പക്ഷേ, ആ പാനപാത്രം സ്വീകരിച്ചു. ഒരു വ്യാഴവട്ടത്തിനപ്പുറം ഇന്ത്യയുടെ ഭാഗധേയം നിർണ്ണയിക്കുന്ന നേതാവായി മോദി വളരുകയും ചെയ്തു. ഈ പാനപാത്രത്തിൽ നിന്ന് കുടിക്കുന്നതിനും അതിലെ പാനീയം സന്തോഷപൂർവ്വം മറ്റുള്ളവർക്ക് പകരുന്നതിനും മടിയേതുമില്ലാത്ത തലത്തിലേക്ക് ഇന്ത്യയിലെ മുഖ്യധാരാ മാദ്ധ്യമങ്ങൾ പരിണമിക്കുന്ന കാഴ്ച ദയനീയമായിരുന്നു.

1999ൽ അധികാരത്തിൽ വന്ന വാജ്പേയി മന്ത്രിസഭയ്ക്ക് പരിമിതികളുണ്ടായിരുന്നു. ബിജെപിക്ക് തനിച്ച് ഭൂരിപക്ഷമില്ലാതിരുന്നതിനാൽ ആർ എസ് എസിന് സ്വന്തം അജണ്ടകൾ നടപ്പാക്കുക എളുപ്പമായിരുന്നില്ല. മിതവാദി എന്ന പ്രതിച്ഛായനിലനിർത്തണമെന്ന വാജ്പേയിയുടെ ആഗ്രഹവും സംഘപരിവാറിന് തിരിച്ചടിയായി. 2002ലെ കലാപത്തിന്റെ പേരിൽ മോദി ഗുജറാത്തിലെ മുഖ്യമന്ത്രിസ്ഥാനം ഒഴിയണമെന്ന് വാജ്പേയി പാർട്ടിക്കുള്ളിൽ ആവശ്യപ്പെട്ടിരുന്നു. കലാപത്തിന് പിന്നാലെ ഗോവയിൽ നടന്ന പാർട്ടിയുടെ ദേശീയ നിർവ്വാഹക സമിതി യോഗത്തിൽ മോദി

രാജി പ്രഖ്യാപിക്കണമെന്ന നിലപാടായിരുന്നു വാജ്പേയിയുടേത്. പക്ഷേ, എൽ കെ അദ്വാനിയുടെ നേതൃത്വത്തിൽ ആർ എസ് എസ് ഈ നീക്കം വിദഗ്ദമായി തടഞ്ഞു. ഗോവയിൽ മോദിയുടെ രാജി പ്രഖ്യാപനമുണ്ടായില്ല. പിന്നീടങ്ങോട്ട് മോദിക്ക് ഇന്ത്യൻ രാഷ്ട്രീയത്തിൽ പിന്തിരിഞ്ഞ് നോക്കേണ്ടി വന്നിട്ടില്ല.

1999 ൽ സാധിക്കാൻ കഴിയാതിരുന്നത് 2014 ൽ നേടിയെടുക്കാൻ സംഘപരിവാറിന് കഴിഞ്ഞു. ലോക് സഭയിൽ ബിജെപിക്ക് കേവലഭൂരിപക്ഷം എന്ന അജണ്ട സാക്ഷാത്കരിക്കാൻ കഴിഞ്ഞതോടെ ആർ എസ് എസ് അവരുടെ പ്രഖ്യാപിത ലക്ഷ്യങ്ങളിലേക്കെത്തുന്നതിനുള്ള കരുനീക്കങ്ങൾ തുടങ്ങുകയും ചെയ്തു. ഇക്കഴിഞ്ഞ മൂന്നു വർഷങ്ങൾ പോലെ സംഘപരിവാർ അധികാരം രുചിച്ച മറ്റൊരു കാലം സ്വതന്ത്രഇന്ത്യയുടെ ചരിത്രത്തിലുണ്ടായിട്ടില്ല. അധികാരം പോലെ മറ്റൊരു ലഹരിയില്ല. അതുകൊണ്ടുതന്നെ ഈ ലഹരിവേണ്ടെന്നുവെയ്ക്കാൻ സംഘപരിവാറിനാവുകയില്ല. മതേതര, സോഷ്യലിസ്റ്റ് റിപ്പബ്ലിക്കായി ഇന്ത്യ തുടരുന്നത് പോലെആർ എസ് എസ്സിനെ അലോസരപ്പെടുത്തുന്ന മറ്റൊന്നില്ല. 1948 ൽ ഗാന്ധിജിയുടെ വധമാണ്ഇന്ത്യയെഒരു മതരാഷ്ട്രമാകുന്നതിൽ നിന്ന് തടഞ്ഞതെന്ന് രാമചന്ദ്ര ഗുഹയെപ്പോലുള്ളവർ നിരീക്ഷിക്കുന്നുണ്ട്. ഗാന്ധിജിയുടെ വധം ഇന്ത്യൻ ജനതയെ ഞെട്ടിച്ചു. മത തീവ്രവാദികളുടെ കൈപ്പിടിയിലേക്ക് രാജ്യം എത്തിപ്പെട്ടാൽ എന്തായിരിക്കും ഫലമെന്ന് ഇന്ത്യൻ ജനത തിരിച്ചറിഞ്ഞതാണ് ജനാധിപത്യത്തിന് തുണയായത്. 1948 ൽ നിന്നും 2002 ലേക്കുള്ള യാത്രയ്ക്കിടയിൽ സംഘപരിവാർ പക്ഷേ, ഗൃഹപാഠം കൃത്യമായി ചെയ്തു. ഇന്ത്യ തങ്ങൾക്ക് ഒസ്യത്തായി കിട്ടിയതാണെന്ന് ധരിച്ചവശായ നെഹ്രുകുടുംബത്തിന്റെ ചെയ്തികൾ ഈ യാത്രയിൽ സംഘപരിവാറിന് വീണ്കിട്ടിയ മൂലധനമായിരുന്നു. ബിജെപിയുടെ മാതൃസംഘടനയായ ജനസംഘിന് ഇന്ത്യൻ ജനസമൂഹത്തിൽ വേര് പടർത്തുന്നതിന് വളക്കൂറുള്ള മണ്ണൊരുക്കിയത് ഇന്ദിരാഗാന്ധിയുടെ അടിയന്തരാവസ്ഥയായിരുന്നുഎന്നത് വിസ്മരിക്കാനാവില്ല. ഇന്നിപ്പോൾ ഇന്ത്യയിലെ ഏറ്റവും ശക്തമായ

രാഷ്ട്രീയപാർട്ടിയായി ബിജെപി വളർന്നിട്ടുണ്ടെങ്കിൽ അതിൽ ജയപ്രകാശ് നാരായൺ എന്ന സോഷ്യലിസ്റ്റിനോടും ആ പാർട്ടിക്ക് തീർത്താൽ തീരാത്ത കടപ്പാടുണ്ട്. അടിയന്തരവാസ്ഥയ്ക്കെതിരായ ജനമുന്നേറ്റത്തിൽ ജനസംഘിനെക്കൂടി ഉൾച്ചേർക്കാൻ ജെപി എടുത്ത തീരുമാനമാണ് ആ തീവ്ര വലതുപക്ഷ സംഘടനയ്ക്ക് അനിവാര്യമായിരുന്ന ജീവവായു നൽകിയത്.

ഇന്ത്യൻ ബഹുസ്വരത ഇതുപോലെ വെല്ലുവിളക്കപ്പെട്ട ഒരു കാലം വേറെയുണ്ടായിട്ടില്ല. അടിയന്തരാവസ്ഥയുടെ പാപക്കറയിൽ നിന്ന് കോൺഗ്രസിനെയോ ഇന്ദിരയേയോ കഴുകിയെടുക്കാൻ ഒരു സുഗന്ധ ദ്രവ്യത്തിനും കഴിയില്ല. പക്ഷേ, ആ കറുത്ത നാളുകളിലും ഇന്ത്യയുടെ മതേതരത്വവും ബഹുസ്വരതയും നിരാകരിക്കാൻ ഇന്ദിര തയ്യാറായിരുന്നില്ല. ബിന്ദ്രൻവാലയെ ഇല്ലാതാക്കാൻ സുവർണ്ണക്ഷേത്രത്തിൽ നടത്തിയഓപ്പറേഷൻ ബ്ലൂസ്റ്റാറിനു ശേഷവും സ്വന്തം സുരക്ഷാവലയത്തിൽ നിന്ന് സിഖ്വംശജരെ ഒഴിവാക്കാൻ ഇന്ദിര വിസമ്മതിച്ചു. ഇക്കഴിഞ്ഞ യു പി തിരഞ്ഞെടുപ്പിൽ മുസ്ലിം സമുദായത്തിൽ നിന്ന് ഒരു സ്ഥാനാർത്ഥിയെ പോലും മത്സരിപ്പിക്കാതിരുന്ന ബിജെപിയുടെ നിലപാടുമായി ഇന്ദിരയുടെ സമീപനം തുലനം ചെയ്യാതിരിക്കാനാവില്ല. ഉത്തർപ്രദേശിൽ 19 ശതമാനം മുസ്ലീങ്ങളുണ്ടെന്നാണ് കണക്ക്. ഈ ജനവിഭാഗത്തിന് ഭരണനിർവ്വഹണത്തിൽ ഒരു പ്രാതിനിധ്യവും വേണ്ടെന്ന് ബിജെപി അസന്ദിഗ്ദമായി പ്രഖ്യാപിക്കുകയായിരുന്നു. ഇന്ത്യൻ ബഹുസ്വരതയെ ഇത്രയും നിഷ്ഠൂരമായി വെല്ലുവിളിക്കാൻ ബിജെപിക്ക് കഴിഞ്ഞുവെന്നത്ജനാധിപത്യ വിശ്വാസികൾ ഞെട്ടലോടെയാണ് കണ്ടത്. തിരഞ്ഞെടുപ്പിൽ ഭൂരിപക്ഷം ലഭിച്ചപ്പോൾ യോഗി ആദിത്യനാഥ് എന്ന തങ്ങളുടെ കറകളഞ്ഞ പ്രവർത്തകനെ മുഖ്യമന്ത്രി സ്ഥാനത്തേക്ക് കൊണ്ടു വരുന്നതിന് ആർ എസ് എസ്സിനായി. ആത്യന്തികമായി അയോദ്ധ്യയിലെ രാമക്ഷേത്ര നിർമ്മാണമായിരിക്കും 2019 ലെ ലോക് സഭാ തിരഞ്ഞെടുപ്പിൽ ബിജെപി ഇറക്കിയേക്കാവുന്ന തുറുപ്പ് ചീട്ട് എന്ന സാദ്ധ്യതയിലേക്കാണ് യോഗിയുടെ മുഖ്യമന്ത്രിസ്ഥാനം വിരൽ ചൂണ്ടുന്നത്.

ഏകാധിപത്യമാണ് ഫാസിസം ആവശ്യപ്പെടുന്ന പരിസരം. അവിടെ ഒരു നേതാവു മാത്രമേയുണ്ടായിരിക്കുകയുള്ളൂ. വിമർശനങ്ങൾ അലർജിയായ നേതാവ് സ്വന്തം അജണ്ട നടപ്പാക്കാൻ നിഷ്ഠുര മാർഗ്ഗങ്ങളിലേക്ക് തിരിയും. ജനങ്ങളെ ഞെട്ടിപ്പിച്ചും ഭയപ്പെടുത്തിയും വരുതിയിൽ നിർത്താൻ ശ്രമിക്കും. 2016 നവംബർ എട്ടിന് മോദി സർക്കാർ പ്രഖ്യാപിച്ച നോട്ട് നിരോധനം ഈ വഴിയിലുള്ള നടപടിയായിരുന്നു. തീർത്തും ഏകാധിപത്യപരമായ നടപടിയായിരുന്നു ഇതെന്നാണ് അമർത്യാസെന്നിനെപ്പോലുള്ള ഒരു സാമ്പത്തികശാസ്ത്രജ്ഞൻ വിശേഷിപ്പിച്ചത്. സ്വന്തം ധനകാര്യമന്ത്രിയേയോ റിസർവ്വ് ബാങ്ക് ഗവർണ്ണറേയോ വിശ്വാസത്തിലെടുക്കാതെയാണ് ഈ കടുത്ത നടപടിയുമായി മോദി മുന്നോട്ട് പോയതെന്നും വിമർശമുയർന്നു. രാത്രിക്ക് രാത്രി ഇന്ത്യൻ സമ്പദ് വ്യവസ്ഥ കുത്തഴിയുന്നതകണ്ട് ലോകം അമ്പരന്നു. ഇതിനുപിന്നാലെയാണ് ചരക്ക് സേവന നികുതിയെന്ന ജി എസ് ടി എത്തിയത്. ഈ പുതിയ നികുതി സമ്പ്രദായവും തീർത്തും അശാസ്ത്രീയമായാണ് നടപ്പാക്കിയതെന്ന ആരോപണം യുക്തിഭദ്രമായി നേരിടാൻ മോദി സർക്കാരിനായിട്ടില്ല.

വല്ലാത്തൊരു ഭീതി ഇന്ത്യയെ ഗ്രസിച്ചിരിക്കുകയാണെന്നാണ് അടുത്തിടെ മുൻ ബംഗാൾ ഗവർണ്ണർ ഗോപാൽകൃഷ്ണഗാന്ധി ചൂണ്ടിക്കാട്ടിയത്. സമൂഹത്തിൽ ഭീതി പടരുന്നത് നമുക്ക് തൊട്ടറിയാം. നരേന്ദ്ര ധബോൽക്കർ (2013), ഗോവിന്ദ്പൻസാരെ (2015), എം എം കൽബുർഗി (2015), ഗൗരിലങ്കേഷ് (2017) എന്നിവരുടെ കൊലപാതകങ്ങൾ ഈ ഭീതി വളർത്തി. വിയോജിപ്പിന് അവസരമുണ്ടെന്നതാണ് ജനാധിപത്യത്തെ ജനാധിപത്യമാക്കുന്നത്. "എന്നെ എതിർക്കാനുള്ള നിങ്ങളുടെ അവകാശം സംരക്ഷിക്കുന്നതിനായി കൊലമരത്തിലേക്ക് പോവാൻ ഞാൻ തയ്യാറാണ്" എന്ന ഫ്രഞ്ച് ചിന്തകൻ വോൾട്ടയറുടെ വചനത്തിനപ്പുറത്ത് ജനാധിപത്യത്തിന് വേറൊരു നിർവ്വചനമില്ല. ഈ പരിസരമാണ് സമകാലിക ഇന്ത്യയിൽ ഇല്ലാതായിക്കൊണ്ടിരിക്കുന്നത്. നിങ്ങൾക്ക് ഇപ്പോഴും വിമർശിക്കാൻ കഴിയുന്നില്ലേയെന്നും ഇപ്പോഴും വിയോജിപ്പിന്റെ

രേഖപ്പെടുത്തലുകൾ ഉള്ള പുസ്തകങ്ങൾ പുറത്തിറക്കാൻ കഴിയുന്നില്ലേയെന്നുമുള്ള ചോദ്യങ്ങൾ മറുപക്ഷത്തു നിന്നും ഉയരുന്നുണ്ട്. അന്തരീക്ഷം മലിനമാണ്. പക്ഷേ, നമ്മൾ ഇപ്പോഴും ശ്വസിക്കുന്നുണ്ട്. നമ്മൾ ജീവവായു തേടുന്നുണ്ടെന്നതും നമുക്കത് ലഭിക്കുന്നുണ്ടെന്നതും അന്തരീക്ഷം മലിനമല്ല എന്ന് തെളിയിക്കുന്നില്ലെന്ന വ്യക്തമായ ഉത്തരമാണ് ഗോപാൽകൃഷ്ണഗാന്ധി ഇതിന് നൽകുന്നത്.

2002 ലെ ഗുജറാത്ത് കലാപം പ്രമേയമാക്കിയ രാഹുൽ ധൊലാക്കിയയുടെ പർസാനിയ എന്ന സിനിമ നാളിതുവരെ ഗുജറാത്തിൽ പ്രദർശിപ്പിക്കപ്പെട്ടിട്ടില്ല. ആസ്വാദകർക്കു മുന്നിലെത്തും മുൻപ് സെൻസറിങ് നടക്കുന്ന ഒരേയൊരു കലയാണ് സിനിമ എന്നിരിക്കെയാണ് ഈ വൈപരീത്യം. തമിഴിൽ അടുത്തിടെ പുറത്തിറങ്ങിയ മെർസൽ എന്ന സിനിമയിൽ വിജയിന്റെ നായക കഥാപാത്രം ജി എസ് ടി യെ ചോദ്യം ചെയ്തത് തികഞ്ഞ അസഹിഷ്ണുതയോടെയാണ് ബിജെപി നേരിട്ടത്. ഈ രംഗങ്ങൾ നീക്കം ചെയ്യണമെന്നാവശ്യപ്പെടാൻ ആ പാർട്ടിയുടെ നേതൃത്വത്തിന് ഒരു മടിയുമുണ്ടായില്ല. വിജയിന്റെ പൂർണ്ണമായ പേര് ജോസഫ് വിജയ് ആണെന്ന് കണ്ടെത്തിക്കൊണ്ടാണ് ബിജെപിയുടെ ദേശീയ സെക്രട്ടറി എച് രാജ മെർസലിനെതിരെയുള്ള പടയൊരുക്കം കൊഴുപ്പിച്ചത്. ഭരണകൂടത്തെ വിമർശിച്ചാൽ വിമർശിക്കുന്നയാളുടെ ജാതിയും മതവും ഉയർത്തിക്കാട്ടുകയെന്നത് ഫാസിസം എക്കാലത്തും പരീക്ഷിച്ചിട്ടുള്ള തന്ത്രമാണ്.

ഈ നീക്കങ്ങൾ വ്യക്തമായ ലക്ഷ്യത്തോടെ തന്നെയാണ് ഫാസിസ്റ്റ് ശക്തികൾ നടത്തുന്നത്. തമിഴ് എഴുത്തുകാരൻ പെരുമാൾ മുരുകൻ കഴിഞ്ഞ വർഷം നടത്തിയ വെളിപ്പെടുത്തൽ ശ്രദ്ധേയമായിരുന്നു. പെരുമാൾ മുരുകന്റെ 'മാതൊറു ഭാഗൻ' എന്ന നോവലിനെതിരെ വൻ ആക്രമണമാണ് തമിഴ്നാട്ടിലെ ജാതി സംഘടനകൾ നടത്തിയത്. നാമക്കൽ എന്ന സ്വദേശം വിട്ട് ചെന്നൈയിലേക്ക് താമസം മാറ്റേണ്ടി വന്ന പെരുമാൾ മുരുകന് അവസാനം തുണയായത്

മദ്രാസ് ഹൈക്കോടതിയാണ്. എഴുത്ത് ജീവിതം അവസാനിപ്പിച്ച മുരുകനോട് വീണ്ടും എഴുതണമെന്നും എഴുത്തുകാരനേയും കലാകാരനേയും സംരക്ഷിക്കേണ്ട കടമയും ഉത്തരവാദിത്വവും ഭരണകൂടത്തിനുണ്ടെന്നും വിധിയെഴുതിയ മദ്രാസ് ഹൈക്കോടതി ചീഫ് ജസ്റ്റിസ് സഞ്ജയ് കിഷൻ കൗൾ ഓർമ്മിപ്പിച്ചു. ഈ വിധിയെത്തുടർന്നാണ് പെരുമാൾ മുരുകൻ എഴുത്തിലേക്ക് തിരിച്ചുവന്നത്. പക്ഷേ, ഇപ്പോൾ എന്തെഴുതുമ്പോഴും ഒരു പ്രീ സെൻസറിങ് താനറിയാതെ തന്നെ തന്റെ ഉള്ളിൽ നടക്കുന്നുണ്ടെന്നാണ് പെരുമാൾ മുരുകൻ പറഞ്ഞത്. ഇത് വല്ലാത്തൊരു അവസ്ഥയാണ്. എഴുതുന്നത് ആർക്കെങ്കിലും അലോസരമാവുമോ എന്ന ചിന്ത മനസ്സിലൂടലെടുത്താൽ തീർച്ചയായും അത് ഉള്ളടക്കത്തെ ബാധിക്കും. പ്രതിലോമശക്തികൾക്ക് ഇഷ്ടപ്പെട്ടേക്കില്ലെന്ന തോന്നലിൽ നമ്മൾ ഒഴിവാക്കിയേക്കാവുന്ന ഓരോ വാക്കും ആവിഷ്കാരസ്വാതന്ത്ര്യത്തിന്റെ ബലിത്തറയിലാണ് പിടഞ്ഞുമരിക്കുന്നത്. ഈ ഭയം സമർത്ഥമായി സൃഷ്ടിക്കുന്നതിനും ജനസമൂഹങ്ങളെ അതിന്റെ നിഴലിലാഴ്ത്തുന്നതിനും കഴിയുന്നിടത്താണ് ഫാസിസം വിജയിച്ചു തുടങ്ങുന്നത്.

ആത്മഗതങ്ങളിൽ അഭിരമിക്കുന്ന നേതാവാണ് നരേന്ദ്രമോദി. രണ്ടു പേർ ചേർന്നുള്ള ഭാഷണങ്ങളിൽ, സംവാദങ്ങളിൽ മോദിക്ക് താൽപര്യമില്ല. അഖിലേന്ത്യാ റേഡിയോയിലൂടെയുള്ള മൻകീബാത്ത് എന്ന പ്രഭാഷണമാണ് മോദിയുടെ മുഖ്യ ആശയവിനിമയ മാധ്യമം. അധികാരമേറ്റ് മൂന്നു വർഷം കഴിഞ്ഞെങ്കിലും ഇതിനിടയിൽ ഒരിക്കൽപോലും ഒരു പത്രസമ്മേളനം പോലും മോദി വിളിച്ചിട്ടില്ല. ഒരു പക്ഷേ, ഒരു മാദ്ധ്യമ സമ്മേളനം പോലും അഭിസംബോധന ചെയ്യാതിരുന്ന ആദ്യ ഇന്ത്യൻ പ്രധാനമന്ത്രി എന്ന 'ബഹുമതി' ആയിരിക്കണം മോദി ലക്ഷ്യമിടുന്നത്. ചോദ്യങ്ങൾ തീർച്ചയായും മോദി ഭയപ്പെടുന്നുണ്ട്. എവിടെവെച്ചും ഏതുനിമിഷത്തിലും ഒരു മാദ്ധ്യമപ്രവർത്തകൻ അലോസരപ്പെടുത്തുന്ന ചോദ്യങ്ങൾ ചോദിച്ചേക്കാമെന്ന് അദ്ദേഹം പേടിക്കുന്നു. 2002 ലെ ഗുജറാത്ത് കലാപത്തിനു ശേഷമാണ് മോദി ഈ പേടിക്കടിപ്പെട്ടത്. ആയിരക്കണക്കിന്

ജനങ്ങളുടെ നിലവിളിയിൽ നിന്ന് ഓടിയൊളിക്കാനുള്ള ഒരു ശ്രമ ത്തിന്റെ ഭാഗമാണിത്.

ഒരാൾ മാത്രം സംസാരിക്കുകയും മറ്റുള്ളവർ കേൾവിക്കാരാവുകയും ചെയ്യുന്നത് ജനാധിപത്യമല്ല. തുറന്ന സംവാദങ്ങളാണ് ജനാധിപത്യത്തിന്റെ ആത്മാവ്. സാമൂഹികമാദ്ധ്യമങ്ങളുടെ വളർച്ച ബലിഷ്ഠമാക്കിയത് ജനാധിപത്യത്തിന്റെ ഈ അടിത്തറയാണ്. പക്ഷേ, ബഹുസ്വരമായ ഇന്ത്യയെ കാണാതിരിക്കുകയും ഏകീകൃത ഇന്ത്യയെന്ന പ്രതിലോമപരതയിൽ അഭിരമിക്കുകയും ചെയ്യുമ്പോൾ ജനാധിപത്യം നാനാവിധമാവുന്നു. ഏകീകൃത സിവിൽ നിയമം നടപ്പാക്കുന്നതിലൂടെ ഏകീകൃത ഇന്ത്യ സൃഷ്ടിക്കാനാവുമെന്നാണ് ബിജെപി ധരിച്ചിരിക്കുന്നത്. ഇന്ത്യയുടെ സുന്ദരവും സുരഭിലവുമായ ബഹുസ്വരത ബിജെപിയെ എന്നും അലോസരപ്പെടുത്തിയിട്ടേയുള്ളൂ. ജമ്മുകാശ്മീരിന്റെ സ്വയം നിർണ്ണയാവകാശവുമായി ബന്ധപ്പെട്ട ഇന്ത്യൻ ഭരണഘടനയുടെ 370 ാം വകുപ്പിന്റെ പുനഃപരിശോധനയും അയോദ്ധ്യയിലെ രാമക്ഷേത്ര നിർമ്മാണവുമാണ് ഈ ദിശയിൽ ബിജെപി ലക്ഷ്യമിടുന്ന മറ്റ് രണ്ട് നിർണ്ണായക കാര്യങ്ങൾ.

2019 ലെ ലോകസഭ തിരഞ്ഞെടുപ്പിൽ മൂന്നിൽ രണ്ട് ഭൂരിപക്ഷമാണ് സംഘപരിവാർ ലക്ഷ്യമിടുന്നത്. തങ്ങളുടെ പ്രഖ്യാപിത അജണ്ട നടപ്പാക്കുന്നതിന് ഇതനിവാര്യമാണെന്ന് അവർക്കറിയാം. ഭൂരിപക്ഷ വർഗ്ഗീയത ആളിക്കത്തിച്ച് ഈ ലക്ഷ്യം കൈവരിക്കുകയാണ് ബിജെപിയുടെ പദ്ധതി. പശു സംരക്ഷണവും ന്യൂനപക്ഷങ്ങൾക്കെതിരെയുള്ള ആക്രമണവും ഈ ലക്ഷ്യത്തിനുള്ള മാർഗ്ഗങ്ങളായാണ് സംഘപരിവാർ കാണുന്നത്. ഈ യുദ്ധ സന്നാഹത്തിൽ സംഘപരിവാർ നേരിടുന്ന വലിയൊരു വെല്ലുവിളി ദളിത് സമൂഹത്തിൽ നിന്നാണ്. അതിശക്തമായൊരു ദളിത് മുന്നേറ്റം ഇന്നിപ്പോൾ ഇന്ത്യയിലുണ്ട്. "എന്റെ ജന്മമാണ് എന്റെ മാരകമായ വിപത്ത്" എന്ന രോഹിത് വെമുലയുടെ ആത്മഹത്യാക്കുറിപ്പിന്റെ പരിസരത്തിലാണ് ഈ മുന്നേറ്റം വിശകലനം ചെയ്യപ്പെടേണ്ടത്.

ഗുജറാത്തിൽ പശുഭീകരതയ്ക്കെതിരെ ദളിതർ നടത്തിയ ചെറുത്തു നിൽപ് ശ്രദ്ധേയമായിരുന്നു. ഫാസിസത്തിനും ഹിന്ദുത്വയ്ക്കുമിടയിലു ള്ള അന്തർധാരയെക്കുറിച്ച് ദളിത് എഴുത്തുകാരായ കാഞ്ച എലയ്യയും ശരൺകുമാർ ലിംബാളെയുമൊക്കെ നടത്തുന്ന നിരീക്ഷണങ്ങൾ ഈ പരിസരത്തിലാണ് വിലയിരുത്തപ്പെടേണ്ടത്. ഉത്തരേന്ത്യൻ അധീശത്വത്തിനെതിരെയുള്ള ദക്ഷിണേന്ത്യൻ ചെറുത്തു നിൽപും ഈ കാലഘട്ടത്തെയും ചരിത്രത്തെയും അടയാളപ്പെടുത്തുന്നുണ്ട്. ദക്ഷിണേന്ത്യ ഏതു വിധേനയും പിടിക്കണമെന്ന ബിജെപിയുടെ ആഗ്രഹത്തിന് വിഘാതമാവുന്നത് ദക്ഷിണേന്ത്യൻ ജനതയുടെ തനത് സാംസ്കാരിക ഈടുവെയ്പുകളാണ്.

അന്തരീക്ഷം തീർച്ചയായും കാർമേഘാവൃതമാണ് (സ്വകാര്യത മൗലികാവകാശമാണെന്ന സുപ്രീംകോടതി വിധി പോലുള്ള രജതരേഖകൾ തീർച്ചയായും കാണാതിരിക്കുന്നില്ല). ഫാസിസ ത്തിന്റെ കരിനിഴലുകൾ ഇന്ത്യയ്ക്ക് മേലെയുണ്ട്. പക്ഷേ, നിരാശയല്ല, തികഞ്ഞ ശുഭാപ്തിവിശ്വാസം തന്നെയാണ് നമ്മളെ നയിക്കേണ്ടത്. വിഭജനവും ഗാന്ധിജിയുടെ വധവും അടിയന്തരാവസ്ഥയും അതിജീ വിക്കാൻ ഇന്ത്യൻ ജനാധിപത്യത്തിനായിട്ടുണ്ട്. പ്രതിസന്ധികളുടെ ഈ കടുത്ത നിമിഷങ്ങളിൽ തളരാൻ നമുക്കാവില്ല. 1960 കളിൽ ബൊളീവിയൻ കാടുകളിൽ കഴിയുകയായിരുന്ന ചെഗുവേരയോട് ഒരമേരിക്കൻ പത്രപ്രവർത്തകൻ സാധാരണ ജനങ്ങൾക്ക് എന്തു വിപ്ലവ പ്രവർത്തനമാണ് നടത്തനാവുകയെന്ന് ചോദിച്ചു. ചെയുടെ മറുപടി ഇതായിരുന്നു. “നിങ്ങൾ ഒരു വ്യാളിയുടെ വയറ്റിലാണ്. പക്ഷേ, നിങ്ങൾക്ക് ഉള്ളിൽ കിടന്ന് അതിനെ തൊഴിക്കാൻ കഴിയും. കൂടുതൽ കഠിനമായി പ്രഹരിക്കണമോയെന്ന് നിങ്ങളാണ് തീരുമാ നിക്കേണ്ടത്.” സാധാരണ ജീവിത വ്യവഹാരങ്ങൾക്കിടയിൽ നമ്മൾ നടത്തുന്ന ഓരോ ചെറുത്തുനിൽപും പ്രസക്തമാണെന്നു തന്നെയാണ് ചെ വിവക്ഷിക്കുന്നത്. സമകാലിക ഇന്ത്യൻ രാഷ്ട്രീയം വിശകലനം ചെയ്യുന്ന അഭിമുഖങ്ങളും കുറിപ്പുകളുമാണ് ഈ സമാഹാരത്തിലുള്ളത്. രാമചന്ദ്ര ഗുഹ, എം.ജി.എസ് നാരായണൻ, മേതിൽ രാധാകൃഷ്ണൻ,

സച്ചിദാനന്ദൻ, ശരൺകുമാർ ലിമ്പാളെ, വെങ്കടേഷ് ആത്രേയ, സദാനന്ദ് മേനോൻ എന്നിവരുമായുള്ള സംഭാഷണങ്ങളാണ് തുടക്കത്തിൽ.

നിതാന്ത ജാഗ്രതയാണ് സ്വാതന്ത്ര്യത്തിന്റെ വില. മാതൃഭൂമി ഓൺലൈനിൽ പ്രസിദ്ധീകരിച്ച ഈ രചനകൾ പുസ്തകരൂപത്തിലാവുമ്പോൾ മുന്നിലും പിന്നിലും തെളിയുന്ന വെളിച്ചം ഈ വചനത്തിന്റേതു തന്നെയാണ്.

●

അഭിമുഖങ്ങൾ

മേതിൽ രാധാകൃഷ്ണൻ

മലയാള ആധുനിക ചെറുകഥാകൃത്തുക്കളിൽ പ്രമുഖനാണ് മേതിൽ രാധാകൃഷ്ണൻ.

കേരളത്തിലെ പാലക്കാട് 24 ജൂലൈ 1944 ന് ജനിച്ചു. ഉപരിവിദ്യാഭ്യാസം ചിറ്റൂർ ഗവണ്മെന്റ് കോളേജിലും, തൃശ്ശൂർ കേരളവർമ്മ കോളേജിലും. നോർവീജിയൻഷിപ്പിങ് സ്ഥാപനത്തിലെ കമ്പ്യൂട്ടർ വിഭാഗത്തിന്റെ അധിപനായും, നെസ്റ്റ് സോഫ്റ്റ്വേർ യു. എസ്. എ യുടെ ചെന്നൈ ശാഖയിൽസീനിയർ സാങ്കേതികലേഖകനായും പ്രവർത്തിച്ചു. ന്യൂ ഇൻഡ്യൻ എക്സ്പ്രസിലും പ്രവർത്തിച്ചിട്ടുണ്ട്. ജന്തുസ്വഭാവശാസ്ത്രം സംബന്ധിച്ച നിരീക്ഷണങ്ങൾ ബ്രിട്ടനിലെ എന്റമോളജിക്കൽ സൊസൈറ്റിയുടെ ആനുകാലികങ്ങളിൽ പ്രസിദ്ധീകരിച്ചിട്ടുണ്ട്. മാധ്യമം ആഴ്ചപ്പതിപ്പിലെ അദ്ദേഹത്തിന്റെ മൂന്നുവര എന്ന ഉപന്യാസ പരമ്പര വായനക്കാരുടെ ശ്രദ്ധനേടുകയുണ്ടായി.

കൃതികൾ:

നോവൽ: സൂര്യവംശം (1970), ബ്രാ (1974), ചുവന്ന വിദൂഷകരുടെ അഞ്ചാം പത്തി, ലൈംഗികതയെക്കുറിച്ച് ഒരുപന്യാസം, ഹിച്ച് കോക്കിന്റെ ഇടപെടൽ

കഥകൾ: ഡിലൻ തോമസിന്റെ പന്ത്, സംഗീതം ഒരു സമയകലയാണ്, നായകന്മാർ ശവപേടകങ്ങളിൽ

കവിതകൾ: ഭൂമിയേയും മരണത്തേയും കുറിച്ച്, പെൻഗ്വിൻ

H.22

ഇന്ത്യയെ വീണ്ടും വിഭജിക്കേണ്ടിവരുമോ ?

മേതിൽ രാധാകൃഷ്ണൻ

സമകാലിക ഇന്ത്യ നേരിടുന്ന രാഷ്ട്രീയ സാമൂഹിക പ്രതിസന്ധികൾ അതീവ ഗുരുതരമാണെന്ന് പ്രമുഖ എഴുത്തുകാരൻ മേതിൽരാധാകൃഷ്ണൻ പറയുന്നു. അനീതിക്കെതിരെ ക്ഷോഭിക്കുന്ന ഒരു യുവാവ് എപ്പോഴും മേതിലിന്റെ ഉള്ളിലുണ്ട്. മനുഷ്യന് വേണ്ടി മാത്രമല്ല ഈ പ്രഞ്ചത്തിലെ പുഴുക്കൾക്കു വേണ്ടിയും നിലകൊള്ളുന്ന രാഷ്ട്രീയമാണ് മെയ്തിലിന്റേത്. ഈ പരിസരങ്ങളിൽ നിന്നുകൊണ്ട് മേതിൽരാധാകൃഷ്ണൻ സമകാലിക ഇന്ത്യയെക്കുറിച്ചുള്ള ആശങ്കകളും ആകുലതകളും പങ്കുവെയ്ക്കുന്നു

? **ഒരേസമയം ഞെട്ടിപ്പിക്കുകയും വേദനിപ്പിക്കുകയും ചെയ്യുന്ന കാഴ്ചകളാണ് ഇന്ത്യയുടെ വിവിധ ഭാഗങ്ങളിൽ നിന്നുയരുന്നത്. ഹൈദരാബാദ് സർവ്വകലാശാലയിലെയും ജെ എൻ യുവിലെയും സംഭവവികാസങ്ങൾ ഇന്ത്യ കടന്നുപൊയ്ക്കൊണ്ടിരിക്കുന്നത് ഒരു നിർണ്ണായകഘട്ടത്തിൽ കൂടിയാണെന്നുതെയാണ് വ്യക്തമാക്കുന്നത്. മെയ്തിലിന് എന്താണ് പറയാനുള്ളത്?**

» ഇന്ത്യ വീണ്ടും വിഭജിക്കപ്പെടേണ്ടി വരുമോ എന്ന ആശങ്കയാണ്

എന്നെ നയിക്കുന്നത്. 1947ന് സമാനമായ ഒരു അന്തരീക്ഷം ഉടലെടുക്കുകയാണോയെന്ന ഭയം എന്നിലുണ്ട്. അഹിന്ദുക്കളും ഹിന്ദുക്കളുമായി ഇന്ത്യ പുനർവിഭജിക്കപ്പെടേണ്ടി വരുമോയെന്ന ഭയമാണത്. അതിനുള്ള തയ്യാറെടുപ്പുകളാണ് ചില കോണുകളിൽ നടക്കുന്നത്.

ജനാധിപത്യത്തിന്റെ പരാജയം ഇതിലുണ്ട്. നിങ്ങൾ തിരഞ്ഞെടുത്ത ഭരണകൂടമാണിത്. ഇത്തരം ഭരണകൂടങ്ങൾ തിരഞ്ഞെടുക്കപ്പെടുന്നു എതാണ് ജനാധിപത്യത്തിന്റെ പരാജയം. ലോകത്തിലെ ഏറ്റവും മോശമായ ഭരണസംവിധാനമാണ് ജനാധിപത്യം എന്നാണ് ഞാൻ പറയുക. അത്യധികം ഗുരുതരമായ സ്ഥിതിവിശേഷമാണിത്. ഹിന്ദുക്കളും അഹിന്ദുക്കളും എന്ന ചേരിതിരിവുണ്ടാക്കി ഭരണം പിടിച്ചു നിർത്താനുള്ള കുത്സിത ശ്രമമാണിത്.

? **അധികാരം ആർ എസ് എസ് ഇതു പോലെ രുചിച്ചിട്ടുള്ള മറ്റൊരു കാലം ഇന്ത്യയിലുണ്ടായിട്ടില്ല. അതുകൊണ്ടുതന്നെ അധികാരം നിലനിർത്താൻ ആർ എസ് എസും ബി ജെ പിയും അവർക്കേറ്റവും ഇഷ്ടമുള്ള, എളുപ്പമുള്ള വർഗ്ഗീയവത്കരണത്തിലേക്ക് തിരിയുകയാണെന്ന നിരീക്ഷണത്തെക്കുറിച്ച്?**

» ബി ജെ പിയെ ഒരു രാഷ്ട്രീയപാർട്ടിയായി ഞാൻ അംഗീകരിച്ചിട്ടില്ല. ഞാൻ ഒരു കമ്മ്യൂണിസ്റ്റുകാരനായിരുന്നു. കമ്മ്യൂണിസ്റ്റ് പാർട്ടിയെ ഞാൻ നിരന്തരം വിമർശിക്കാറുണ്ട്. പക്ഷേ, അതൊരു കുടുംബ വിഷയമാണെന്നാണ് ഞാൻ പറയുക. കോൺഗ്രസിനും പറയാൻ ചരിത്രവും പൈതൃകവുമുണ്ട്. നെഹ്റുവിനെപ്പോലൊരു നേതാവുണ്ടായിരുന്ന പാർട്ടിയാണത്. ആ പാർട്ടി ഇപ്പോൾ ദുർബ്ബലമായി എത് മറ്റൊരു കാര്യം. പക്ഷേ, ബി ജെ പിയെ ഒരു പാർട്ടിയായികാണാൻ എനിക്കാവില്ല. രാഷ്ട്രീയം എന്നാൽ രാഷ്ട്രത്തെ സംബന്ധിച്ചത് എന്നാണ്. രാഷ്ട്രീയമല്ല മതവും ജാതിയുമാണ് ബി ജെ പിയുടെ അടിസ്ഥാനം. അങ്ങിനെയുള്ള അടിത്തറയിൽ നിന്നുകൊണ്ട് രാജ്യത്തെക്കുറിച്ച് ചിന്തിക്കാൻഅവർക്കാവില്ല.

ജാതിയും മതവും തന്നെയായിരിക്കും അവരെനയിക്കുക.

എന്നെ ഇപ്പോഴും അലട്ടുന്ന, വേദനിപ്പിക്കുന്ന ഒരു സംഗതി ബാബറിമസ്ജിദ് പൊളിച്ചവർ ഇപ്പോഴും സ്വതന്ത്രരായി കഴിയുന്നുവെന്നതാണ്. 1992 ൽ നടന്ന ഒരു കുറ്റത്തിന്റെ ഉത്തരവാദികളെ ഇനിയും പിടികൂടി ജയിലിലടയ്ക്കാനായില്ലെന്നത്എന്നെ ഞെട്ടിപ്പിക്കുന്നു. ബാബ്രിമസ്ജിദ് പള്ളിയോ ആരാധനാലയമോ എന്നതല്ല പ്രശ്നം. ഏതൊരു കെട്ടിടത്തിനുംഉടമസ്ഥനുണ്ട്. ഉടമസ്ഥന്റെ അനുമതിയില്ലാതെ കെട്ടിടം പൊളിക്കുന്നത് കുറ്റമാണ്. പക്ഷേ, ഇവിടെ കുറ്റക്കാരെ ശിക്ഷിക്കാൻ ഇനിയും നമ്മുടെ നിയമസംവിധാനത്തിനായിട്ടില്ല.

മതേതരത്വം പൊളിച്ചെഴുതേണ്ട സമയം അതിക്രമിച്ചിരിക്കുകയാണ്. എല്ലാ മതങ്ങളേയും അംഗീകരിക്കുന്നതാണ്ഇന്ത്യയുടെ മതേതരത്വം. എന്നാൽ ഒരു മതത്തേയും അംഗീകരിക്കാത്ത മതേതരത്വമാണ് വേണ്ടത്. നിങ്ങൾക്ക് ഏതു മതത്തിൽ വിശ്വസിക്കാനുമുള്ള സ്വാതന്ത്ര്യമുണ്ടായിരിക്കണം. പക്ഷേ, രാഷ്ട്രം ഒരു മതത്തേയും പ്രോത്സാഹിപ്പിക്കരുത്.

? **കോൺഗ്രസിന്റെ തകർച്ചയാണ് ഈ പ്രതിസന്ധിക്ക് ആക്കം കൂട്ടിയതെന്ന് കരുതുന്നുണ്ടോ ?**

കോൺഗ്രസ് നേതൃത്വം ദയനീയമായി പരാജയപ്പെട്ടുപോയി. അണ്ണാ ഹസാരെയുടെ നേതൃത്വത്തിൽ നടന്ന അഴിമതിവിരുദ്ധ പോരാട്ടങ്ങൾ കൃത്യമായി വിശകലനം ചെയ്യപ്പെടേണ്ടതായുണ്ട്. കോൺഗ്രസിനെതിരായി ജനവികാരത്തിന്റെ തിരമാലകൾ ഉയർത്തിയത് ആ സമരങ്ങളാണ്. ഇതിനു പിന്നിൽ ആർ എസ് എസിന്റെ ഇടപെടലുണ്ടായിരുന്നോ എന്നെനിക്കറിയില്ല. പക്ഷേ, ബി ജെ പിയുടെ മുന്നേറ്റത്തിന് രാസത്വരകമായി പ്രവർത്തിച്ചത് അണ്ണാഹസാരെയും കൂട്ടരുമാണ്.

? **മോദിയുടെ ഈ രീതിയിലുള്ള വരവ്, മുന്നേറ്റം അത്ഭുതപ്പെടുത്തിയിരുന്നോ?**

കുറെയൊക്കെ പ്രതീക്ഷിച്ചിരുന്നതാണ്. അതേസമയം ഞെട്ടിപ്പിക്കുകയും ചെയ്തു. ഒരാളിലേക്ക് ഇത്രമാത്രം അധികാരം കേന്ദ്രീകരിക്കപ്പെടുന്നത് പ്രശ്നം തെയാണ്. 1990കളിൽ ഞാൻ ഇന്ത്യൻ എക്സ്പ്രസിന്റെ യൂത്ത് എക്സ്പ്രസ് എഡിറ്ററായിരിക്കുമ്പോൾ ഞങ്ങൾ ചില സർവ്വെകൾ നടത്തി പ്രസിദ്ധീകരിക്കുമായിരുന്നു. ഗാന്ധിജിക്കു ശേഷം ഇന്ത്യ കണ്ട ഏറ്റവും സുപ്രധാന വ്യക്തി ആരാണെന്നതായിരുന്നു ഒരു സർവ്വേയിലെ ചോദ്യം. അന്ന് ഭൂരിപക്ഷം പേരും പറഞ്ഞത് വാജ്പേയിയുടെ പേരാണ്. അന്ന് ബി ജെ പി ഇത്രയും വളർന്നിട്ടില്ല. ഒരു പക്ഷേ, അന്നുതൊട്ടേ മോദിയുടെയൊക്കെ വരവിന് കളമൊരുങ്ങുന്നുണ്ടായിരിക്കണം.

മോദിയുടെ വരവിൽ ബാക്കിയായ വലിയൊരു ചോദ്യം ഇടതുപക്ഷം എവിടെപ്പോയെന്നതാണ്. കോൺഗ്രസ് തകരുന്നത് മുൻകൂട്ടികാണാനാവുമായിരുന്നു. പക്ഷേ, ഇടതുപക്ഷത്തിന്റെ ഇടത്തിലേക്കാണ് അണ്ണാഹസാരെയെപ്പോലുള്ളവർ കയറി വന്നത്. കോൺഗ്രസ് വിരുദ്ധ വികാരം മാത്രമാണ് മോദിക്കും കൂട്ടർക്കും ഇത്രയും വലിയ ഭൂരിപക്ഷം നൽകിയതെന്നു പറയാനാവില്ല. അങ്ങിനെയാണെങ്കിൽ ഇടതുപക്ഷം അടക്കമുള്ള മറ്റ് കോൺഗ്രസ് ഇതര പാർട്ടികൾക്കും നേട്ടമുണ്ടാവണമായിരുന്നു.

? **പ്രകാശ് കാരാട്ടിനെപ്പോലുള്ള പ്രത്യയശാസ്ത്ര വിദഗ്ദരും ജനങ്ങളുമായി കാര്യമായി ബന്ധമില്ലാത്തവരും പാർട്ടി നേതൃത്വത്തിൽ വന്നതാണ് സിപിഎമ്മിന്റെ പ്രതിസന്ധി രൂക്ഷമാക്കിയതെന്ന് വിമർശമുണ്ട്?**

» ഈ വാദത്തിൽ വലിയ കഴമ്പുണ്ടെന്നു തോന്നുന്നില്ല. മാർക്സിസ്റ്റ് പാർട്ടിയെ സംബന്ധിച്ചിടത്തോളം നേതാക്കൾ അത്ര വലിയ ഘടകമല്ല. വല്ലാത്ത ബ്രാൻഡ് ലോയൽറ്റിയുള്ള പാർട്ടിയാണത്. പാർട്ടിയാണ് വ്യക്തിയല്ല മുഖ്യം. നേതാക്കളെല്ലാവരും ജയിലിലായിരുന്നപ്പോഴും വളരെ ഊർജ്ജസ്വലമായാണ് പാർട്ടി അണികൾ പ്രവർത്തിച്ചിരുന്നത്. ഗൗരിയമ്മയും എം വി രാഘവനും പാർട്ടി വിട്ടുപോയിട്ടും വലിയ പ്രശ്നമൊന്നുമുണ്ടായില്ലല്ലോ! 1964 ൽ

പാർട്ടി പിളരുമ്പോൾ മിക്ക നേതാക്കളും സിപിഐയിലായിരുന്നു. അപ്പോൾ പാർട്ടി ക്ഷീണിച്ചതിനു പിന്നിൽ നേതൃത്വമല്ല, പാർട്ടിയുടെ തന്നെ പരാജയമാണെന്നു വേണം കരുതാൻ. അതെന്താണെന്നത് ആഴത്തിൽ വിശകലനം ചെയ്യേണ്ട കാര്യമാണ്.

? **മേതിൽകമ്മ്യൂണിസം വിടാനുള്ള കാരണം ?**

» പത്തു വയസ്സു തികയും മുമ്പേ കമ്മ്യൂണിസ്റ്റായിരുന്നയാളാണ് ഞാൻ. പാലക്കാട് സ്കൂളിൽ സ്റ്റുഡന്റ്സ് ഫെഡറേഷൻ രൂപവത്കരിച്ചത് ഞാനടക്കമുള്ളവർ ചേർന്നാണ്. എസ് എഫിന്റെ പാലക്കാട് ജില്ലാ പ്രസിഡന്റായിരുന്നു ഞാൻ. എനിക്കൊരു പാർട്ടിയേ ഉണ്ടായിരുന്നുള്ളൂ. അത് കമ്മ്യൂണിസ്റ്റ് പാർട്ടിയാണ്. പാർട്ടി വിടാനുള്ള കാരണം മറ്റു പലരും വിട്ടതിനുള്ള കാരണം തന്നെയാണ്. പാർട്ടിയുടെ ചില നയങ്ങളുമായി ഒത്തു പോകാനായില്ല.

ചിറ്റൂർ കോളേജിൽ ബി എസ്സ് പഠിക്കുമ്പോൾ പി. ഗോവിന്ദപ്പിള്ളയെ കണ്ടു. പിജി കോളേജിലെത്തിയപ്പോൾ കാണണമൊവശ്യപ്പെടുകയായിരുന്നു. പഠനം കഴിഞ്ഞാൽ എന്താണ് പരിപാടിയെന്ന് പി ജി ചോദിച്ചു. പത്രപ്രവർത്തനത്തിൽ താൽപര്യമുണ്ടെന്ന് ഞാൻ പറഞ്ഞു. ബി എ റിസൽട്ട് വന്നതിന്റെ അടുത്ത ദിവസം പി ജിയുടെ കത്ത് വന്നു. " എപ്പോഴാണ് ദേശാഭിമാനിയിൽ ചേരുന്നത്?" ഇന്നുതന്നെ ചേരാം എന്നായിരുന്നു എന്റെ മറുപടി. ദേശാഭിമാനിയുടെ വാരാന്തപ്പതിപ്പ് തുടങ്ങുന്നത് ഞാനാണ്. പക്ഷേ, കോഴിക്കോട് മൂന്നു മാസം മാത്രമേ ഞാൻ ദേശാഭിമാനിയിലുണ്ടായിരുന്നുള്ളൂ.

നക്സലിസം കേരളത്തിൽ അനുരണനങ്ങൾ സൃഷ്ടിച്ചു തുടങ്ങിയ കാലമായിരുന്നു അത്. മന്ദാകിനിയും കുന്നിക്കൽ നാരായണനും മാവോയുടെ റെഡ്ബുക്ക് പ്രചരിപ്പിക്കുന്ന കാലം. ഒന്നുകിൽ നക്സലിസത്തിലേക്ക് അല്ലെങ്കിൽ പൂർണ്ണമായും രാഷ്ട്രീയ പ്രവർത്തനം നിർത്തുക എിങ്ങനെ രണ്ടു വഴികളേ എന്റെ മുന്നിലുണ്ടായിരുന്നുള്ളൂ.

നക്സൽ മൂവ്മെന്റിനെ അടുത്തറിയാൻ ഞാൻ ശ്രമിച്ചു. പക്ഷേ, നക്സലിസം വിജയിക്കാൻ പോവുന്നില്ലെന്ന് ഞാൻ മനസ്സിലാക്കി. ഞാൻ അവരോട് പറഞ്ഞു. " ഒരു യുദ്ധം ജയിക്കാനുള്ള ലൊജിസ്റ്റിക്സ് നിങ്ങൾക്കില്ല. " ഞാൻ പാർട്ടി വിട്ടു, സജീവ രാഷ്ട്രീയവും വിട്ടു. പക്ഷേ, പാർട്ടി വിട്ടത് വലിയൊരു ശൂന്യതയുളവാക്കി. ആ ശൂന്യത ഇപ്പോഴും എന്റെയുള്ളിലുണ്ട്.

? **മോദി സർക്കാരിനെക്കുറിച്ചുള്ള വിലയിരുത്തൽ ?**

» ഇന്ത്യൻ ജനത സുവർണ്ണാവസരമാണ് മോദിക്ക് നൽകിയത്. പക്ഷേ, മോദി അത് കളഞ്ഞുകുളിച്ചു. മതത്തെ മാറ്റിനിർത്തിഭരണം മുന്നോട്ടുകൊണ്ടുപോവാൻ മോദി തയ്യാറാവണമായിരുന്നു. അതുണ്ടായില്ല. ഒരു രാഷ്ട്രീയ പാർട്ടിയെന്ന നിലയിൽ ബി ജെ പിയുടെ പരാജയം കൂടിയാണത്.

ഈ നിർണ്ണായക ഘട്ട'ത്തിൽ ഇന്ത്യയിൽ ഇടതുപക്ഷത്തിന്റെ പ്രസക്തി ?

വിശാലമായ ഇടതുപക്ഷ ഐക്യം വേണ്ട സമയമാണിത്. 1964 ൽ പാർട്ടി പിളർന്നത് എന്തിനാണെന്ന് എനിക്ക് മനസ്സിലായിട്ടില്ല. അജയഘോഷായിരുന്ന അവിഭക്ത കമ്മ്യൂണിസ്റ്റ് പാർട്ടിയുടെ ലീഡർ. അപാരമായ നേതൃശേഷിയുള്ള വ്യക്തി. ഒരു പക്ഷേ, അജയഘോഷിനെപ്പോലൊരാളുടെ അസാന്നിദ്ധ്യം പിളർപ്പിന് കാരണമായിട്ടുണ്ടാവാം. എന്തായാലും ഇരു കമ്മ്യൂണിസ്റ്റ് പാർട്ടികളും ഒരുമിക്കേണ്ട സമയമാണിത്. “Extreme situations demand extreme reactions. And this is definitely an extreme situation” ഈ വിശാല സഖ്യത്തിലേക്ക് കോൺഗ്രസിനെക്കൂടി ഉൾപ്പെടുത്തണമെന്നാണ് എന്റെ അഭിപ്രായം. കോൺഗ്രസ് ഒരു മതാധിഷ്ഠിത പാർട്ടിയല്ല. മതമില്ലാത്ത എല്ലാ പാർട്ടികളും ഒന്നുചേർന്നാണ് ഈ ഘട്ടത്തിൽ ഇന്ത്യയെ രക്ഷിക്കേണ്ടത്.

ഞാൻ റൊമെയ്ൻ റോളണ്ടിനെ ഓർക്കുകയാണ്. ഗാന്ധിജിയുമായും മാക്സിംഗോർക്കിയുമായും അടുപ്പമുണ്ടായിരുന്ന എഴുത്തുകാരൻ. ഗാന്ധിസവും മാർക്സിസവും സമന്വയിപ്പിക്കാൻ റോളണ്ട് ശ്രമിച്ചിരുന്നു. അത്രയും വലിയ പരീക്ഷണങ്ങളൊന്നുമില്ലെങ്കിലും ഇടതുപക്ഷവും കോൺഗ്രസും ഈ ഘട്ടത്തിൽ കൈകോർക്കേണ്ടതായുണ്ട്. ഇന്ത്യയെ ഒരു മതത്തിനും നമ്മൾ വിട്ടുകൊടുക്കരുത്.

●

പ്രൊഫ. എം.ജി.എസ്. നാരായണൻ

പ്രമുഖ ചരിത്രപണ്ഡിതനും അദ്ധ്യാപകനും എഴുത്തുകാരനുമാണ് പ്രൊഫ. എം.ജി.എസ്. നാരായണൻ എന്ന മുറ്റയിൽ ഗോവിന്ദമേനോൻ ശങ്കരനാരായണൻ. സെന്റർ ഫോർ ഹെറിറ്റേജ് സ്റ്റഡീ സെന്ററിന്റെ ഡയറക്ടറായി പ്രവർത്തിച്ചിരുന്നു

1932 ഓഗസ്റ്റ് 20 ന് പൊന്നാനിയിൽ ജനനം. മദ്രാസ് ക്രിസ്ത്യൻ കോളേജിൽ നിന്ന് ചരിത്രത്തിൽ ഒന്നാം റാങ്കോടെ ബിരുദാനന്തര ബിരുദം നേടി. കോഴിക്കോട് ഗുരുവായൂരപ്പൻ കോളേജിൽ അദ്ധ്യാപകനായി ജോലിചെയ്തു. 1973 ൽ കേരള സർ വകലാശാലയിൽ നിന്ന് പി. എച്ച്. ഡി കരസ്ഥമാക്കി. 1970 മുതൽ 1992 ൽ വിരമിക്കുന്നതു വരെ കാലിക്കറ്റ് സർവകലാശാലയിലെ സോഷ്യൽ സയൻസ് ആന്റ് ഹ്യൂമാനിറ്റീസ് വകുപ്പിന്റെ തലവനായിരുന്നു. 1974 മുതൽ പലതവണ ഇന്ത്യൻ ഹിസ്റ്ററി കോൺഗ്രസിന്റെ നിർവാഹക സമിതി അംഗമായിട്ടുണ്ട്. 1983-85 കാലഘട്ടത്തിൽ ഹിസ്റ്ററി കോൺഗ്രസിന്റെ ജനറൽ സെക്രട്ടറിയായി സേവനമനുഷ്ഠിച്ചു. ചരിത്രപണ്ഡിതനായ ഡോ. എം. ഗംഗാധരൻ എം. ജി. എസിന്റെ അമ്മയുടെ സഹോദരനാണ്.

ഗ്രന്ഥങ്ങൾ:

ഇന്ത്യൻ ചരിത്ര പരിചയം-1969, സാഹിത്യ അപരാധങ്ങൾ 1970, കേരള ചരിത്രത്തിന്റെ അടിസ്ഥാന ശിലകൾ 1971, കോഴിക്കോടിന്റെ കഥ, 2001, സെക്കുലർ ജാതിയും സെക്കുലർ മതവും, 2001, ജനാധിപത്യവും കമ്മ്യൂണിസവും, 2004, പെരുമാൾസ് ഓഫ് കേരള

മുഴങ്ങുന്നത് അപായ മണികൾ, കരുതലെടുത്തില്ലെങ്കിൽ കാര്യങ്ങൾ കൈവിട്ടു പോവും

എം.ജി.എസ് നാരായണൻ

അപായ മണികൾ മുഴങ്ങിക്കൊണ്ടിരിക്കുകയാണെന്ന് എം.ജി.എസ് നാരായണൻ പറയുന്നു. നൂറ്റാണ്ടുകൾക്കു മുമ്പ് ഇംഗ്ലീഷ് കവി ജോൺ ഡൺ എഴുതിയതുപോലെ ആർക്കുവേണ്ടിയാണ് ഈ മണികൾ മുഴങ്ങുന്നതെന്ന് അന്വേഷിക്കാൻ നമ്മൾ ആളെ അയക്കേണ്ടതില്ലെന്നും മണി മുഴങ്ങുന്നത് നമുക്ക് വേണ്ടിതന്നെയാണെന്നും എം ജി എസ് വ്യക്തമാക്കുന്നു. സമൂഹത്തിന്റെ സ്പന്ദനങ്ങൾ കൃത്യമായി പിടിച്ചെടുക്കുകയും അതിനെ വ്യവച്ഛേദിച്ച്, വിശകലനകം ചെയ്ത് വരാനിരിക്കുന്ന നന്മകളും അപകടങ്ങളും തിരിച്ചറിയുകയും ചെയ്യുന്ന ക്രാന്തദർശികളുടെ ഗണത്തിലേക്ക് എം ജി എസ് ഉയരുന്നത് നിതാന്തമായ ജാഗ്രതകൊണ്ടും കർമ്മങ്ങളിലെ സത്യസന്ധത കൊണ്ടുമാണ്. ചരിത്രകാരനും സാംസ്കാരിക വിമർശകനുമായ എം ജി എസ്സുമായി കോഴിക്കോട്ട് മലാപ്പറമ്പിലുള്ള വീട്ടിൽ വെച്ച് നടത്തിയ അഭിമുഖത്തിൽ നിന്ന്.

? **അപായ മണികൾ മുഴങ്ങിക്കൊണ്ടിരിക്കുകയാണെന്നാണ് താങ്കൾ പറയുന്നത്. ഇന്ദിരാഗാന്ധിയേയും അടിയന്തരാവസ്ഥയേയും അതിജീവിച്ച ഇന്ത്യൻ ജനാധിപത്യം ഈ പ്രതിസന്ധി അതിജീവിക്കുമെന്നതിൽ താങ്കൾ എത്രമാത്രം ശുഭാപ്തി വിശ്വാസിയാണ് ?**

» നരേന്ദ്ര മോദി അധികാരത്തിലെത്തിയപ്പോൾ ഞാൻ ഒരു ലേഖനം എഴുതിയിരുന്നു. ജനാധിപത്യത്തിലൂടെ സേ്വച്ഛാധിപത്യത്തിലേക്ക് എന്ന തലക്കെട്ടിൽ എഴുതിയ ആ ലേഖനത്തിൽ ജനാധിപത്യം ഏകാധിപത്യത്തിന് അരങ്ങൊരുക്കുന്നതെങ്ങിനെയാണെന്ന് വിശദീകരിക്കാനാണ് ഞാൻ ശ്രമിച്ചത്. ഹിറ്റ്ലർ ജർമ്മനിയുടെ അധികാര പീഠത്തിലേക്കെത്തുന്നത് തിരഞ്ഞെടുപ്പിലൂടെയാണ്. ജനാധിപത്യത്തിന്റെ സവിശേഷ പരിസരങ്ങളിൽ തന്നെയാണ് പലപ്പോഴും ഏകാധിപതികൾ ഉടലെടുക്കുന്നത്. നിലവിൽ ഉയരുന്ന അപായസൂചനകൾ വ്യക്തമായ മുന്നറിയിപ്പാണ് നൽകുന്നത്. നോട്ട് റദ്ദാക്കൽ ഉൾപ്പെടയുള്ള കാര്യങ്ങളിൽ ഏകാധിപത്യ പ്രവണതയുടെ അടയാളമുണ്ട്. ഇത് ചെറുക്കപ്പെടുന്നില്ലെങ്കിൽ, ഇതിനെതിരെ പ്രതിരോധമുയരുന്നില്ലെങ്കിൽ കാര്യങ്ങൾ കൈവിട്ടു പോവും. “eternal vigilance is the price of liberty. “

? **വികേന്ദ്രീകൃത അടിയന്തരാവസ്ഥയാണ് ഇന്നിപ്പോൾ ഇന്ത്യയിൽ നിലനിൽക്കുന്നതെന്നും പിരമിഡിക്കൽ മാഫിയ സ്റ്റേറ്റായി ഇന്ത്യ മാറിക്കൊണ്ടിരിക്കുകയാണെന്നും പ്രമുഖ പത്രപ്രവർത്തകൻ അരുൺ ഷൂറി പറയുന്നതിനോട് താങ്കൾ യോജിക്കുന്നുണ്ടോ?**

» ഷൂറിയുടെ അഭിമുഖം ഞാൻ വായിച്ചിട്ടില്ല. ഇക്കാര്യങ്ങൾ പറയുന്നതിന് ഷൂറിയുടെ അഭിമുഖം വായിക്കണമെന്നുമില്ല. ജനാധിപത്യം സംരക്ഷിക്കുന്നതിന് ഇന്ത്യൻ ഭരണഘടനയിൽ പ്രത്യേക മുൻകരുതലുകളുണ്ട്. മൗലികാവകാശങ്ങൾ ഭരണഘടനാശിൽപികൾ നിർവ്വചിച്ചിട്ടുള്ളത് വെറുതെയല്ല. ലെജിസ്ലേച്ചർ, എക്സിക്യൂട്ടീവ്, ജുഡീഷ്യറി എന്നിങ്ങനെ അധികാരത്തിന്റെ വിഭജനം കൃത്യമായി അടയാളപ്പെടുത്തിയിട്ടുള്ളതും ജനാധിപത്യത്തിന്റെ

പരിപാലനത്തിനും സംരക്ഷണത്തിനുമാണ്. അടിയന്തരാവസ്ഥയെ ചെറുത്തത് കേരളത്തിലെയോ മറ്റ് ദക്ഷിണേന്ത്യൻ സംസ്ഥാനങ്ങളിലെയോ സാക്ഷരരായ ജനങ്ങളല്ല. ഉത്തരേന്ത്യയിലെ നിരക്ഷരരും സാധാരണക്കാരുമായ ജനസമൂഹമാണ് അടിയന്തരാവസ്ഥയ്ക്കെതിരെ വിധിയെഴുതിയതും ചെറുത്തുതോൽപിച്ചതും. ഇന്ത്യയിലെ സാധാരണ ജനങ്ങൾ ഉന്നതമായ രാഷ്ട്രീയ അവബോധമുള്ളവരാണ്. അവരാണ് ജനാധിപത്യത്തിന്റെ കാവൽക്കാർ. അടിയന്തരാവസ്ഥയിലേതിൽ നിന്നും ഇന്ത്യ മാറിയിട്ടുണ്ട്. എങ്കിലും ഇന്ത്യയിലെ ബഹുഭൂരിപക്ഷം വരുന്ന സാധാരണ ജനതയിലുള്ള പ്രതീക്ഷ ഇപ്പോഴും ബാക്കിയാണ്.

? **ദേശീയതയെക്കുറിച്ച് അടുത്തിടെ നടത്തിയ പ്രഭാഷണ പരമ്പരയിൽ സാങ്കൽപിക സമൂഹത്തിന്റെ ഉത്പന്നമാണ് ദേശീയത എന്ന് താങ്കൾ പരാമർശിക്കുകയുണ്ടായി. ഈ കാഴ്ചപ്പാട് ഒന്ന് വിശദീകരിക്കുമോ?**

» ദേശീയതയ്ക്ക് രാഷ്ട്രവുമായി ബന്ധമൊന്നുമില്ല. നിരവധി ചെറു രാജ്യങ്ങളായി ഭിന്നിച്ചു കിടന്നിരുന്ന ഇന്ത്യയെ കൂട്ടിയിണക്കിയത് ഈസ്റ്റിന്ത്യാ കമ്പനിയാണ്. വ്യത്യസ്ത ഭാഷകളും സംസ്കൃതികളുമുള്ള ചെറുരാജ്യങ്ങളുടെ സംയോജനം നടക്കുമ്പോൾ അതൊരു ദേശീയതയുടെ പിറവിക്ക് കാരണമാവണമെന്നില്ല. ബ്രിട്ടീഷുകാരാണ് ജനാധിപത്യത്തിന്റെ പ്രാഥമിക പാഠങ്ങൾ നമുക്ക് തന്നത്. നിയമവാഴ്ചയെക്കുറിച്ചുള്ള ധാരണകൾ ഇന്ത്യയിലുണ്ടാവുന്നതും അവരുടെ വരവോടെയാണ്. അതുവരെ ജനസമൂഹത്തിന് നിയമ രൂപവത്കരണത്തിലോ നടത്തിപ്പിലോ പങ്കൊന്നുമുണ്ടായിരുന്നില്ല. ജനങ്ങൾ വെറും പ്രജകൾ മാത്രമായിരുന്നു. രാജാക്കന്മാർ നിയമങ്ങളുണ്ടാക്കുകയും അവർക്ക് തോന്നുന്നതുപോലെ നടപ്പാക്കുകയും ചെയ്തു. വിചാരണ എന്നൊരു സമ്പ്രദായമേയുണ്ടായിരുന്നില്ല. തിളച്ച നെയ്യിൽ കൈമുക്കുകയും, മുതലക്കുളത്തിലേക്ക് എറിയുകയും ചെയ്ത ശേഷംരക്ഷപ്പെടുന്നവർ കുറ്റവാളികളല്ലാതാവുന്ന വിചിത്ര രീതികളാണ് നിയമം എന്ന

പേരിലുണ്ടായിരുന്നത്. ഇത് മാറ്റിയത് ബ്രിട്ടീഷുകാരാണ്. ഗാന്ധി ജിയുൾപ്പെടെ ഇംഗ്ലണ്ടിൽ പോയി പഠിച്ചു വന്നവരായിരുന്നു നമ്മുടെ ദേശീയ സ്വാതന്ത്ര്യ സമര നേതാക്കളിൽ പലരും എന്ന കാര്യവും മറക്കാനാവില്ല.

സ്വാതന്ത്ര്യ സമരമാണ് ദേശീയത ആദ്യം കൊണ്ടും വന്നത്. ദേശീയതയ്ക്ക് എപ്പോഴും ഒരു ശത്രു വേണം. അന്നത് ബ്രിട്ടീഷുകാരായിരുന്നു. ഇന്നിപ്പോൾ ആ രീതിയിലുള്ള ദേശീയ ബോധമില്ല. അതുകൊണ്ടുതന്നെ അത് അടിച്ചേൽപിക്കപ്പെടേണ്ടതാണെന്ന് ഭരണാധികാരികൾ കരുതുന്നു. ദേശീയ ഗാനത്തിന്റെ രൂപത്തിലും മറ്റും ദേശീയത അടിച്ചേൽപിക്കുന്നതിനുള്ള നീക്കങ്ങളുണ്ടാവുന്നത് ഈ പശ്ചാത്തലത്തിലാണ്. ദേശീയത അടിച്ചേൽപിക്കപ്പെടേണ്ട സംഗതിയല്ല, ഉള്ളിൽ നിന്നും ഉടലെടുക്കേണ്ടതാണ്. അതില്ലാതെ വരുമ്പോൾ പുറത്തു നിന്നും ബലം പ്രയോഗിച്ച് സൃഷ്ടിക്കാനുള്ള നീക്കമാണ് ഇപ്പോൾ നടക്കുന്നത്. ഇന്ത്യ വ്യത്യസ്ത സംസ്ഥാനങ്ങളുടെ ഒരു ഫെഡറേഷനാണ്. ഇന്ത്യൻ ദേശീയത സാങ്കൽപിക സമൂഹത്തിന്റെ ഉത്പന്നമാണെന്ന് പറയേണ്ടി വരുന്നത് ഈ പരിസരത്തിലാണ്.

? **കോൺഗ്രസ് ദുർബ്ബലമായതാണ് ഇന്ത്യയുടെ ഇന്നത്തെ പ്രതിസന്ധിക്ക് കാരണം എന്ന നിരീക്ഷണത്തെക്കുറിച്ച്?**

» നരേന്ദ്രമോദിയെ വാഴിച്ചത് കോൺഗ്രസാണ്. കോൺഗ്രസിന്റെ അപചയമാണ് ബിജെപിയുടെ വളർച്ചയ്ക്കും അധികാരത്തിലേക്കുള്ള വരവിനും വഴിയൊരുക്കിയത്. നെഹ്റുകുടുംബത്തിന്റെ ആധിപത്യത്തിനെതിരെയുള്ള പ്രതികരണം കൂടിയാണത്. കോൺഗ്രസിൽ നെഹ്റുകുടുംബത്തോടുള്ള വിധേയത്വമാണ് മുഖ്യമെന്നായതോടെ അതിനെതിരെ കലാപമുണ്ടാവുക സ്വാഭാവികമായിരുന്നു.

? **കോൺഗ്രസിനെ നെഹ്റുകുടുംബത്തിന്റെ ആധിപത്യത്തിൽ നിന്ന് മുക്തമാക്കാൻ ഇടക്കാലത്ത് ഒരു ശ്രമം നടത്തിയത് പി വി**

നരസിംഹറാവുവാണ്. പക്ഷേ, അതിൽ വിജയിക്കാൻ റാവുവിനാ യില്ല. 1992 ൽ ബാബ്രിമസ്ജിദ് തകർക്കപ്പെട്ടതാണോ റാവുവിന്റെ ഈ നീക്കം പരാജയപ്പെടാൻ കാരണമായത്?

അതൊരു കാരണം മാത്രമാണ്. റാവുവിനെ അട്ടിമറിക്കാൻ കോൺഗ്രസിനുള്ളിൽ ശക്തമായ ലോബിയുണ്ടായിരുന്നു. 1996 ലെ തിരഞ്ഞെടുപ്പിൽ തിരിച്ചടി നേരിട്ടതോടെ റാവുവിന്റെ വീഴ്ചയ്ക്ക് വേഗം കൂടുകയും ചെയ്തു. പിന്നീട് 2004 ൽഭരണം കിട്ടിയപ്പോൾ കൂടുതൽ പ്രായാഗിക പരിജ്ഞാനവും രാഷ്ട്ര തന്ത്രജ്ഞതയുമുള്ള പ്രണാബ് മുക്കർജിയെ പ്രധാനമന്ത്രിയാക്കാൻ സോണിയ തയ്യാറായില്ല. ഒരിക്കലും തങ്ങൾക്കെതിരെ തിരിയില്ലെന്ന് ഉറപ്പുള്ള മൻമോഹൻസിങ്ങിനെയാണ് സർക്കാരിനെ നയിക്കാൻ സോണിയ തിരഞ്ഞെടുത്തത്. ജനപിന്തുണയുള്ള നേതാക്കൾ പാർട്ടിയുടെ തലപ്പെത്താതിരിക്കാൻ നെഹ്റുകുടുംബം എപ്പോഴും ശ്രദ്ധിച്ചിരുന്നു.

? **വാജ്പേയി സർക്കാർ താങ്കളെ ഇന്ത്യൻ കൗൺസിൽ ഒഫ് ഹിസ്റ്റോറിക്കൽ റിസർച്ച് ചെയർമാനാക്കിയത് ഈ ധാരണ ബലപ്പെടുത്തിയിരുന്നു?**

» മാർക്സിസ്റ്റുകാരുമായി എനിക്കുള്ള അഭിപ്രായവ്യത്യാസങ്ങൾ ബിജെപി ശ്രദ്ധിച്ചിരുന്നു. എന്നെ ചെയർമാനാക്കാൻ അതവരെ പ്രേരിപ്പിച്ചിട്ടുണ്ടാവാം. ഞാൻ നേരത്തെ തന്നെ ഐസിഎച്ച്ആർ മെമ്പർ സെക്രട്ടറിയായിരുന്നു. അതുകൊണ്ടുതന്നെ ഐസിഎച്ച്ആറിന്റെ നടത്തിപ്പിനെക്കുറിച്ച് എനിക്ക്വ്യക്തമായറിയാമായിരുന്നു. ചെയർമാനാണ് പരമാധികാരിയെങ്കിലും മെമ്പർ സെക്രട്ടറിയാണ് കാര്യങ്ങൾ നടപ്പാക്കുന്നത്. മെമ്പർ സെക്രട്ടറിയുമായി അഭിപ്രായ വ്യത്യാസമുണ്ടായാൽ കാര്യങ്ങൾ മുന്നോട്ടുകൊണ്ടുപോവുക വിഷമകരമായിരിക്കും. ഇതറിയാവുന്നതുകൊണ്ട് മെമ്പർ സെക്രട്ടറിയുടെ തിരഞ്ഞെടുപ്പിൽ എന്റെ അഭിപ്രായം നിർണ്ണായകമായിരിക്കണമെന്ന് ഞാൻ വ്യവസ്ഥ വെച്ചു. ഇത് എൻഡിഎ സർക്കാർ അംഗീകരിച്ചു. പക്ഷേ, അവർ

ബുദ്ധിപരമായാണ് കരുക്കൾ നീക്കിയത്. മെമ്പർ സെക്രട്ടറി സ്ഥാനത്തേക്ക് ഷോർട്ട് ലിസ്റ്റ് ചെയ്ത മൂന്നുപേരിൽ ആദ്യ രണ്ടുപേർ ആർ എസ് എസ് അനുഭാവികളായ ഡോക്ടർ ഖുരാന, ഡോക്ടർ ഹരി ഓം എന്നിവരായിരുന്നു. ഡോക്ടർ ആർ സി അഗർവാൾ എന്ന പുരാവസ്തു ഗവേഷകനായിരുന്നു മൂന്നാമത്തെയാൾ. ആർ സി അഗർവാളിന് പാർട്ടി ബന്ധങ്ങളുണ്ടായിരുന്നില്ല. സ്വന്തം പണി കൃത്യമായി ചെയ്യാനറിയാവുന്ന കക്ഷിയായിരുന്നു അഗർവാൾ. എന്റെ പിന്തുണ അഗർവാളിനാണെന്ന് ഞാൻ മാനവവിഭവ ശേഷി മന്ത്രാലയത്തെ അറിയിച്ചു. ഡോക്ടർ മുരളീമനോഹർ ജോഷിയായിരുന്നു അന്ന് എച് ആർഡി മന്ത്രി. ഞാൻ വിചാരിച്ചത്അവർ അഗർവാളിനെ അംഗീകരിക്കില്ലെന്നായിരുന്നു. പക്ഷേ, അതിനും അവർ സമ്മതം മൂളി.

ഞാൻ ബിജെപി സർക്കാരിന്റെ നയങ്ങൾ നടപ്പാക്കുന്നില്ലെന്ന്മുരളീ മനോഹർ ജോഷി പരാതി പറയുമായിരുന്നു. ഐ സി എച് ആർ പുറത്തിറക്കിയിരുന്ന ഇന്ത്യൻ ഹിസ്റ്റോറിക് റിവ്യൂ എന്ന ജേർണലിന് ഒരു ഹിന്ദി എഡിറ്ററെ നിയമിച്ച കാര്യം ഞാനറിഞ്ഞത് ഇതിനിടയിലാണ്. മന്ത്രി ജോഷിയുടെ നിർദ്ദേശ പ്രകാരമായിരുന്നു ഈ നിയമനം. വാസ്തവത്തിൽ റിവ്യൂവിന് ഒരു ഹിന്ദി എഡിറ്ററുടെ ആവശ്യമുണ്ടായിരുന്നില്ല. ഞാൻ ആ നിയമനം റദ്ദാക്കി. ഇതോടെ ഹിന്ദി എഡിറ്ററായിരുന്ന സ്ത്രീ മെമ്പർ സെക്രട്ടറി അഗർവാൾ തന്നെ പീഡിപ്പിക്കാൻ ശ്രമിച്ചുവെന്ന ആരോപണവുമായി രംഗത്തെത്തി. അന്വേഷണത്തിൽ ആ സ്ത്രീയുടെ ആരോപണം കളവാണെന്ന് തെളിഞ്ഞു.

രണ്ടര വർഷം കഴിഞ്ഞപ്പോൾ ഡെൽഹിയിലെ നാഷണൽ മ്യൂസിയം ഡീംഡ് യൂണിവേഴ്സിറ്റിയാക്കി. അഗർവാളിന് ഇവിടെ ആർക്കയാളജിക്കൽ പ്രൊഫസറായി നിയമനം കിട്ടി. മെമ്പർ സെക്രട്ടറി പദവിയേക്കാൾ ശമ്പളം കൊണ്ടും ഭാവിയിലെ നേട്ടങ്ങൾ കൊണ്ടും ആകർഷണീയമായ പദവിയായിരുന്നു ഇത്. ഐ സി എച് ആറിൽ നിന്നും വിട്ടുപോവാൻ അഗർവാളിന്

മടിയുണ്ടായിരുന്നെങ്കിലും ഞാൻ അദ്ദേഹത്തെ പുതിയ പദവി ഏറ്റെടുക്കാൻ പ്രേരിപ്പിച്ചു. അഗർവാൾ മെമ്പർ സെക്രട്ടറി സ്ഥാനം വിട്ടതോടെ ബിജെപി സർക്കാർ വളരെ പെട്ടെന്ന് അവരുടെ ഒരാളായ ഡോക്ടർ കപിൽകുമാറിനെ ഈ സ്ഥാനത്തേക്ക് കൊണ്ടുവന്നു. ഇതംഗീകരിക്കാനാവില്ലെന്ന് ഞാൻ തറപ്പിച്ചു പറഞ്ഞു. മെമ്പർസെക്രട്ടറിയുടെ മുറി ഞാൻ പൂട്ടിയിട്ടു, അതിന് കാവലുമേർപ്പെടുത്തി. ഇതോടെ സർക്കാർ വെട്ടിലായി. പിന്നെ അവരുടെ മുന്നിലുള്ള ഒരു വഴി എന്നെ പിരിച്ചുവിടുകയാണ്. പക്ഷേ, സുപ്രീംകോടതിയുടെ ഒരു വിധിഇതിന് തടസ്സമായി. ഐ സി എസ് എസ് ആറിന്റെ മേധാവിയെ പിരിച്ചുവിട്ടപ്പോൾ അദ്ദേഹം സർക്കാരിനെതിരെ സുപ്രീംകോടതിയിൽ നിന്നും വിധി സമ്പാദിച്ചിരുന്നു. നിയമന അധികാരി മന്ത്രിയാണെങ്കിലും നിയന്ത്രണ അധികാരംമന്ത്രിക്കില്ലെന്നായിരുന്നു സുപ്രീംകോടതിയുടെ വിധി. റസർച്ച് സ്ഥാപനങ്ങളുടെ തലപ്പത്തിരിക്കുന്നവർ ഒരു പാർട്ടിക്കും വിധേയരാവരുതെന്ന് വ്യക്തമാക്കുന്ന വിധിയായിരുന്നു അത്. ഈ വിധി ഞാൻ ഉപയോഗിച്ചേക്കുമെന്ന് പേടിയുണ്ടായിരുന്നതുകൊണ്ട് എച് ആർ ഡി മന്ത്രാലയം എന്നെ പിരിച്ചുവിടാൻ മടിച്ചു. ഒടുവിൽ 2003 ഡിസംബറിൽ ചെയർമാൻ സ്ഥാനത്തേക്കുള്ള എന്റെ നാമനിർദ്ദേശം പിൻവലിക്കുകയാണെന്ന് ചൂണ്ടിക്കാട്ടി അവർ ഒരു ഉത്തരവ് പുറപ്പെടുവിച്ചു. ചെയർമാൻ സ്ഥാനത്ത് എന്റെ കാലവാധി കഴിയാൻ അധികസമയം അപ്പോൾ ബാക്കിയുണ്ടായിരുന്നില്ല. ചെയർമാൻ സ്ഥാനം ഒഴിയാൻ ഞാൻ മാനസികമായിതയ്യാറെടുക്കുകയും ചെയ്തിരുന്നു.

ഐ സി എച് ആർ ചെയർമാനായിരിക്കെ എനിക്ക് പല തവണ ഫോണിൽ ഭീഷണി കിട്ടിയിരുന്നു. വീട്ടിൽ എത്തുമ്പോൾ ഭാര്യ വീട്ടിലുണ്ടായിരിക്കില്ലെന്നും മക്കളെ തട്ടിക്കൊണ്ടുപോവുമെന്നൊക്കെയുള്ള ഭീഷണികൾ. ഐ എ എസ്സിലും ഐ പി എസ്സിലും പല സീനിയർ ഉദ്യോഗസ്ഥരും എന്റെ ശിഷ്യരായിരുന്നു. ഇവരുടെ സഹായത്തോടെ ചില സുരക്ഷാ ക്രമീകരണങ്ങൾ ഏർപ്പെടുത്താനായതാണ് ഈ വിഷമ ഘട്ടത്തിൽ തുണയായത്.

നോട്ട് നിരോധനത്തിൽ എം.ടി ആക്രമിക്കപ്പെടുന്നു, ദേശീയ ഗാന വിഷയത്തിൽ സംവിധായകൻ കമലിനോട് നാടുവിട്ടുപോവണമെന്നാവശ്യപ്പെടുന്നു... ഈ ഘട്ടത്തിലാണ് താങ്കൾ കൃത്യമായി നിലപാടെടുത്തത്. സ്വതന്ത്ര ചിന്തയുടെയും നിലപാടിന്റെയും പ്രതിസ്ഫുരണം അതിലുണ്ടായിരുന്നു. ഇടത് വലത് ചേരികളിലല്ലാതെ സ്വതന്ത്ര ചിന്തയ്ക്ക് ഒരിടമുണ്ട് എന്ന വിളംബരമായിരുന്നു അത്. സ്വതന്ത്ര ചിന്തയുടെ കാര്യം പറയുമ്പോൾ എം. ഗോവിന്ദനെ ഓർക്കാതിരിക്കാനാവില്ല. എം. ഗോവിന്ദനുമായി താങ്കൾക്ക് ഏറെ അടുപ്പമുണ്ടായിരുന്നു. എം. ഗോവിന്ദന്റെ സ്വാധീനത്തെക്കുറിച്ച് ?

ഞാൻ ബിരുദാനന്തര ബിരുദത്തിന് പഠിച്ചത് മദ്രാസ് ക്രിസ്ത്യൻ കോളേജിലാണ്. അന്നു തൊട്ടേ ഗോവിന്ദനെയറിയാം. ഗോവിന്ദന്റെ ഭാര്യ പത്മാവതി എന്റെ ബന്ധുവായിരുന്നു. ആ നിലയ്ക്കും ചെന്നൈയിൽ പുതുപ്പേട്ടിലുള്ള 77 ബി ഹാരിസ് റോഡിലെ ആ വീടിനോട് എനിക്ക് അടുപ്പമുണ്ടായിരുന്നു. അവിടെ ഒരു കസേരയിലിരുന്നുകൊണ്ട് ഗോവിന്ദൻ സംസാരിക്കും. ഡയലോഗായിരുന്നു ഗോവിന്ദന്റെ തട്ടകം. എഴുതിയതിനേക്കാൾ എത്രയോ മടങ്ങ് കാര്യങ്ങളാണ് ഗോവിന്ദൻ സംസാരിച്ചിട്ടുള്ളത്. അമേരിക്കൻ ചാരനെന്നും വലതുപക്ഷവാദിയെന്നുമൊക്കെ ഗോവിന്ദൻ വിമർശിക്കപ്പെട്ടിട്ടുണ്ട്. പക്ഷേ, ഗോവിന്ദൻ അതൊന്നും വകവെച്ചില്ല. സ്വതന്ത്ര ചിന്തയുടെ വക്താവായിരുന്നു ഗോവിന്ദൻ. ഏത് പക്ഷത്താണെന്നു ചോദിച്ചാൽ മനുഷ്യന്റെ പക്ഷത്തെന്നാണ് ഗോവിന്ദൻ പറയുക. തീർച്ചയായും എന്റെ ജീവിതത്തിനുമേൽ ഗോവിന്ദന്റെ സ്വാധീനമുണ്ട്.

●

രാമചന്ദ്ര ഗുഹ

പരിസ്ഥിതി, സമൂഹം, രാഷ്ട്രീയം, ക്രിക്കറ്റ് ചരിത്രം എന്നിവയിൽ ഗവേഷണതല്പരനായ ഇന്ത്യയിലെ ഒരു എഴുത്തുകാരനാണ് രാമചന്ദ്ര ഗുഹ. ദ ടെലിഗ്രാഫ്, ഖലീജ് ടൈംസ്, ദ ഹിന്ദുസ്ഥാൻ ടൈംസ് എന്നീ പത്രങ്ങളിലെ ഒരു പംക്തി എഴുത്തുകാരനുമാണ് ഇദ്ദേഹം. 2009 ൽ പത്മഭൂഷൺ പുരസ്കാരം നേടി

1958 ൽ ഡെറാഡൂണിലാണ് രാമചന്ദ്ര ഗുഹ ജനിച്ചത്. ഡൽഹിയിലെ ഡൂൺ സ്കൂളിലും സെന്റ് സ്റ്റീഫൻ കോളേജിലും പഠിച്ചു. 1977 ൽ ധനതത്വശാസ്ത്രത്തിൽ ബി. എ യും പിന്നീട് ഡൽഹി സ്കൂൾ ഓഫ് എകണോമിക്സിൽ നിന്ന് എം. എ. യും നേടി. കൽകട്ട ഇന്ത്യൻ ഇൻസ്റ്റിറ്റ്യൂട്ട് ഓഫ് മാനജ്മെന്റിൽ നിന്ന് സാമൂഹ്യശാസ്ത്രത്തിൽ പി. എച്ച്. ഡി. യും കരസ്ഥമാക്കി. ചിപ്കോ പ്രസ്ഥാനത്തെ അടിസ്ഥാനപ്പെടുത്തി ഉത്തരാഞ്ചലിലെ വനവത്കരണത്തിന്റെ സാമുഹിക ചരിത്രം എന്ന വിഷയത്തിലായിരുന്നു പി. എച്ച്. ഡി ഗവേഷണം. അത് പിന്നെ □ദ അൺകൊയറ്റ് വുഡ്സ്□ (ഠവല ഡിൗഝശല ണീീറ)െ എന്ന പേരിൽ പ്രസിദ്ധീകരിച്ചു. 1985 മുതൽ 2000 വരെ ഇന്ത്യ, യൂറോപ്പ്, തെക്കേ അമേരിക്ക എന്നിവിടങ്ങളിലെ വിവിധ സർവ്വകലാശാലകളിൽ അദ്ധ്യാപകനായിസേവനമനുഷ്ഠിച്ചു. കാലിഫോർണിയ സർവ്വകലാശാല, ബെർക്കിലി സർവ്വകലാശാല, യെൽ സർവ്വകലാശാല, സ്റ്റാൻഫോർഡ് സർവ്വകലാശാല എന്നിവ അവയിൽ പെടുന്നു. പിന്നീട് ഇന്ത്യൻ ഇൻസ്റ്റിറ്റ്യൂട്ട് ഓഫ് സയൻസിൽ അദ്ധ്യാപകനായി. പിന്നീട് ബാംഗ്ലൂരിലേക്ക് കൂടുമാറിയ ഗുഹ പൂർണ്ണമായുംഎഴുത്തിൽ ശ്രദ്ധാകേന്ദ്രീകരിച്ചു. 2003 ൽ ബാംഗ്ലൂരിലെ ഇന്ത്യൻ ഇസ്റ്റിറ്റിയൂട്ട് ഓഫ് സയൻസിൽ മാനവിക വിഷങ്ങളിലെ വിസിറ്റിംഗ് പ്രൊഫസറായി സേവനമനുഷ്ഠിച്ചിട്ടുണ്ട്. ആധുനിക ഇന്ത്യാചരിത്രത്തിൽ ഗവേഷണം നടത്താൻ സാമ്പത്തിക സഹായം ലഭ്യമാക്കുന്ന ന്യൂ ഇന്ത്യ ഫൗണ്ടേഷൻ എന്ന ലാഭരഹിതസംഘടനയുടെ മാനാജിംഗ് ട്രസ്റ്റിയാണ് ഗുഹ.

പ്രധാന കൃതികൾ

എക്കോളജി ആൻഡ് ഇക്വിറ്റി, എൻവിറോൺമെന്റലിസം: എ ഗ്ലോബൽ ഹിസ്റ്ററി, ആൻ ഇന്ത്യൻ ക്രിക്കറ്റ് സെഞ്ച്വറി, നേച്ചർ, കൾച്ചർ, ഇമ്പീരിയലിസം: എസ്സെ ഓൺ എൻവിറോണ്മെന്റൽ ഹിസ്റ്ററി ഓഫ് സൗത്ത് ഏഷ്യ, സ്പിൻ ആൻഡ് അതർ ടേൺസ്, ദ ലാസ്റ്റ് ലിബറൽ ആൻഡ് അദർ എസ്സേസ്, മേക്കേഴ്സ് ഓഫ് മോഡേൺ ഇന്ത്യ, ഇന്ത്യ ആഫ്റ്റർ ഗാന്ധി.

ഇതല്ല ഫാസിസം, ഇതല്ല അടിയന്തരാവസ്ഥ

രാമചന്ദ്ര ഗുഹ

എഴുത്തുകാർ ഒരു ചേരിയുടേയും വക്താവാകരുത് എന്ന നിലപാടുകാരനാണ് രാമചന്ദ്രഗുഹ. വലത്തും ഇടത്തുമല്ലാതെ മദ്ധ്യമാർഗ്ഗത്തിലൂടെ സഞ്ചരിക്കുന്ന ചരിത്രകാരൻ എന്നതു മാത്രമല്ല ഗുഹയെ വ്യത്യസ്തനാക്കുന്നത്. ഇന്ത്യ കണ്ടിട്ടുള്ള മികച്ച ക്രിക്കറ്റ് എഴുത്തുകാരിൽ ഒരാളാണ് ഗുഹ. പരിസ്ഥിതി മേഖലയിലും ഗുഹയുടെ ഇടപെടലുകൾ സവിശേഷ ശ്രദ്ധ നേടിയിട്ടുണ്ട്. തിരൂരിലെ തുഞ്ചൻ മഹോത്സവത്തിൽ പ്രഭാഷണത്തിനെത്തിയ രാമചന്ദ്ര ഗുഹയുമായി നടത്തിയ അഭിമുഖത്തിൽ നിന്ന്:

? **ഗാന്ധിജിയുടെ 69 ാം രക്തസാക്ഷിദിനമായിരുന്നു തിങ്കളാഴ്ച. മൂന്ന് വർഷം മുമ്പ് 'ഗാന്ധി ബിഫോർ ഇന്ത്യ' എന്ന പുസ്തകത്തിന്റെ പ്രകാശന ചടങ്ങിൽ ചെന്നൈയിൽ സംസാരിക്കവെ താങ്കൾ നടത്തിയ പരാമർശം ശ്രദ്ധേയമായിരുന്നു. ഗാന്ധിജിയുടെ രക്തത്തിലാണ് മതേതര ഇന്ത്യയുടെ അടിത്തറ സ്ഥാപിക്കപ്പെട്ടിട്ടുള്ളതെന്നും ഗാന്ധിജിയുടെ വധമാണ് ഇന്ത്യയെ ഒരു മതരാഷ്ട്രമാകുന്നതിൽ നിന്നും തടഞ്ഞതെന്നുമാണ് താങ്കൾ പറഞ്ഞത്. ഇന്നിപ്പോൾ ആ അടിത്തറ ഇളകുകയാണോ?**

» ഉയർച്ചകളും താഴ്ചകളും എപ്പോഴുമുള്ളതാണ്. മതേതരത്വം കാത്തുസൂക്ഷിക്കുക എന്നത് ഇന്ത്യയെ സംബന്ധിച്ചിടത്തോളം വലിയൊരു വെല്ലുവിളിയാണ്. മതപരമായ സഹിഷ്ണുതയും വിവിധ വിശ്വാസങ്ങളുടെ സഹവർത്തിത്വവും എളുപ്പമല്ല. മതമൗലികരാഷ്ട്രങ്ങളാണ് ഇന്ത്യയ്ക്ക് ചുറ്റുമുള്ളതെന്നതും മറക്കാനാവില്ല. മതേതരത്വം തകർക്കുന്നതിനുള്ള നീക്കങ്ങൾ ഉണ്ടായിക്കൊണ്ടേയിരിക്കും. പക്ഷേ, നമ്മൾ പ്രതീക്ഷ കൈവിടരുത്. പോരാട്ടം തുടരണം. ഇതൊരു തുടർപ്രക്രിയയാണ്. ഒരു ദിവസം കൊണ്ടോ, ഒരു കൊല്ലം കൊണ്ടോ, ഒരു ദശകം കൊണ്ടോ നമുക്ക് ലക്ഷ്യത്തിലെത്താനായെന്നു വരില്ല. ഇന്ത്യയിലെ ഭൂരിപക്ഷം പേരും മതമൗലികവാദികളല്ല. മതേതരത്വം തകർക്കാനുള്ള നീക്കങ്ങൾ അവർ ചെറുക്കുമെന്നുറപ്പാണ്. ഗാന്ധിജിയിൽ നിന്നും ഭരണഘടനാ നിർമ്മാതാക്കളിൽ നിന്നും പ്രചോദനം ഉൾക്കൊണ്ട് ഇന്ത്യയുടെ ബഹുസ്വരത സംരക്ഷിക്കാനുള്ള പോരാട്ടം നമ്മൾ തുടരണം. ഒരു ചരിത്രകാരനെന്ന നിലയിൽ ഈ ദൗത്യത്തിൽ നമ്മൾ വിജയിക്കുമോയെന്ന് പറയാൻ എനിക്കാവില്ല. പക്ഷേ, ഒരു പൗരനെന്ന നിലയിൽ നമ്മൾ ഇതിനായി സ്വയം സമർപ്പിക്കേണ്ടതായുണ്ട്.

? **ഭീതി ഇന്ത്യയെ ചൂഴ്ന്ന നിൽക്കുന്നുവെന്നാണ് ഗോപാൽകൃഷ്ണ ഗാന്ധി കഴിഞ്ഞ ദിവസം പറഞ്ഞത്. ?**

» ഗോപാൽകൃഷ്ണഗാന്ധി എന്റെ അടുത്ത സുഹൃത്താണ്. എനിക്ക്ദ്ദേഹത്തോട് ബഹുമാനമുണ്ട്. പക്ഷേ, അദ്ദേഹം പറഞ്ഞതാണ് യാഥാർത്ഥ്യമെന്ന് ഞാൻ കരുതുന്നില്ല. ചില കറുത്ത ശക്തികൾ ഇന്ത്യയിലുണ്ടെന്നത് നേരാണ്. പക്ഷേ, ഇന്ത്യ ഒരു ഫെഡറൽ റിപ്പബ്ലിക്കാണ്. ജനാധിപത്യപരമായ ചെറുത്തുനിൽപുകൾ ഇന്ത്യയിൽ നടക്കുന്നുണ്ട്. പല സംസ്ഥാനങ്ങളും ബിജെപിയുടെ ഭരണത്തിലല്ല. മിക്കവാറും എഴുത്തുകാരും ബുദ്ധീജിവികളും സഹിഷ്ണുതയിൽ വിശ്വസിക്കുന്നവരാണ്. നമ്മുടെ യുവാക്കളിൽ ഏറെയും ഇതേ നിലപാടുകാരാണ്. മോദി

ആർഎസ്എസ്സുകാരനായതുകൊണ്ടല്ല യുവാക്കൾ അദ്ദേഹത്തിന് വോട്ടു ചെയ്തത്. മോദിയുടെ വികസന മുദ്രാവാക്യമാണ് അവരെ ആകർഷിച്ചത്. അഴിമതിയിൽകുളിച്ച കോൺഗ്രസ് ഭരണത്തിന് ബദലെന്ന രീതിയിലാണ് യുവാക്കൾ മോദിയെ തിരഞ്ഞെടുത്തത്. ഇടതുപക്ഷക്കാർ മാത്രമല്ല, മറ്റു വിഭാഗങ്ങളിൽ പെട്ട യുവാക്കൾക്കും മതമൗലിക വാദം കൊണ്ടുള്ള പ്രശ്നങ്ങൾ അറിയാം. നമ്മൾ പ്രശ്നം ഊതിവീർപ്പിക്കരുത്, നിസ്സാരവത്കരിക്കുകയും ചെയ്യരുത്.

? **ഇന്ത്യയിലെ യുവാക്കൾ മോദിക്ക് വോട്ടു ചെയ്തത് വികസനത്തിനു വേണ്ടിയാണെന്നും ഹിന്ദുത്വയ്ക്ക് വേണ്ടിയല്ലെന്നുമാണ് താങ്കൾ പറയുന്നത്?**

» തീർച്ചയായും. തിരഞ്ഞെടുപ്പ് പ്രചരണത്തിലൊരിടത്തും മോദി ഹിന്ദുത്വ വാദം ഉയർത്തിയിരുന്നില്ല. വളരെ സമർത്ഥമായി തൊഴിലിനെക്കുറിച്ചും അഴിമതി രഹിത ഇന്ത്യയെക്കുറിച്ചുമാണ് മോദി സംസാരിച്ചത്. ഇന്ത്യയുടെ അടിത്തറ അത്ര എളുപ്പത്തിൽ തകരുന്ന ഒന്നല്ല. നമ്മൾ അങ്ങിനെയങ്ങ് പരിഭ്രാന്തരാവേണ്ട കാര്യമില്ല. കാര്യങ്ങൾ വല്ലാതെ പൊലിപ്പിക്കാനും അത്യുക്തികളിലേക്ക് വഴുതിവീഴാനുമുള്ള പ്രവണത ഇടതുപക്ഷത്തിനുണ്ട്. ഇത് അടിയന്തരാവസ്ഥയല്ല. ഫാസിസവുമല്ല. അങ്ങിനെ പറഞ്ഞാൽ അത് അസംബന്ധമാണ്. അടിയന്തരാവസ്ഥകാലത്ത് ഇന്ദിരാഗാന്ധിയുടെ കോൺഗ്രസാണ് എല്ലാ സംസ്ഥാനങ്ങളും നിയന്ത്രിച്ചിരുന്നത്. ഭരണകൂടത്തിനെതിരെ അന്ന് സംസാരിക്കാനാവുമായിരുന്നില്ല. അടിയന്തരാവസ്ഥകാലത്ത് എന്നെപ്പോലൊരാൾക്ക് സർക്കാരിനെ വിമർശിക്കാനാവുമായിരുന്നില്ല. അതിശയോക്തിയും അത്യുക്തിയും പാടില്ല. നിങ്ങൾ സ്വാതന്ത്ര്യത്തിനുവേണ്ടി പൊരുതുകയാണെങ്കിൽ അത്യുക്തികൾ ഉപയോഗിക്കരുത്. അത് അപകടകരമാണ്.

? ഇന്ത്യ ഭീതിയുടെ പിടിയിലാണെന്ന് വ്യക്തമാക്കാൻ ഗോപാൽകൃഷ്ണഗാന്ധി ഒരുദാഹരണം ചൂണ്ടിക്കാട്ടിയിരുന്നു. ഈ വിമർശങ്ങൾ ഉയർത്താൻ സ്വാതന്ത്ര്യമുണ്ടെന്നിരിക്കെ ഇത്തരം വാദത്തിന് എന്താണടിസ്ഥാനമെന്ന് തന്നോട് ആളുകൾ ചോദിക്കാറുണ്ടെന്ന് അദ്ദേഹം പറഞ്ഞു. അന്തരീക്ഷം മലിനമാണെന്നത് വസ്തുതയാണ്. ആ വസ്തുത നിലനിൽക്കുമ്പോഴും നമ്മൾ ശ്വസിക്കുന്നുണ്ട്. അതുകൊണ്ട് അന്തരീക്ഷത്തിൽ മാലിന്യമില്ലെന്ന് പറയാനാവുമോ എന്നാണ് ഗോപാൽകൃഷ്ണഗാന്ധി ചോദിച്ചത് ?

» ഈ യുക്തിയോട് ഞാൻ യോജിക്കുന്നില്ല. അത്യുക്തികളും അതിശയോക്തികളും വിപരീതഫലമാണ് ചെയ്യുക. ഗോപാൽകൃഷ്ണഗാന്ധി പറയുന്നതുപോലൊരു അന്തരീക്ഷം ഇന്ത്യയിലുണ്ടെന്ന് ഞാൻ കരുതുന്നില്ല. അതേസമയം അഭിപ്രായ സ്വാതന്ത്ര്യം ശക്തമായ വെല്ലുവിളികൾ നേരിടുന്നുണ്ടെന്നത് വാസ്തവമാണ്. ധബോൽക്കറുടെയും ഗോവിന്ദ് പൻസാരെയുടെയും ഖൽബുർഗിയുടെയും വധം ഇതിലേക്കാണ് വിരൽ ചൂണ്ടുന്നത്. നരേന്ദ്ര ധബോൽക്കർ കൊല്ലപ്പെട്ടത് കേന്ദ്രത്തിലും മഹാരാഷ്ട്രയിലും കോൺഗ്രസ്സർക്കാരുകൾ ഉള്ളപ്പോഴാണ്. കേന്ദ്രത്തിൽ ബിജെപി സർക്കാരുള്ളപ്പോഴാണ് പൻസാരെയും ഖൽബുർഗിയും വധിക്കപ്പെട്ടത്. വിയോജിപ്പിന്റെ സ്വരമുയർത്തുന്നവരെ ശാരീരികമായി ഇല്ലാതാക്കാനുള്ള ശ്രമം അത്യന്തം അപകടകരമാണ്. പ്രശ്നങ്ങൾ നമ്മൾ കാണണം. പക്ഷേ, അത് യാഥാർത്ഥ്യങ്ങളെ പർവ്വതീകരിക്കുന്നതിലേക്ക് നമ്മളെ നയിക്കരുത്.

നരേന്ദ്രമോദിയെ പിന്തുണച്ചിരുന്ന അരുൺ ഷൂരി അടുത്തിടെ പറഞ്ഞത് ഇന്ത്യയിൽ വികേന്ദ്രീകൃത അടിയന്തരാവസ്ഥയാണെന്നാണ് ?

അത് ശരിയല്ല. അരുൺ ഷൂരി പറയുന്നത് തെറ്റാണ്. ഷൂരി ഡെൽഹിയിലാണ് ജീവിക്കുന്നത്. അദ്ദേഹം ഇന്ത്യയിലുടനീളം സഞ്ചരിക്കട്ടെ. ഈ ജനവരിയിൽ ഞാൻ ആറ് സംസ്ഥാനങ്ങളിലും കേന്ദ്രഭരണ പ്രദേശങ്ങളിലും സഞ്ചരിച്ചു. അഭിപ്രായങ്ങൾ

പറയുന്നതിൽ നിന്ന് എന്നെ ആരും തടഞ്ഞിട്ടില്ല. ജനാധിപത്യത്തിനും മതേതരത്വത്തിനും വേണ്ടിയുള്ള പോരാട്ടം ദുർബ്ബലമാക്കാനേ ഇത്തരം വാദങ്ങൾ ഉപകരിക്കുകയുള്ളൂ. ഇല്ലാത്ത കാര്യങ്ങൾ ഉണ്ടെന്ന പറയരുത്. കാര്യങ്ങൾ വെറുതെ കറുപ്പിലും വെളുപ്പിലും ചിത്രീകരിക്കരുത്.

? **അരുൺ ഷൂറി കൂടി പോയതോടെ ആർ എസ് എസ്സിലും ബിജെപിയിലും ബുദ്ധിജീവികൾ ഇല്ലാത്ത അവസ്ഥയാണെന്ന് താങ്കൾ നിരീക്ഷിച്ചിരുന്നു. ആർ എസ് എസ്സും ബിജെപിയും ബുദ്ധിപരമായ പാപ്പരത്തം നേരിടുകയാണെന്ന് താങ്കൾ കരുതുന്നുണ്ടോ ?**

» ബുദ്ധീജീവികളിൽ ആർ എസ് എസ്സിനും ബിജെപിക്കും വിശ്വാസമില്ല. ബുദ്ധിജീവികളെക്കൊണ്ട് നാടിനെന്തെങ്കിലുംപ്രയോജനമുണ്ടെന്ന് അവർ കരുതുന്നില്ല. അവർ ബുദ്ധിജീവകൾക്കെതിരാണ്.

? **കോൺഗ്രസിനെ താങ്കൾ നേരത്തെ എഴുതിത്തള്ളിയിരുന്നു. പക്ഷേ, കോൺഗ്രസ് തിരിച്ചുവരില്ല എന്നുറപ്പിച്ചു പറയാനാവുമോ? പഞ്ചാബിൽ അമരീന്ദർ സിങിനെ മുഖ്യമന്ത്രി സ്ഥാനാർത്ഥിയാക്കിക്കൊണ്ടുള്ള പ്രഖ്യാപനം കോൺഗ്രസ് തെറ്റുകൾ തിരുത്താൻ ശ്രമിക്കുന്നതിന്റെ സൂചനയല്ലേ? ശക്തമായ പ്രാദേശിക നേതൃത്വം അനിവാര്യമാണെന്ന തിരിച്ചറിവിലേക്കല്ലേ കോൺഗ്രസ് നേതൃത്വം വരുന്നത് ?**

» ആയിരിക്കാം. പക്ഷേ, വല്ലാതെ വൈകിപ്പോയി. ഇതൊക്കെ നേരത്തെ ചെയ്യണമായിരുന്നു. ഇപ്പോഴും യുവ നേതൃത്വത്തെ കോൺഗ്രസ് പ്രാദേശിക തലത്തിൽ വളർത്തിയെടുക്കുന്നുണ്ടോ? ജവഹർലാൽ നെഹ്രുവിനും രാഹുൽഗാന്ധിക്കുമിടയിലുള്ള അന്തരം വളരെ വലുതാണ്. ജവഹർലാലിന്റെ ഫോട്ടോകോപ്പിയുടെ ഫോട്ടോകോപ്പിയുടെ ഫോട്ടോകോപ്പിയുടെ ഫോട്ടോകോപ്പിയാണ് രാഹുൽ.

? **സ്വത്വവാദ രാഷ്ട്രീയത്തിന്റെ വളർച്ച അഭിപ്രായ സ്വാതന്ത്ര്യം നേരിടുന്ന വലിയൊരു ഭീഷണിയാണെന്ന് താങ്കൾ പറഞ്ഞിരുന്നു ?**

» തങ്ങളുടെ നേതാക്കൾ സമ്പൂർണ്ണരും വിശുദ്ധരുമാണെന്നാണ് സ്വത്വവാദികൾ പറയുക. അവരെ സംബന്ധിച്ചിടത്തോളം ശിവാജിയും അംബദ്കറും നെഹ്റുവും മാർക്സുമൊക്കെ സമ്പൂർണ്ണരാണ്, ചോദ്യം ചെയ്യപ്പെടാൻ പാടില്ലാത്തവരാണ്. ജനാധിപത്യപരമായ നിലപാടല്ല ഇത്. ഇന്ത്യയിൽ ആർക്കും വിമർശിക്കാവുന്ന ഒരു നേതാവേയുള്ളൂ ഗാന്ധിജി. അദ്ദേഹം എല്ലാവരുടേതുമാണ് എന്നാൽ ആരുടേതുമല്ല. ഇന്ത്യയിൽ ഒരു രാഷ്ട്രീയപാർട്ടിയും സുസ്ഥിരമായി ആവിഷ്കാര സ്വാതന്ത്ര്യത്തെ പിന്തുണച്ചിട്ടില്ല. സൽമാൻ റഷ്ദിയുടെ നോവൽ ആദ്യം നിരോധിച്ചത് രാജീവ്ഗാന്ധി സർക്കാരാണ്. തസ്ലിമ നസ്റിനതിരെ രംഗത്തുവന്നവരിൽ ജ്യോതിബസു സർക്കാരുണ്ടായിരുന്നു. ഗുജറാത്ത് മുഖ്യമന്ത്രിയായിരിക്കെ നരേന്ദ്ര മോദി പുസ്തകങ്ങൾ നിരോധിച്ചിട്ടുണ്ട്. ഇതുപോലെ തന്നെ അപകടകരമാണ് എഴുത്തുകാർ ഏതെങ്കിലും ചേരിയുടെ വക്താക്കളാവുന്നതും. എഴുത്തുകാരുടെ സ്വാതന്ത്ര്യം ഏതെങ്കിലും പാർട്ടിക്ക് അടിയറവ് വെയ്ക്കുന്നത് ജനാധിപത്യവിരുദ്ധമായ പ്രവൃത്തിയാണ്.

●

സച്ചിദാനന്ദൻ

തൃശ്ശൂർ ജില്ലയിലെ കൊടുങ്ങല്ലൂരിൽ 1946മേയ് 28-ന ജനിച്ചു. ജനകീയ സാംസ്കാരിക വേദിയിലെ സജീവ പങ്കാളിയായിരുന്ന സച്ചിദാനന്ദൻ കേന്ദ്ര സാഹിത്യ അക്കാദമിയുടെ സെക്രട്ടറിയായും പ്രവർത്തിച്ചിട്ടുണ്ട്. 2010-ൽ കേരള സാഹിത്യ അക്കാദമി വിശിഷ്ട അംഗത്വം നൽകി ആദരിച്ചു. 2012ൽ കേന്ദ്ര സാഹിത്യ അക്കാദമി അവാർഡ് മറന്നു വച്ച വസ്തുക്കൾ എന്ന കവിതാ സമാഹാരത്തിനു ലഭിച്ചു. 2017ൽ കേരള സംസ്ഥാന സർക്കാരിന്റെ എഴുത്തച്ഛൻ പുരസ്കാരം സച്ചിദാനന്ദനെ തേടിയെത്തി. കേന്ദ്ര സാഹിത്യ അക്കാദമി പ്രസിദ്ധീകരണമായ കിറശമി ഘശലേൃമൗൃല ന്റെ എഡിറ്ററായിരുന്നു.

തർജ്ജമകളടക്കം 50-ഓളം പുസ്തകങ്ങൾ രചിച്ചു. തന്റെ തനതായ ശൈലിയിലൂടെ, വിശ്വ സാഹിത്യത്തിലെ പുരോഗമന ശബ്ദങ്ങളായ അന്റോണിയോ ഗ്രാംഷി, പാബ്ലോ നെരൂദ, മെഹ്മൂദ് ഡാർവിഷ്, യെഹൂദ അമിച്ചായി, യൂജിനിയോ മൊണ്ടേൽ തുടങ്ങിയവരുടെ രചനകളെ, കേരളത്തിലെ സാഹിത്യ പ്രേമികൾക്കു പരിചയപ്പെടുത്തി. 1989, 1998, 2000, 2009, 2012 വർഷങ്ങളിൽ കേരള സാഹിത്യ അക്കാദമി അവാർഡിന് അർഹനായി.. 1995 വരെ ഇരിങ്ങാലക്കുട ക്രൈസ്റ്റ് കോളേജിൽ ഇംഗ്ലീഷ് പ്രൊഫസർ ആയി ജോലി നോക്കി. 1996 മുതൽ 2006 വരെ കേന്ദ്ര സാഹിത്യ അക്കാദമിയുടെ സെക്രട്ടറിയായി സേവനമനുഷ്ഠിച്ചു.

കൃതികൾ

കവിതകൾ: എഴുത്തച്ഛനെഴുതുമ്പോൾ, സച്ചിദാനന്ദന്റെ കവിതകൾ, ദേശാടനം, ഇവനെക്കൂടി, കയറ്റം, സാക്ഷ്യങ്ങൾ, അപൂർണ്ണം, വിക്ക്, മറന്നു വച്ച വസ്തുക്കൾ, വീടുമാറ്റം, മലയാളം, കവിബുദ്ധൻ, സംഭാഷണത്തിനൊരു ശ്രമം, അഞ്ചു സൂര്യൻ, പീഡനകാലം, വേനൽ മഴ തുടങ്ങി ഇരുപത് കവിതാ സമാഹാരങ്ങൾ

വിവർത്തന കവിതാ സമാഹാരങ്ങൾ: പടിഞ്ഞാറൻ കവിതകൾ, മൂന്നാം ലോക കവിത

നാടകങ്ങൾ: ശക്തൻ തമ്പുരാൻ, ഗാന്ധി

യാത്രാവിവരണങ്ങൾ: പല ലോകം പല കാലം, മൂന്നു യാത്ര

പഠനങ്ങൾ: കവിതയും ജനതയും, അന്വേഷണങ്ങൾ, പാബ്ലോ നെരൂദാ

ലേഖനസമാഹാരങ്ങൾ: കുരുക്ഷേത്രം, സംവാദങ്ങൾ സമീപനങ്ങൾ, സംസ്കാരത്തിന്റെ രാഷ്ട്രീയം, വീണ്ടുവിചാരങ്ങൾ, മാർക്സിയൻ സൗന്ദര്യശാസ്ത്രം: ഒരു മുഖവുര തുടങ്ങി പതിനഞ്ച് ലേഖന സമാഹാരങ്ങൾ

ഈ ഘട്ടത്തിൽ എഴുത്തുകാർക്ക് നിശ്ശബ്ദരാവാനാവില്ല :

സച്ചിദാനന്ദൻ

ഏതൊരു മനുഷ്യനെയും പോലെ കവി സമൂഹത്തിന്റെ ഉത്പന്നമാണെന്നും സമൂഹത്തോടുള്ള പ്രതിബദ്ധതയിൽ നിന്ന് കവികൾക്ക് മാറി നിൽക്കാനാവില്ലെന്നും ഉറച്ചു വിശ്വസിക്കുന്ന എഴുത്തുകാരനാണ് സച്ചിദാനന്ദൻ. ഇന്നിപ്പോൾ ആഗോളതലത്തിൽ അറിയപ്പെടുന്ന ഒരു മലയാളി കവിയുണ്ടെങ്കിൽ അത് സച്ചിദാനന്ദനാണെന്ന് പറയാൻ രണ്ടുവട്ടം ആലോചിക്കേണ്ടതായില്ല. മാനവികതയുടെ പക്ഷത്തു നിന്നുകൊണ്ടുള്ള നിശിതവും മൂർച്ചയേറിയതുമായ ഇടപെടലുകളാണ് സച്ചിദാനന്ദന്റെ രചനകൾ. കോഴിക്കോട് വെച്ച് സച്ചിദാനന്ദനുമായി നടത്തിയ അഭിമുഖത്തിൽ നിന്ന് :

? **ഇത്തവണ ജെയ്പൂർ സാഹിത്യോത്സവത്തിൽ താങ്കൾ പങ്കെടുത്തിരുന്നില്ല ?**

» ജെയ്പൂരിലേക്ക് പോവേണ്ടതില്ലെന്ന് ഞാൻ നേരത്തെ തീരുമാനിച്ചിരുന്നു. സംഘാടകരായ വില്യം ഡാൽറിമ്പിളിനോടും നമിത ഗോഖലെയോടും ഇക്കാര്യം ഞാൻ വ്യക്തമാക്കുകയും ചെയ്തിരുന്നു.

രണ്ടു കാരണങ്ങളാണ് ഈ തീരുമാനത്തിന് പിന്നിൽ. കേന്ദ്ര സർക്കാരിനു വേണ്ടി അസത്യ പ്രചാരണം നടത്തുന്ന സീ ഗ്രൂപ്പാണ് ജെയ്പൂർസാഹിത്യോത്സവം നിയന്ത്രിക്കുന്നത്. കഴിഞ്ഞ തവണ സാഹിത്യോത്സവത്തിൽ പങ്കെടുക്കവെ സീ ടീവിചാനൽ എന്നെ ഒരു അഭിമുഖത്തിന് വിളിച്ചിരുന്നു. അത്യധികം ആക്ഷേപ കരമായാണ് അവർ എന്നോട് പെരുമാറിയത്. എന്നെ അധിക്ഷേ പിക്കുക എന്നതു മാത്രമായിരുന്നു അവരുടെ ഉദ്ദേശ്യം. ജെയ്പൂർ സാഹിത്യോത്സവം ഇപ്പോൾ സ്വതന്ത്ര ചിന്തയെ പ്രോത്സാഹിപ്പി ക്കുന്ന വേദിയല്ല. അതിൽ പങ്കെടുക്കാതിരുന്നത് നന്നായി എന്നു തന്നെയാണ് ഞാൻ കരുതുന്നത്.

? **സംഘപരിവാർ ബുദ്ധിജീവികൾക്കെതിരാണെന്ന് അടുത്തിടെ ചരിത്രകാരനായ രാമചന്ദ്രഗുഹ നിരീക്ഷിച്ചിരുന്നു?**

» ശരിയാണ്. ബുദ്ധിപരമായ സംവാദത്തോട് അവർക്ക് താൽപര്യമില്ല. സ്വന്തം അജണ്ട നടപ്പാക്കുന്നതിന് തടസ്സം നിൽക്കുന്നവരെ തകർക്കാൻ അവർ ഏതറ്റവും വരെ പോവും.

? **പ്രധാനമന്ത്രി നരേന്ദ്ര മോദിയെ വിമർശിച്ച അരുൺഷൂറിക്ക് നേരിടേണ്ടി വന്ന ഒരു വിമർശം അദ്ദേഹത്തിന്റെ സുഖമില്ലാത്ത**

മകനെ (അരുൺഷൂറിയുടെ മകൻ സെറിബ്രൽ പൾസി എന്ന അസു ഖബാധിതനാണ്) ബന്ധപ്പെടുത്തിയുള്ളതായിരുന്നു. ?

» അതിർവരമ്പുകളില്ലാത്ത അസഹിഷ്ണുതയാണത്. അതിനെന്താ യുധവും അവർ പ്രയോഗിക്കും.

? **ഈ ഘട്ടത്തിൽ കൃത്യമായ നിലപാട് എടുക്കേണ്ട ബാദ്ധ്യത എഴു ത്തുകാർക്കില്ലേ ?**

» തീർച്ചയായും. എഴുത്തുകാരെ രൂപപ്പെടുത്തുന്നത് സമൂഹമാണ്. സമൂഹത്തോടുള്ള കടപ്പാടിൽ നിന്ന് ഒഴിഞ്ഞുമാറാൻ എഴുത്തു കാർക്കാവില്ല. അതുകൊണ്ട് തന്നെ ഇപ്പോൾ എഴുത്തുകാർ നിശ്ശ ബ്ദത പാലിച്ചാൽ അത് ആത്മഹത്യാപരമായിരിക്കും. സമൂഹം നേരിടുന്ന ഭീഷണികൾക്കെതിരെയുള്ള ചെറുത്തുനിൽപിന്റെ ഭാഗമാവാൻ എഴുത്തുകാരുണ്ടാവണം. കലയും സംസ്കാരവുമാണ് ഫാസിസം ആദ്യം തകർക്കുക. സംസ്കാരം എന്നു കേട്ടാൽ തോക്കെടുക്കാനാണ് തോന്നുന്നതെന്ന് പറഞ്ഞത് ഹിറ്റ്ലറാണ്.

? **ഇത് ഫാസിസമല്ലെന്നും ഇത് അടിയന്തരാവസ്ഥയല്ലെന്നും അത്യു ക്തികൾ ജനാധിപത്യത്തിനു വേണ്ടിയുള്ള പോരാട്ടം ദുർബ്ബലമാക്കു കയേ ഉള്ളൂവെന്നും രാമചന്ദ്ര ഗുഹ പറയുന്നുണ്ട്.**

» ഫാസിസത്തിന്റെ ലക്ഷണങ്ങളാണ് നമ്മൾ കാണുന്നത്. ഇത് ഫാസിസമായിട്ടില്ലെന്ന് ഗുഹ പറയുന്നതിനെ എതിർക്കേണ്ട കാര്യമില്ല. ഇപ്പോഴും നമുക്ക് വിമർശങ്ങൾ ഉന്നയിക്കാൻ കഴിയുന്നുണ്ട്. ജുഡീഷ്യറി ഇപ്പോഴും താരതമ്യേനനിഷ്പക്ഷവും സ്വതന്ത്രവുമാണ്. വ്യത്യസ്തവും ഭിന്നവുമായ അഭിപ്രായങ്ങൾക്ക് ഇപ്പോഴും ഇന്ത്യയിൽ ഇടമുണ്ട്. പക്ഷേ, ജനാധിപത്യ മാർഗ്ഗങ്ങ ളിലൂടെ ഭരണഘടനാപരമായ അവകാശങ്ങൾ അട്ടിമറിക്കാൻ ആസൂത്രിത ശ്രമം നടക്കുന്നുണ്ടെന്ന കാര്യം കാണാതിരിക്കാനാ വില്ല.

? **അടിയന്തരവാസ്ഥയിൽ നിന്നും ഇപ്പോഴത്തെ അവസ്ഥയെ വ്യത്യ സ്തമാക്കുന്നത് അടിയന്തരാവസ്ഥയിൽ ഇന്ദിരയ്ക്ക് വൻതോതിലുള്ള**

ജനപിന്തുണയുണ്ടായിരുന്നില്ലെന്നതാണ്. എന്നാൽ പ്രധാനമന്ത്രി നരേന്ദ്രമോദിക്കൊപ്പം വലിയൊരു ജനസമൂഹമുണ്ട്?

» തീർച്ചയായും. അത് മോദിയുടെ പ്രചാരണവിഭാഗത്തിന്റെവിജയമാണ്. നോട്ട് റദ്ദാക്കലിനെ തുടർന്ന് ജനങ്ങൾ വല്ലാതെ കഷ്ടപ്പെട്ടെങ്കിലും കാര്യമായി പ്രതിഷേധങ്ങളൊന്നുമുണ്ടായിരുന്നില്ലെന്ന് ഓർക്കേണ്ടതുണ്ട്. കറൻസി പിൻവലിക്കൽ നല്ലൊരു തീരുമാനമായിരുന്നെന്നും അത് നടപ്പാക്കിയ രീതിയാണ് തെറ്റായതെന്നുമൊക്കെയാണ് വിമർശങ്ങൾ ഉയർന്നത്. അസത്യം സത്യമാണെന്ന് പ്രചരിപ്പിക്കാൻ അത്രയും ശക്തമായ സംവിധാനമാണ് ബിജെപിക്കുള്ളത്. 2014 ലെ ലോക് സഭാ തിരഞ്ഞെടുപ്പിൽ മോദിയുടെ പ്രതിച്ഛായ ഉയർത്തിക്കാട്ടാൻ ആയിരക്കണക്കിന് കോടി രൂപയാണ് ബിജെപി ചെലവഴിച്ചതെന്ന് വാർത്തകളുണ്ടായിരുന്നു. ടെക്നോളജിയുടെയും പണത്തിന്റെയും മാരക മിശ്രണമാണ് നമ്മൾ ഇപ്പോൾ കണ്ടുകൊണ്ടിരിക്കുന്നത്. ഏകശിലാരൂപമായ നേതൃത്വത്തിന്റെ പരമകാഷ്ഠയാണിത്. ദേശീയതയും ദേശസ്നേഹവും അടിച്ചേൽപിക്കപ്പെടുകയാണ്. രാജ്യസ്നേഹം തെളിയിക്കാൻ നിങ്ങൾ നിർബ്ബന്ധിതനാവുകയാണ്.

? **സിപിഎം ജനറൽ സെക്രട്ടറി സീതാറാം യെച്ചൂരി പോലും ആദ്യ ഘട്ട ത്തിൽ പ്രധാനമന്ത്രിയുടെ ഉദ്ദേശ്യം നല്ലതാണെന്നാണ് പറഞ്ഞത്?**

» റിസർവ്വ് ബാങ്കും ധനമന്ത്രാലയവുമാണ് കുറ്റക്കാരെന്ന മട്ടിലായിരുന്നു പ്രചാരണം. ഒരു തെറ്റിന്റെയും ഉത്തരവാദിത്വം മോദിയിലേക്കെത്തുന്നില്ല എന്ന് ഉറപ്പാക്കാൻ മോദിയുടെ പ്രചാരണ വിഭാഗത്തിന് കഴിയുന്നുണ്ടെന്നർത്ഥം. പരമോന്നത നേതാവ് എല്ലാ കളങ്കങ്ങളിൽ നിന്നും മുക്തനാണെന്ന പ്രതീതിയാണ് സൃഷ്ടിക്കപ്പെടുന്നത്.

? **ഫാസിസത്തിന്റെ ലക്ഷണങ്ങളാണ് നമുക്കു ചുറ്റുമുള്ളതെന്ന നിരീക്ഷണത്തിന്റെ തുടർച്ചയായി തമിഴ് എഴുത്തുകാരൻ പെരുമാൾ മുരുകന്റെ അഭിപ്രായം കാണാമെന്ന് തോന്നുന്നു. എഴുതാനിരിക്കുമ്പോൾ ഒരു പ്രീസെൻസറിങ് നടത്തേണ്ടി വരുന്നുണ്ടെന്നാണ് പെരുമാൾ മുരുകൻ പറഞ്ഞത്?**

» അത്യധികം ഭീതിദമായ ഒരവസ്ഥയാണത്. നിങ്ങൾ സ്വയം പ്രീസെൻസറിങ് നടത്തേണ്ടി വരുന്നുവെന്നാൽ അതിനർത്ഥം നിങ്ങൾക്ക് ഇഷ്ടമുള്ളത് എഴുതാനുള്ള സ്വാതന്ത്ര്യം നിങ്ങൾക്കില്ലെന്നാണ്.

? **ഇത്തരമൊരവസ്ഥ താങ്കൾക്ക് നേരിടേണ്ടി വന്നിട്ടുണ്ടോ?**

» ഇല്ല. പ്രത്യാഘാതങ്ങൾ നേരിടാൻ ഒരുക്കമാണെങ്കിൽ ഇങ്ങനെയൊരവസ്ഥ നേരിടേണ്ടി വരില്ല. എന്നെ സംബന്ധിച്ചിടത്തോളം ഭവിഷ്യത്തുകൾ നേരിടാൻ ഞാൻ ഒരുക്കമാണ്. നിങ്ങൾ അധികാര സ്ഥാനത്തുണ്ടെങ്കിൽ രാജിക്കത്ത് നിങ്ങളുടെ കീശയിലുണ്ടായിരിക്കണം. സമ്മർദ്ധങ്ങൾക്കു മുന്നിൽ പതറരുത്. എന്തും നേരിടാൻ തയ്യാറാണെന്ന് തീരുമാനമെടുത്താൽ പിന്നെ പേടിക്കേണ്ട കാര്യമില്ല.

? **മാതൊറുഭാഗൻ എന്ന നോവൽ നിരോധിക്കപ്പെട്ടതിനെ തുടർന്ന് എഴുത്തു ജീവിതം നിർത്തേണ്ടി വന്ന കാലത്തെക്കുറിച്ച് പെരുമാൾ മുരുകൻ അടുത്തിടെ പറഞ്ഞിരുന്നു. ആ സമയത്ത് കവിതയാണ്**

തനിക്ക് അഭയമായതെന്നും ഏറ്റവും സ്വകാര്യമായ വികാരങ്ങളും വിചാരങ്ങളും പ്രകാശിപ്പിക്കാൻ കവിത പോലെ മറ്റൊരു വഴിയുമില്ലെന്നാണ് പെരുമാൾ മുരുകൻ പറഞ്ഞത്?

» നൂറുശതമാനം ശരിയാണ്. കവിതയാണ് നമ്മുടെ ഹൃദയത്തോട് ഏറ്റവും അടുത്തു നിൽക്കുന്നത്. ഏറ്റവും ഇന്റിമേറ്റ് ആയ വികാരങ്ങൾ ആവിഷ്കരിക്കാൻ കവിതയ്ക്ക് കഴിയുന്ന പോലെ മറ്റൊന്നിനമാവില്ല.

? **കവിതയുടെ ഭാവിയെക്കുറിച്ച് ആശങ്കകൾ വേണ്ടെന്നും ആശ്വാസവും സാന്ത്വനവും തേടി ആളുകൾ വീണ്ടും വീണ്ടും കവിതയിലേക്കെത്തുമെന്നും ഇരുപതാം നൂറ്റാണ്ടിന്റെ തുടക്കത്തിൽ മാത്യു ആർനോൾഡ് പറഞ്ഞിരുന്നു. ഇന്നിപ്പോൾ 21 ാം നൂറ്റാണ്ടിന്റെ തുടക്കത്തിൽ കവിതയുടെ ഭാവിയെക്കുറിച്ച് താങ്കൾ എന്തു പറയുന്നു?**

» കവിതയുടെ ഭാവിയെക്കുറിച്ച് എനിക്കൊരു തരത്തിലുള്ള ആശങ്കയുമില്ല. കവിതയുടെ വിപണിയെക്കുറിച്ച് ചിലപ്പോൾ സന്ദേഹമുണ്ടാവാം. കവിത എഴുതി മാത്രം നിങ്ങൾക്ക് ജീവിക്കാനായെന്നുവരില്ല. പക്ഷേ, ഈ ഡിജിറ്റൽ യുഗത്തിൽ കവിതയുടെ ഭാവി തീർത്തും ശോഭനമാണ്. ആശയവിനിമയത്തിന്റെ പ്ലാറ്റ്ഫോം ഇന്നിപ്പോൾ മൊബൈൽഫോണാണ്. ഈ ചെറിയ പ്ലാറ്റ്ഫോമിന് ഏറ്റവും അനുയോജ്യമായ കലയാണ് കവിത. എല്ലാ അർത്ഥത്തിലും കവിതയുടെ ചെറുപ്പം മൊബൈൽഫോണിനോട് ചേർന്നു പോവുന്നു. ചുരുക്കം വാക്കുകളിൽ വിസ്ഫോടനമുണ്ടാക്കാൻ കവിതപോലെ മറ്റെന്താണുള്ളത്.

●

സദാനന്ദ്മേനോൻ

കലാ സാസ്കാരിക വിമർശകൻ, പത്രപ്രവർത്തകൻ, അദ്ധ്യാപകൻ, ഫോട്ടോഗ്രാഫർ എന്നീ നിലകളിൽ അറിയപ്പെടുന്ന സദാനന്ദ് മേനോൻ ഇന്ത്യയിലെയും ലോകത്തെയും സാമൂഹിക രാഷ്ട്രീയ ചലനങ്ങൾ സസൂക്ഷ്മം വീക്ഷിക്കുന്ന എഴുത്തുകാരനാണ്.

വരുന്നത് കടുത്ത വേദനയുടെ ദിനങ്ങൾ

സദാനന്ദ്മേനോൻ

വരാൻ പോകുന്നത് കൂടുതൽ ആക്രമണോത്സുകമായ ദിനങ്ങളാണ്. ഇതുവരെ കിട്ടിയ പ്രഹരങ്ങൾ അവയ്ക്കു മുന്നിൽ ഒന്നുമായിരിക്കില്ല. നമ്മൾ ശരിക്കും വേദന അറിയുവാൻ പോവുകയാണ്. എഴുത്തുകാരനും സാംസ്കാരിക വിമർശകനുമായ സദാനന്ദ് മേനോൻ മുന്നറിയിപ്പ് നൽകുന്നു. കോഴിക്കോട് വെച്ച് സദാനന്ദ്മേനോനുമായി നടത്തിയ അഭിമുഖത്തിൽ നിന്ന്.

? പ്രധാനമന്ത്രി നരേന്ദ്രമോദിയെ മുൻ പ്രധാനമന്ത്രി ഇന്ദിരാഗാന്ധിയുമായാണ് ഇപ്പോൾ തുലനം ചെയ്യുന്നത്. ഇന്ദിരയുടെ അടിയന്തരവാസ്ഥാനാളുകൾ, ഏകാധിപത്യ പ്രവണതകൾ, പാവങ്ങളുടെ സംരക്ഷകയെന്ന പ്രതിച്ഛായ എന്നിവയൊക്കെ മോദി ഭരണകൂടവും ഇപ്പോൾ ഓർമ്മിപ്പിക്കുന്നുവെന്ന നിരീക്ഷണമാണുയരുന്നത്. പക്ഷേ, അടിയന്തരാവസ്ഥയ്ക്കെതിരെ ഇന്ത്യയിൽ ശക്തമായ പ്രതിഷേധമുയർന്നിരുന്നു. ഇന്ദിരയുടെ ഏകാധിപത്യപ്രവണതയ്ക്കെതിരെ വലിയൊരു വിഭാഗം ജനങ്ങൾ രംഗത്തുണ്ടായിരുന്നു. ഒടുവിൽ ഉത്തരേന്ത്യയിലെ നിരക്ഷരരായ ജനസമൂഹം ഇന്ദിരയെ പരാജയപ്പെടുത്തി ജനാധിപത്യം

വീണ്ടെടുക്കുകയും ചെയ്യു. ഇന്നിപ്പോൾ മോദിക്കെതിരെ ജനങ്ങളുടെ ഭാഗത്തു നിന്നുള്ള ചെറുത്തുനിൽപുകൾ അതീവ ദുർബ്ബലമാണ്. വല്ലാത്തൊരു പ്രതിസന്ധിയിലൂടെയാണ് രാഷ്ട്രം കടന്നുപോവുന്നത്. ഈ ഘട്ടത്തെ താങ്കൾ എങ്ങിനെയാണ് വിലയിരുത്തുന്നത് ?

» മദ്ധ്യവർഗ്ഗം എപ്പോഴും അവരുടെ സുരക്ഷയാണ് നോക്കുക. വണ്ടികൾ കൃത്യമായി ഓടിയാൽ, ഓഫീസുകൾ സുഗമമായി പ്രവർത്തിച്ചാൽ അവർ ആഹ്ളാദഭരിതരായിരിക്കും. തങ്ങളുടെ ജീവിതത്തെ അസ്വസ്ഥമാക്കുന്ന ഒന്നിനെയും അവർ സ്വാഗതം ചെയ്യില്ല. ഇന്ദിരാഗാന്ധിക്കൊപ്പമായിരുന്നു ഇന്ത്യയിലെ മദ്ധ്യ വർഗ്ഗക്കാരിൽ ഭൂരിപക്ഷവും. ഇപ്പോഴും അതുതന്നെയാണ് സംഭവിക്കുന്നത്. ഭരണരീതി മാറ്റിക്കൊണ്ട് ഭരണഘടനയെ അട്ടിമറിക്കാനാവും എന്ന് 1948 ൽ തന്നെ അംബദ്കർ നിരീക്ഷിച്ചിരുന്നു. ഭരണഘടന ഭേദഗതി ചെയ്യാതെ തന്നെ ഭരണകൂടത്തിന് ഇതു സാദ്ധ്യമാണെന്നാണ് അംബദ്കർ ചൂണ്ടിക്കാട്ടിയത്. അംബദ്കറുടെ വാക്കുകൾ എത്രമാത്രം പ്രവചനാത്മകമായിരുന്നുവെന്ന് നമ്മൾ തിരിച്ചറിയുന്ന നാളുകളാണിവ. കാഫ്കയുടെ ഭാവനയിൽ പോലുമില്ലാത്ത അവസ്ഥാന്തരങ്ങളാണിത്. ജനങ്ങളുടെ പിന്തുണയില്ലാതെ ഫാസിസം സാദ്ധ്യമല്ല എന്ന് വാൾട്ടർ ബഞ്ചമിൻ നിരീക്ഷിക്കുന്നുണ്ട്. മുകളിൽ നിന്നല്ല അടിത്തട്ടിൽ നിന്നാണ് ഫാസിസം വളരുന്നത്. ജനങ്ങളുടെ അനുകൂല നിലപാടാണ് ഫാസിസ്റ്റുകൾ മുതലെടുക്കുന്നത്.

? **ഭരണകൂടം വഴിവിട്ടുപെരുമാറിയാൽ അതിനെ പ്രതിരോധിക്കുന്നതിനുള്ള മുൻകരുതലുകൾ ഭരണഘടനയിലുണ്ടെന്ന് പറയാറുണ്ട്. ഉദാഹരണത്തിന് ജുഡീഷ്യറി. ഭരണകൂടത്തിന്റെ ഭരണഘടനാവിരുദ്ധ നടപടികൾ തടയുന്നതിനും നിയന്ത്രിക്കുന്നതിനും ജുഡീഷ്യറിക്ക് കഴിയും. ഇന്ദിരാഗാന്ധിക്കെതിരെ ജുഡീഷ്യറി കൃത്യമായി ഇടപെട്ടിട്ടുണ്ട്. പക്ഷേ, ഇന്നിപ്പോൾ ജുഡീഷ്യറി ഈ റോൾ നിറവേറ്റുന്നുണ്ടോ?**

» ഇപെടേണ്ടിടത്ത് ഇടപെടാതിരിക്കുകയും ആവശ്യമില്ലിത്തിടത്ത് ഇടപെടുകയും ചെയ്യുന്ന ജൂഡീഷ്യറിയെ ഇന്ന് നമ്മൾ

കാണുന്നുണ്ട്. സിനിമാശാലകളിൽ ദേശീയഗാനം ആലപിക്കണമെന്ന് നിർബ്ബന്ധിക്കുന്ന ജുഡീഷ്യറി പക്ഷേ, പൗരവാകാശങ്ങൾ നിഷേധിക്കപ്പെടുമ്പോൾ ഇടപെടുന്നില്ല. ഭരണകൂടത്തോട് ചേർന്നുപോവുന്ന ജുഡീഷ്യറി തീർച്ചയായും ജനാധിപത്യ സമൂഹത്തിന് ആശ്വാസകരമായ കാഴ്ചയല്ല. ദുർബ്ബലമായ പ്രതിപക്ഷമാണ് ഈ അവസ്ഥ കൂടുതൽ വഷളാക്കുന്നത്. എന്തുചെയ്യണമെന്നറിയാതെ കോൺഗ്രസ് വലയുമ്പോൾ ഇടതുപക്ഷം ചിത്രത്തിൽ പോലുമില്ലാത്ത അവസ്ഥയാണ്.

? **എപ്പോഴും പ്രതിപക്ഷത്തു നിൽക്കേണ്ട മാദ്ധ്യമങ്ങളും പരാജയപ്പെടുകയാണെന്ന വിമർശം ശക്തമാണ്?**

» മാദ്ധ്യമങ്ങളുടെ കോർപറേറ്റ്വത്കരണമാണ് ഈ ദുഃസ്ഥിതിക്ക് കാരണം. എല്ലാം വിപണിക്ക് വിട്ടുകൊടുക്കുമ്പോൾ ലാഭമാണ് മുഖ്യ മാനദണ്ഡം. ലാഭം ഇല്ലാതാക്കുന്ന ഒന്നും വേണ്ടെന്ന നിലപാടിനു മുന്നിൽ മാദ്ധ്യമ പ്രവർത്തനം വലിയൊരു വെല്ലുവിളിയാവുകയാണ്. അധികാരത്തിനെതിരെ പൊരുതാനുള്ള ശേഷി നഷ്ടപ്പെട്ടാൽ അത് പിന്നെ മാദ്ധ്യമപ്രവർത്തനമില്ല. ഫാസിസത്തിന്റെ വരവും മാദ്ധ്യമങ്ങളുടെ കോർപറേറ്റ്വത്കരണവും പലപ്പോഴും പരസ്പരപൂരകമായാണ് ഉടലെടുക്കുന്നത്.

? **നരേന്ദ്രമോദി ഒരു വ്യക്തിയല്ലെന്നും ആർ എസ് എസ് എന്ന സാംസ്കാരിക സംഘടനയുടെ പ്രതിനിധിയാണെന്നും വിലയിരുത്തപ്പെടുന്നുണ്ട്. ആർ എസ് എസ്സിന്റെ അജണ്ടയാണോ മോദി ഭരണകൂടം നിറവേറ്റിക്കൊണ്ടിരിക്കുന്നത് ?**

» ആർ എസ് എസ് വ്യക്തമായ ആസൂത്രണത്തോടെ പ്രവർത്തിക്കുന്ന സംഘടനയാണ്. സമൂഹത്തിന്റെ ഓരോ തലത്തിലും ആർ എസ് എസ് അതിന്റെ വേരുകൾ ആഴത്തിൽ പടർത്തിയിട്ടുണ്ട്. വിദ്യാഭ്യാസ, ശാസ്ത്ര, കലാ മേഖലകളിലൊക്കെ തന്നെ ഇന്നിപ്പോൾ ആർ എസ് എസിന്റെ സാന്നിദ്ധ്യം ശക്തമാണ്. ആർ എസ് എസ്സിന്റെ പ്രതിപുരുഷനാണ് മോദിയെന്നതിൽ സംശയമില്ല. പക്ഷേ, ചിലപ്പോൾ കാര്യങ്ങൾ ആർ എസ് എസ്സിന്റെ

പിടിയിൽ നിൽക്കണമെന്നില്ല. ഉത്തർപ്രദേശിൽ യോഗി ആദിത്യനാഥിനെ മുഖ്യമന്ത്രിയാക്കാൻ മോദിയും ആർ എസ് എസ്സും നിർബ്ബന്ധിതമാവുകയായിരുന്നു.

? **യോഗി മോദിയുടെയും ആർ എസ് എസ്സിന്റെയും ചോയ്സ് അല്ലായിരുന്നുവെന്നാണോ?**

» ഉത്തർപ്രദേശ് തിരഞ്ഞെടുപ്പിനുശേഷം മുഖ്യമന്ത്രിയെ തിരഞ്ഞെടുക്കാൻ ദിവസങ്ങളെടുത്തു എന്നത് മറക്കരുത്. യോഗിയാരുന്നില്ല മോദിയുടെയും ആർ എസ് എസ്സന്റെയും ആദ്യ ചോയ്സ് എന്നാണറിയുന്നത്. പക്ഷേ, എം എൽഎമാരിൽ ഭൂരിപക്ഷവും യോഗിക്കൊപ്പമാണെന്ന തിരിച്ചറിവിനു മുന്നിൽ ആർ എസ് എസ് അനുരഞ്ജനത്തിനു വഴങ്ങുകയായിരുന്നു. മോദി കുടുംബസ്ഥനല്ലെങ്കിലും സന്യാസിയല്ല. യോഗി സന്യാസിയാണ്. സന്യാസിയുടെ പ്രതിച്ഛായ സാധാരണമനുഷ്യന്റേതായിരിക്കില്ല. ഭാവിയിൽ മോദിയുടെ പകരക്കാരൻ യോഗി ആദിത്യനാഥായാൽ അത്ഭുതപ്പെടേണ്ടതില്ല.

? **ഫെഡറൽ സംവിധാനം വലിയ വെല്ലുവിളികളാണ് നേരിടുന്നത്. ജയലളിതമരിച്ചതിനെതുടർന്ന് ചെന്നൈയിലെ സെക്രട്ടറിയേറ്റിൽ ചീഫ് സെക്രട്ടറിയുടെ ഓഫീസ് റെയ്ഡ്ചെയ്യപ്പെട്ടത് അനിതര സാധാരണമായ കാഴ്ചയായിരുന്നു. ഫെഡറൽ സംവിധാനത്തിനു നേർക്കുള്ള ഈ കൈയ്യേറ്റത്തെ ആകെ അപലപിച്ചത് മമതാബാനർജിയാണ്. ഫെഡറലിസത്തിന്റെ അടിത്തറ ഇളകുന്നതിനെ എങ്ങിനെയാണ് കാണുന്നത്?**

» ജയലളിതയോട് എന്തൊക്കെ വിയോജിപ്പുകളുണ്ടായിരുന്നെങ്കിലും ഫെഡറൽ സംവിധാനത്തിന്റെ ശക്തയായ വക്താവായിരുന്നു അവർ. സംസ്ഥാനങ്ങളുടെ അധികാരങ്ങൾ കവർന്നെടുക്കാനുള്ള കേന്ദ്രത്തിന്റെ ഒരു നീക്കവും അവർ അനുവദിച്ചിരുന്നില്ല. ജിഎസ്ടിക്കും ദേശീയ ഭക്ഷ്യസുരക്ഷാ ബില്ലിനുമെതിരെ ജയലളിത ശക്തമായ നിലപാടെടുത്തിരുന്നു. അവരുടെ വാക്കുകൾ അവഗണിക്കാനുള്ള ധൈര്യം കേന്ദ്രസർക്കാരിനുണ്ടായിരുന്നില്ല.

ഫെഡറലിസം ദുർബ്ബലമാക്കുന്നതിന്റെ ഭാഗമായാണ് കപട ദേശീയത പ്രചരിപ്പിക്കപ്പെടുന്നത്. അധികാരമത്രയും പ്രധാന മന്ത്രിയിൽ കേന്ദ്രീകരിക്കപ്പെടുന്നത് ജനാധിപത്യ വിരുദ്ധവും ജനവിരുദ്ധവുമാണ്.

? **ബിജെപിക്കുള്ളിൽ നിന്നു തന്നെയായരിക്കും മോദിക്കെതിരെയുള്ള കലാപത്തിന്റെ തുടക്കമെന്ന് നിരീക്ഷണമുണ്ട്. ബിജെപിക്കുള്ളിൽ അത്തരമൊരു ട്രോജൻ കുതിരയ്ക്ക് സാദ്ധ്യതയുണ്ടോ?**

» അത്തരമൊരു സാദ്ധ്യത വിരളമാണ്. ബിജെപിക്കുള്ളിൽ മോദിക്കെതിരെ കലാപമുയർത്തുന്നതിന് ശേഷിയുള്ളവർ ഇപ്പോഴാരുമില്ല. പാർട്ടിക്കുള്ളിലെ മോദിവിരുദ്ധർ ശരിക്കും ഒതുക്കപ്പെട്ടു കഴിഞ്ഞു. ഒരു വിമത സ്വരത്തിനും അവിടെയിപ്പോൾ ഇടമില്ല.

? **പല രൂപങ്ങളിൽ വടക്കേ ഇന്ത്യൻ അധീശത്വം അവതരിക്കുമ്പോൾ പഴയ ദ്രാവിഡനാട് ആശയം പൊടിതട്ടി എടുക്കാനുള്ള ശ്രമം ചില കോണുകളിൽ നടക്കുന്നുണ്ട്. സംഗതി ക്ല്ച്ച പിടിക്കുമോ ?**

» ദ്രവീഡിയൻ പ്രസ്ഥാനത്തിൽ നിന്നും ദ്രാവിഡ നാട് ആശയം ഒരിക്കലും പൂർണ്ണമായി വിട്ടുപോയിരുന്നില്ല. 1980കളിൽ വടക്കേ ശ്രീലങ്കയിൽ ഈഴം പോരാട്ടത്തിന്റെ ആശയാടിത്തറയിൽ ദ്രാവിഡനാടും ഉൾച്ചേർന്നിരുന്നു. ഇന്നിപ്പോൾ ഹിന്ദി അടിച്ചേൽപിക്കപ്പെടുന്നതിന്റെയും ജെല്ലിക്കെട്ട് പ്രക്ഷോഭത്തിന്റെയും പശ്ചാത്തലത്തിൽ തമിഴ് ദേശീയതപുനഃസ്ഥാപിക്കുന്നതിനുള്ള വേദിയായി ദ്രാവിഡനാട് ഉപയോഗിക്കപ്പെടാം. പക്ഷേ, തമിഴ് യുവാക്കൾ ഇനിയിപ്പോൾ ഈ ആശയത്തിലേക്ക് കൂടുതലായി നീങ്ങാനുള്ള സാദ്ധ്യത കുറവാണ്. തൊഴിൽ തേടി തമിഴ്നാടിന് പുറത്തേക്ക് പോവുന്ന തമിഴ് യുവാക്കളുടെ എണ്ണം കൂടിക്കൊണ്ടിരിക്കുമ്പോൾ, ഭൂരിപക്ഷ ദേശീയത രാജ്യത്തുടനീളം അലയടിച്ചു കൊണ്ടിരിക്കുമ്പോൾ ദ്രാവിഡനാടിന് പഴയ ആകർഷണീയതയുണ്ടാവില്ല. ജയലളിതാനന്തര തമിഴനാട്ടിൽ സംസ്ഥാനങ്ങളുടെ അവകാശങ്ങളും അധികാരങ്ങളുംകവരുന്നതിനുള്ള കേന്ദ്ര സർക്കാർ നീക്കങ്ങൾക്കെതിരെ തമിഴ് യുവത്വത്തിന്റെ ഭാഗത്തു

നിന്ന് കാര്യമായ ഒരു ചെറുത്തുനിൽപുമുണ്ടായില്ലെന്നത് മറക്ക രുത്.

? **കൂടുതൽ ഇരുട്ടിലേക്കാണോ നമ്മൾ നീങ്ങുന്നത് ?**

» ഇതൊന്നും ഒന്നുമല്ലെന്ന് വരും ദിനങ്ങൾ നമ്മളെ ബോദ്ധ്യപ്പെ ടുത്തും. കടുത്ത വേദനയുടെ ദിനങ്ങളാണ് കാത്തിരിക്കുന്നത്. മുഹമ്മദ് അഖ്ലാക്കിനെ എത്ര എളുപ്പത്തിലാണ് അടിച്ചുകൊന്നത്. അരുന്ധതി റോയിയെ പട്ടാള ജീപ്പിനു മുന്നിൽ കെട്ടിയിടണമെ ന്ന് എത്ര ആയസാരഹിതമായാണ് പ്രവേഷ് റാവലിനെപ്പോ ലൊരാൾ പറയുന്നത്. ആശയപരമായ വിയോജിപ്പുകളെ ഈ രീതിയിൽ നേരിടാൻ ഒരു പാർട്ടിയും ഭരണകൂടവും തീരുമാനി ച്ചാൽ അത് മുന്നോട്ടുവെയ്ക്കുന്ന ചിത്രം അത്യധികം ഭീതി ജനിപ്പി ക്കുന്നതാണ്. ശരിക്കും വിഷമകരമായ ദിവസങ്ങളാണ് നമ്മൾ നേരിടാൻ പോവുന്നത്.

? **ഇരുട്ടിന്റെ ഈ തുരങ്കത്തിനപ്പുറത്ത് ഇപ്പോഴും താങ്കൾ വെളിച്ചം കാണുന്നുണ്ടോ ?**

» ഇക്കാര്യത്തിൽ ഞാൻ ശുഭാപ്തിവിശ്വാസിയാണ്. വെളിച്ചം ഇവിടെതന്നെയുണ്ട്. അത് പക്ഷേ, അകന്നകന്ന് പോവുകയാ ണെന്ന് മാത്രം. പൗരസമൂഹമാണ് ഈ ഘട്ടത്തിൽ ഉണരേണ്ടത്. പൗരധർമ്മം നമ്മൾ കൈവെടിയരുത്. സമൂഹത്തോട് നമുക്ക് ഓരോരുത്തർക്കും ഉത്തരവാദിത്വവുംകടപ്പാടുമുണ്ട്. നമ്മളെ രക്ഷി ക്കാൻ ഒരു മിശിഹായും വരാൻപോവുന്നില്ല. നമ്മുടെ രക്ഷകർ നമ്മൾ തന്നെയാണ്. ഈ പ്രതിസന്ധിയിൽ നമ്മൾ പൗരധർ മ്മം വീണ്ടെടുക്കണം. പൗരസമൂഹത്തിന് അതിന് കഴിയും, കഴിയണം.

●

ശരൺകുമാർ ലിംബാളെ

ഇന്ത്യയിലെ ദളിത് സാഹിത്യകാരന്മാരിൽ പ്രമുഖനാണ് ഡോ. ശരൺകുമാർലിംബാളെ. മഹാരാഷ്ട്രയിലെ പൂനയിൽ ജനിച്ചു. ഇരുപത്തിയഞ്ചാം വയസ്സിലെഴുതിയ അക്കർമാശി എന്ന ആത്മകഥാഖ്യാനമാണ് ആദ്യകൃതി. ഫ്രഞ്ച് ഉൾപ്പെടെ പ്രധാന ലോകഭാഷകളിലെല്ലാം വിവർത്തനങ്ങളുണ്ടായ ഈ കൃതി മറാത്തിയിലെ ദളിത് സാഹിത്യത്തിലെ ഉദാത്തസൃഷ്ടിയായി ഗണിക്കപ്പെടുന്നു. നാസിക് ആസ്ഥാനമായുള്ള യശ്വന്തറാവു ചവാൻ മഹാരാഷ്ട്ര ഓപ്പൺ യൂനിവേഴ്സിറ്റിയുടെ പൂനെ ഡിവിഷൻ റീജനൽ ഡയറക്ടറാണ് ഇദ്ദേഹമിപ്പോൾ.

ഹിന്ദുത്വയ്ക്കെതിരെ ഞങ്ങൾ അവസാന ശ്വാസം വരെ ചെറുത്തു നിൽക്കും

ശരൺകുമാർ ലിംബാളെ

ഞാൻ കാണുന്നില്ല...... എന്റെ വംശത്തിന്റെ അക്ഷരമാല. 1921 ലാണ് പൊയ്കയിൽ അപ്പച്ചൻ ഈ വരികൾ കുറിക്കുന്നതും പാടുന്നതും. പത്തനം തിട്ടയിലെ ഇരവിപേരൂരിൽ നിന്നും പീഡനങ്ങളുടെ കടൽ താണ്ടി മാർതോമസഭയിലെത്തുമ്പോൾ അപ്പച്ചന് പ്രായം 17. പക്ഷേ, മാമോദീസ മുങ്ങി നിവർന്നത് വിവേചനങ്ങളുടെ മറ്റൊരു ലോകത്തി ലേക്കാണെ ന്ന് വളരെ വേഗത്തിലാണ് അപ്പച്ചൻ തിരിച്ചറിഞ്ഞത്. ഈ ആത്മപ്രകാശത്തിലാണ് അപ്പച്ചൻ ബൈബിൾ കത്തിക്കുന്നത്. പൊയ്കയിൽ അപ്പച്ചൻ ഒരു വൻകരയുടെ മുനമ്പാണ്, അജ്ഞാത മായ ഒരു വൻകരയുടെ മുനമ്പ്. ഇവിടെ ഈ ഇന്ത്യൻ ഉപഭൂഖണ്ഡ ത്തിൽ ചാതുർവർണ്ണ്യത്തിന്റെ ചതുപ്പുകൾ വലിച്ചുതാഴ്ത്തിയ ഈ വൻക രകൾ വീണ്ടെടുക്കപ്പെടുമ്പോൾ മറാത്തി എഴുത്തുകാരൻ ശരൺകുമാർ ലിംബാളെയെ ആർക്കും അവഗണിക്കാനാവില്ല. അക്കർമാശി എന്ന ആത്മകഥയിലൂടെ ഇന്ത്യൻ ദളിത് സാഹിത്യത്തിൽ ഒരു കൊടുങ്കാറ്റു പോലെയാണ് ശരൺകുമാർ ലിംബാളെ കടന്നുവന്നത്. സമകാലിക ഇന്ത്യയിൽ ദളിത് മുന്നേറ്റം ജനാധിപത്യത്തിനെ ശക്തിപ്പെടുത്തുന്നതെ ങ്ങിനെയാണെന്നും ഹിന്ദുത്വയ്ക്കെതിരെ പ്രതിരോധം തീർക്കുന്നതിൽ അത് നിർണ്ണായക ഘടകമാകുന്നതെങ്ങിനെയെന്നും ലിംബാളെ അഭിമുഖത്തിൽ വ്യക്തമാക്കുന്നു.

? ദളിത് സാഹിത്യം ദളിതർക്കു മാത്രമേ എഴുതാനാവുകയുള്ളുവെന്ന് 'ദളിത് സാഹിത്യത്തിന്റെ സൗന്ദര്യശാസ്ത്രത്തിലേക്ക് ' എന്ന ഗ്രന്ഥത്തിൽ താങ്കൾ പറയുന്നുണ്ട്. ദളിത് അനുഭവ പരിസരം മറ്റുള്ളവരുടെ ആവിഷ്കരണമണ്ഡലത്തിനുൾക്കൊള്ളാനാവില്ല എന്നാണോ താങ്കൾ വ്യക്തമാക്കുന്നത് ?

» സൗന്ദര്യത്തിന്റെ സാഹിത്യമാണ് മുഖ്യധാരാ സാഹിത്യം. എന്നെ സംബന്ധിച്ചിടത്തോളം ഞാൻ എഴുത്തുകാരൻ മാത്രമല്ല ആക്ടിവിസ്റ്റ് കൂടിയാണ്. പോരാട്ടങ്ങളുടെ ഭൂമികയിൽനിന്നാണ് ദളിതർ എഴുതുന്നത്. ഞങ്ങളുടേത് സൗന്ദര്യത്തിന്റെ രചനകളല്ല. മുഖ്യധാരാ എഴുത്തുകാരുടെ സാഹിത്യ പരികൽപനകൾ ഞങ്ങൾ തള്ളിക്കളയുന്നു. കണ്ണീരിന്റെയും സഹനത്തിന്റെയും രചനകളാണ് ഞങ്ങളുടേത്. ഞങ്ങളുടെ അനുഭവങ്ങൾ പുറത്തുനിന്നുള്ളവർക്ക് എഴുതാനാവുമെന്ന് ഞാൻ കരുതുന്നില്ല. വെളുപ്പാണ് സുന്ദരം എന്ന് കരുതുന്നവർക്ക് ഇതു മനസ്സിലാവില്ല.

? ദളിത് സാഹിത്യം അനിതരസാധാരണമായ മുന്നേറ്റമാണ് ഇപ്പോൾ നടത്തിക്കൊണ്ടിരിക്കുന്നത്?

» നേരത്തെ ഞങ്ങൾ എഴുതുന്നത് സാഹിത്യമാണെന്ന് കരുതപ്പെട്ടിരുന്നില്ല. അവഗണനയിലൂടെ ഞങ്ങളെ തളർത്തുകയായിരുന്നു സവർണ്ണ സാഹിത്യകാരന്മാരുടെ ലക്ഷ്യം. സാഹിത്യ അക്കാദമികളിൽ ഞങ്ങൾക്ക് പ്രവേശനമുണ്ടായിരുന്നില്ല. സവർണ്ണ പ്രത്യയശാസ്ത്രത്തിന്റെ കോട്ടകൊത്തളങ്ങളാണ് സാഹിത്യ അക്കാദമികൾ. ഈ പ്രസ്ഥാനങ്ങൾ പിരിച്ചുവിടണം. ദളിതരെ മാത്രമല്ല പാർശ്വവത്കരിക്കപ്പെട്ട എല്ലാ സമൂഹങ്ങളെയും തളർത്തുന്ന സമീപനമാണ് സാഹിത്യ അക്കാദമികൾക്കുള്ളത്. ദളിത് സാഹിത്യം അംഗീകരിക്കുന്നതിൽ മലയാളികൾ കാണിക്കുന്ന ശുഷ്കാന്തി അഭിനന്ദിക്കാതെ വയ്യ. എന്റെ ചെറുപ്പം മുതലേ ഞാൻ മലയാള സാഹിത്യം വായിക്കുന്നുണ്ട്. ഇവിടെ കേരള സാഹിത്യോത്സവത്തിൽ പങ്കെടുക്കാനെത്തിയപ്പോൾ ഒരു മലയാളിഎഴുത്തുകാരനെപ്പോലെയാണ് എന്നെ മലയാളികൾ

സ്വീകരിച്ചത്. അതൊരു ഗംഭീരമായ അനുഭവമാണ്. മാതൃഭൂമി യോട് ഞാൻ ഇക്കാര്യത്തിൽ കടപ്പെട്ടിരിക്കുന്നു. മാതൃഭൂമിയാണ് എന്റെ ആത്മകഥ ആദ്യമായി മലയാളത്തിൽ പ്രസിദ്ധീകരിച്ചത്.

? **മതംമാറ്റമല്ല ദളിതരുടെ വിമോചനമാർഗ്ഗം എന്ന് താങ്കൾ നിരീ ക്ഷിച്ചിരുന്നു. അംബേദ്കർ ബുദ്ധമതം സ്വീകരിച്ചതിനെ താങ്കൾ നിരാകരിക്കുകയാണോ?**

» അംബേദ്കർ എന്റെ വെളിച്ചവും പ്രചോദനവുമാണ്. അദ്ദേഹത്തെ തള്ളിപ്പറയാൻ എനിക്കൊരിക്കലുമാവില്ല. അംബേദ്കർ മതം മാറിയത് ശരിയായ നിലപാടായിരുന്നു. അംബേദ്കറിനൊപ്പം നിലയുറപ്പിച്ചുകൊണ്ട് അംബേദ്കറിനപ്പുറത്തേക്ക് പോവുക എന്നതാണ് ഞങ്ങളുടെ നിലപാട്. മതപരിവർത്തനം കാര്യമായി ഒരു മാറ്റവും ദളിതർക്ക് നൽകിയിട്ടില്ല. എല്ലാ മതത്തിലും അവർ അസ്പൃശ്യരായി തുടർന്നു. ഇസ്ലാമിലായാലും ബുദ്ധിസത്തിലായാലും ക്രിസ്തുമതത്തിലായാലും ജാതി ഇല്ലാതാവുന്നില്ല. നാടുവിട്ട് അന്യ ദേശങ്ങളിലേക്ക് പോകുമ്പോൾ പോലും ജാതി ഞങ്ങളെ പിന്തു ടരുന്നു. വാസ്തവത്തിൽ മതപരിവർത്തനത്തിലൂടെ ദളിതരുടെ ശക്തി ക്ഷയിക്കുകയാണ് ചെയ്തിട്ടുള്ളത്. വിവിധ മതങ്ങളിലായി ചിതറിക്കിടക്കുന്നതുകൊണ്ട് ഒന്നിച്ച്മുന്നേറാൻ ദളിതർക്കാവുന്നി ല്ല. അതുകൊണ്ടുതന്നെ വ്യത്യസ്ത മതവിഭാഗങ്ങളിലുള്ള ദളിതരെ ഒന്നിച്ചണി നിരത്താനാണ് ഞങ്ങൾ ശ്രമിക്കുന്നത്.

? **ഈ മുന്നേറ്റത്തിന് രോഹിത് വെമുലയുടെ മരണം ഒരു ചാലകശ ക്തിയായിട്ടുണ്ടോ?**

» മരിക്കുന്നതിന് മുമ്പ് രണ്ടു മൂന്നു തവണ രോഹിത് എന്നെ കണ്ടി രുന്നു. രോഹിതിന്റെ മരണം എല്ലാവരേയും പോലെ എന്നെയും ഞെട്ടിച്ചു. പക്ഷേ, ഒരു രോഹിത് മാത്രമല്ല ഇന്ത്യയിൽ പീഡിപ്പി ക്കപ്പെടുന്നത്. ഓരോ ദളിതനും ഇന്ത്യയിൽ വിവേചനത്തിനിര യാവുന്നുണ്ട്. രോഹിതിന്റെ മരണം ദളിതർ നേരിടുന്ന വിവേചനം കുറച്ചുകൂടി ശക്തമായി ദേശീയ ശ്രദ്ധയിലേക്ക് കൊണ്ടുവന്നു. ജെ എൻ യുവിലും ഹൈദരാബാദിലും ദളിത് ഇടത് കൂട്ടായ്മകൾ

ഉടലെടുത്തു. പക്ഷേ, അതിനപ്പുറത്തേക്ക് ഈ കാര്യമായ മുന്നേറ്റമൊന്നുമുണ്ടായിട്ടില്ല.

? **രോഹിത് ദളിതനല്ലെന്ന് സ്ഥാപിക്കാനാണ് കേന്ദ്ര സംസ്ഥാന സർക്കാരുകൾ ശ്രമിച്ചത് ?**

» നിഷ്ഠുരമായ സമീപനമാണിത്. ദളിത് ഇതരനാണെങ്കിൽ ഒരാളെ കൊല്ലാമെന്നാണോ ഇതിന്റെ അർത്ഥം. രോഹിതിനെതിരെയുണ്ടായ പീഡനം മാനവരാശിക്കെതിരെയുള്ള അതിക്രമമാണ്, കുറ്റമാണ്.

? **ഹിന്ദുത്വയുടെ വ്യാപനത്തിനെതിരെ ഏറ്റവും ശക്തമായ ചെറുത്തുനിൽപുണ്ടായിക്കൊണ്ടിരിക്കുന്നത് ദളിത് സമൂഹത്തിൽ നിന്നാണ് ?**

» ഹിന്ദു മതം വിവേചനങ്ങളിൽ അധിഷ്ഠിതമാണ്. ഹിന്ദുമതശാസനങ്ങളിൽ നിന്നും മോചനം നേടുകയെന്നത് ദളിത്മോചനത്തിന്റെ ഭാഗമാണെന്ന് അംബേദ്കർ അർത്ഥശങ്കയ്ക്കിടയില്ലാതെ വ്യക്തമാക്കിയിട്ടുണ്ട്. ബ്രിട്ടീഷുകാർ കൊണ്ടുവന്ന നിയമവാഴ്ചയും ജനാധിപത്യ ഭരണരീതിയുമാണ് ദളിതർക്ക് ഇന്ത്യയിൽ മുഖ്യധാരയിലേക്ക് ഇടം നൽകിയത്. ഞങ്ങൾ ഉറച്ച ജനാധിപത്യ വിശ്വാസികളാണ്. ജനാധിപത്യമാണ് ഞങ്ങൾക്കെല്ലാം തന്നത്. ഹിന്ദുക്കളും മുസ്ലീങ്ങളും ക്രിസ്ത്യാനികളും ഭീകരവാദികളാവുമ്പോഴും ഒരു ദളിതൻ പോലും ഭീകരപ്രവർത്തകനായിട്ടില്ലെന്നത് കാണാതിരിക്കരുത്. ഞങ്ങൾക്ക് ഭീകരപ്രവർത്തകരാവാൻ കഴിയില്ല. ഗാന്ധിജിക്കും ബുദ്ധനും മുമ്പേ അഹിംസാവാദികളായിരുന്നവരാണ് ഞങ്ങൾ. ഹിന്ദുത്വയ്ക്കെതിരെ അവസാന ശ്വാസം വരെയും ഞങ്ങൾ ചെറുത്തുനിൽക്കും.

? **അംബേദ്കറെ ഏറ്റെടുക്കാൻ സംഘപരിവാർ നടത്തുന്ന ശ്രമങ്ങളെക്കുറിച്ച് ?**

» ഇതിന് രണ്ടു വശങ്ങളുണ്ട്. നേരത്തെ സംഘപരിവാർ ഇത്രയും ദൃശ്യമായിരുന്നില്ല. ഇപ്പോൾ അവർ നേർക്ക് നേരെയുണ്ട്. കൺവെട്ടത്തുള്ള ശത്രുവാണ് അജ്ഞാതനായ ശത്രുവിനേക്കാൾ

നല്ലത്. അവരുടെ നീക്കങ്ങൾ നമുക്ക് കണ്ടറിയാം. മറ്റൊരു കാര്യം ഈ നീക്കം ഞങ്ങൾക്കും ഒരു തലത്തിൽ പ്രയോജനം ചെയ്യുന്നുണ്ട്. പ്രധാനമന്ത്രി നരേന്ദ്രമോദി അംബേദ്കറെക്കുറിച്ച് സംസാരിക്കുമ്പോൾ അത് അംബേദ്കർക്കും ഞങ്ങൾക്കും കൂടുതൽ സ്വീകാര്യത നൽകുന്നുണ്ട്. കോൺഗ്രസ് നേതൃത്വം അംബേദ്കറെ പാടെഅവഗണിച്ചിരിക്കുകയായിരുന്നു എന്ന കാര്യം മറക്കരുത്.

? **ഇടതുനേതാക്കളും ദളിത് സമൂഹത്തെ അഭിസംബോധന ചെയ്യുന്നുണ്ട് ?**

» ഇടതുപക്ഷത്തിന്റെ ഒരു പ്രശ്നം അവർ ഞങ്ങളോട് കാരുണ്യം കാട്ടാൻ ശ്രമിക്കുന്നുവെന്നതാണ്. കാരുണ്യം ഞങ്ങൾക്കാവശ്യമില്ല. ദളിതരുടെ പോരാട്ടത്തിൽ പങ്കുചേരുന്നതിനു പകരം സഹാനുഭൂതിയോടെ ഞങ്ങളെ നോക്കിക്കാണേണ്ടതില്ല.

? **വർഗ്ഗ സമരമാണോ ജാതി സമരമാണോ വേണ്ടതെന്ന ചോദ്യവും ഇവിടെ ഉയരുന്നുണ്ട്?**

» വർഗ്ഗ രഹിത സമരത്തെക്കുറിച്ചാണ് ഇടതുപക്ഷം സംസാരിക്കുന്നത്. ജാതി രഹിത സമൂഹമാണ് ഞങ്ങളുടെ ലക്ഷ്യം.

? **ജാതിയുടെ ഉന്മൂലനം എന്ന രചനയിൽ ജാതി ഇല്ലാതാവാനുള്ള മുഖ്യമാർഗ്ഗം രക്തങ്ങളുടെ സങ്കലനമാണ്, മിശ്രവിവാഹമാണ് എന്ന് അംബേദ്കർ പറയുന്നുണ്ട്?**

» മിശ്രവിവാഹം ഒരു മാർഗ്ഗമാണ്. കുടുംബങ്ങൾ തമ്മിലുള്ള അകൽച്ച മിശ്രവിവാഹം ഇല്ലാതാക്കും. എന്റെ രണ്ട് പെൺമക്കളെ കല്ല്യാണം കഴിച്ചിരിക്കുന്നത് ഉയർന്ന ജാതിയിൽ നിന്നുള്ളവരാണ്. അവരുടെ വീടുകളിൽ എനിക്ക് ലഭിക്കുന്ന സ്വീകരണം അതീവ ഹൃദ്യമാണ്. ഞങ്ങളുടെ കുടുംബങ്ങൾ തമ്മിലുണ്ടായിരുന്ന അകൽച്ച ഇതിലൂടെ ഇല്ലാതാവുന്നുണ്ട്. പക്ഷേ, സമൂഹത്തിൽ ജാതി പ്രതിലോമ ശക്തിയായി തുടരുന്നു. ഇത് ഒരു ദിവസം കൊണ്ടില്ലാതാക്കാൻ കഴിയില്ല. ഒരു പാട് സമയം

എടുത്ത് മാത്രമേ ജാതിക്കെതിരെയുള്ള പോരാട്ടം പൂർത്തിയാക്കാനാവുകയുള്ളൂ. അതിന് സോഷ്യൽ എഞ്ചിനീയറിങ് തന്നെ വേണം

ഞങ്ങൾക്ക് മാത്രം നേടിയെടുക്കാവുന്ന ലക്ഷ്യവുമല്ല ഇത്. മറ്റ് ജാതികളിൽ പെട്ടവരുടെ സഹായത്തോടെ മാത്രമേ ഈ ലക്ഷ്യം നേടിയെടുക്കാനാവൂ.

? **പുതിയ രചനകൾ ?**

» ഒരു ചരിത്ര നോവലിന്റെ പണിപ്പുരയിലാണ് ഞാനിപ്പോൾ. 1857 ലെ ശിപ്പായി ലഹള ദളിത് കാഴ്ചപ്പാടിലൂടെ പൊളിച്ചെഴുതാനുള്ള ശ്രമം. ശിപ്പായി ലഹളയുടെ നായകൻ മംഗൽപാണ്ഡെയല്ലെന്നും മാതാദിൻ ഭംഗി എന്ന ദളിതനാണെന്നുമാണ് എന്റെ നോവൽ പറയുന്നത്. മംഗൽ പാണ്ഡെയ്ക്കൊപ്പം ബ്രിട്ടീഷ് പട്ടാളത്തിലുണ്ടായിരുന്നയാളാണ് മാതാദിൻ ഭംഗി. ഈ റെജിമെന്റിന് കീഴിൽ തുകൽഫാക്ടറിയിലെ തൊഴിലാളിയായിരുന്ന മാതാദിൻ ഭംഗിയോട് ഒരിക്കൽ മംഗൽപാണ്ഡെവെള്ളം ചോദിച്ചു. ഭംഗി വെള്ളം കൊടുത്തപ്പോൾ പാണ്ഡെയുടെ സഹപ്രവർത്തകനായിരുന്ന ഈശ്വരിപ്രസാദ് പാണ്ഡെയോട് ഭംഗി ദളിതനാണെന്നും അയാൾ കൈകൊണ്ട് തൊട്ട ഗ്ലാസ്സിലെ വെള്ളം കുടിക്കരുതെന്നും ആവശ്യപ്പെട്ടു. ഉടനെ പാണ്ഡെ ഗ്ലാസ് വലിച്ചെറിഞ്ഞു. ഇത് ഭംഗിയെ പ്രകോപിപ്പിച്ചു. പാണ്ഡെയും കൂട്ടരും ഉപയോഗിക്കുന്ന തോക്കിൽ പശുവിൻെയും പന്നിയുടെയും കൊഴുപ്പുണ്ടെന്നും ഈ തോക്ക് ഉപയോഗിക്കുന്നവരാണ് താൻ കൈകൊണ്ട് തൊട്ട ഗ്ലാസ് വലിച്ചെറിയുന്നതെന്നും ഭംഗി പറഞ്ഞു. ഇവിടെ നിന്നാണ് ശിപ്പായി ലഹള തുടങ്ങുന്നത്. ഈ നോവലിൽ ഞാൻ ഹിന്ദുത്വ തീവ്രവാദികളെ വിചാരണ ചെയ്യുന്നുണ്ട്. സനാതൻ എന്നാണ് നോവലിന്റെ പേര് സനാതന ധർമ്മവും സനാതൻസൻസ്ഥ എന്ന തീവ്രവാദി സംഘടനയും ഓർത്തുകൊണ്ടാണ് ഈ പേരിട്ടിട്ടുള്ളത്.

●

പ്രൊഫസർ വെങ്കടേഷ് ആത്രേയ

1969 ലാണ് വെങ്കടേഷ് ആത്രേയ മദ്രാസ് ഐ ഐ ടിയിൽ നിന്ന് കെമിക്കൽ എഞ്ചിനീയറിങ്ങിൽ ബിരുദമെടുത്തത്. തുടർ പഠനത്തിന് പക്ഷേ, ആത്രേയ തിരഞ്ഞെടുത്തത് സാമ്പത്തികശാസ്ത്രമായിരുന്നു. ജനങ്ങളുമായി അടുത്തു പ്രവർത്തിക്കുന്ന ഒരു മേഖല എന്ന നിലയ്ക്കായിരുന്നു ആ തീരുമാനം. “ഐ ഐ ടി എന്നെ പഠിപ്പിച്ചത് ഉത്തരമെഴുതാനാണ്. എന്നാൽ വിയറ്റ്നാം യുദ്ധവും അമേരിക്കൻ വിദ്യാർത്ഥി ജീവിതവും എന്നെ പഠിപ്പിച്ചത് എങ്ങിനെ ചോദ്യങ്ങൾ ചോദിക്കാം എന്നതാണ്.” വിയറ്റ്നാം യുദ്ധത്തിനെതിരെ അമേരിക്കൻ വിദ്യാർത്ഥി സമൂഹം പോരാട്ടത്തിനിറങ്ങിയ ആ നാളുകൾ അനുസ്മരിച്ചുകൊണ്ട് ആത്രേയ പറയുന്നു. അമേരിക്കയിലെ വിസ്കൊൺസിൻ സർവ്വകലാശാലയിൽ നിന്നും സാമ്പത്തിക ശാസ്ത്രത്തിൽ ബിരുദാനന്തര ബിരുദവും പി എച് ഡിയും. 1975 ൽ അടിയന്തരാവസ്ഥക്കാലത്ത് ആത്രേയ ഇന്ത്യയിലേക്ക് മടങ്ങി. ഒരു കൊല്ലം തിരുവനന്തപുരത്ത് സെന്റർ ഫോർ ഡെവലപ്മെന്റ് സ്റ്റഡീസിൽ ആത്രേയയുണ്ടായിരുന്നു. തമിഴ്നാട്ടിലെ ഭാരതിദാസൻ സർവ്വകലാശാലയിൽ നിന്നും സാമ്പത്തികശാസ്ത്ര വിഭാഗം മേധാവിയായി വിരമിച്ച പ്രൊഫസർ ആത്രേയ ഇന്നിപ്പോൾ ഇന്ത്യയിലെ അറിയപ്പെടുന്ന സാമ്പത്തിക ശാസ്ത്രജ്ഞനാണ്. നരേന്ദ്ര മോദി സർക്കാർ കൊണ്ടു വന്ന നോട്ട് നിരോധനം ഒന്നാം വാർഷികത്തിലെത്തി നിൽക്കെ ഇന്ത്യ അടുത്തിടെ കണ്ട ഏറ്റവും ശക്തമായ ഈ സാമ്പത്തിക നടപടിയെക്കുറിച്ച് പ്രൊഫസർ ആത്രേയ സംസാരിക്കുന്നു.

നോട്ട് നിരോധന ദുരന്തം

പ്രൊഫസർ വെങ്കടേഷ് ആത്രേയ

? ഇന്ത്യയെയും ലോകത്തെയും മൊത്തത്തിൽ അമ്പരപ്പിച്ച നടപടിയായിരുന്നു നോട്ട് നിരോധനം. നരേന്ദ്ര മോദി സർക്കാരിന്റെ ധീരോദാത്ത നടപടിയായി ഇതിനെ കാണുന്നവരുണ്ട്. ഇന്ത്യയുടെ സമ്പദ് മേഖലയ്ക്കേറ്റ കനത്ത പ്രഹരമായി ഇതിനെ വിലയിരുത്തുന്നവരുണ്ട്. നോട്ട് നിരോധനത്തിന് ഒരു വയസ്സ് തികയുമ്പോൾ താങ്കളുടെ നിലപാടെന്താണ്?

» നോട്ട് നിരോധനം ഒരു ദുരന്തമായിരുന്നു. ഇന്ത്യയിലെ ബഹുഭൂരിപക്ഷം വരുന്ന സാധാരണക്കാരാണ് അതിനിരയായത്. അവർ അനുഭവിച്ച കഷ്ടപ്പാടുകൾ വിലയിരുത്തുന്നതിനുള്ള മാനദണ്ഡങ്ങൾ നമ്മുടെ കൈയ്യിലില്ലെന്നതാണ് വാസ്തവം. 104 പേർ മരിച്ചതായാണ് കണക്ക്. എടിഎമ്മുകൾക്ക് മുന്നിൽ ക്യൂ നിന്ന് തളർന്നവർ. അധ്വാനിച്ചുണ്ടാക്കിയ സ്വന്തം പണം രാത്രിക്ക് രാത്രി അനധികൃതമായപ്പോൾ തകർന്നു പോയ ജീവിതങ്ങൾ. സ്വന്തം പണം തിരിച്ചുകിട്ടാൻ വേണ്ടിയാണ് ഇവർ പകലും രാത്രിയുമൊക്കെ ക്യൂ നിന്നത്. ഈ കഷ്ടപ്പാടുകൾ നമ്മൾ എങ്ങിനെയാണ് അളന്നെടുക്കുക. അസംഘടിത മേഖലയ്ക്കാണ് നോട്ട് നിരോധനം ശരിക്കും മിന്നൽ പ്രഹരമേൽപിച്ചത്. ലക്ഷക്കണക്കിന് പേരുടെ

ജീവിതമാണ് ഈ മേഖലയിൽ നോട്ട് നിരോധനത്തെ തുടർന്ന് നാനാവിധമായത്.

? **തുടക്കത്തിൽ പ്രതിപക്ഷ നേതാക്കൾ പോലും മോദിയുടെ നടപടിയെ അനുകൂലിക്കുകയായിരുന്നു. കള്ളപ്പണത്തിനും അഴിമതിക്കും എതിരെയുള്ള കുരിശുയുദ്ധമായാണ് നോട്ട് നിരോധനം വ്യാഖ്യാനിക്കപ്പെട്ടത്. തീരുമാനം നല്ലതായിരുന്നെന്നും നടത്തിപ്പിലാണ് അപാകമുണ്ടായതെന്നുമുള്ള നിരീക്ഷണങ്ങളെക്കുറിച്ച്?**

» പ്രധാനമന്ത്രി ഒരു നടപടി പ്രഖ്യാപിക്കുമ്പോൾ അതിന്റെ ഉദ്ദേശ്യശുദ്ധി തുടക്കത്തിൽ ചോദ്യം ചെയ്യപ്പെട്ടെന്നു വരില്ല. പക്ഷേ, തുടർദിനങ്ങളിലാണ് നടപടിയുടെ പ്രത്യാഘാതങ്ങൾ വെളിപ്പെട്ടുന്നത്. നോട്ട് നിരോധനത്തെ തുടർന്ന് ചണ്ഡീഗഡ് ട്രിബ്യൂൺ എന്ന ഇംഗ്ലീഷ് ദിനപ്പത്രം ഞാനുൾപ്പെടെ എട്ട് സാമ്പത്തിക ശാസ്ത്രജ്ഞരുടെ അഭിപ്രായങ്ങൾ ആരാഞ്ഞിരുന്നു. നോട്ട് നിരോധനം ഇന്ത്യൻ സമ്പദ് വ്യവസ്ഥയെ തളർത്തുകയും തകർക്കുകയും ചെയ്യുമെന്നാണ് ഞങ്ങൾ അന്നേ പറഞ്ഞത്. മൊത്ത ആഭ്യന്തര ഉത്പാദനം (ജി ഡി പി) ഒന്നോ രണ്ടോ ശതമാനമെങ്കിലും താഴോട്ടു പോവുമെന്ന് ഞങ്ങൾ അന്ന് പറഞ്ഞിരുന്നു. വാസ്തവത്തിൽ അതിലും വലിയ ആഘാതമാണ് തുടർന്നുണ്ടായത്.

നാല് ലക്ഷ്യങ്ങളാണ് നോട്ട് നിരോധനവുമായി ബന്ധപ്പെട്ട്മോദി സർക്കാർ അടിവരയിട്ട് പറഞ്ഞത്. കള്ളപ്പണം, കള്ളനോട്ട്, ഭീകരപ്രവർത്തനം, അഴിമതി എന്നിവയുടെ കടയ്ക്കൽ കത്തിവെയ്ക്കുന്നതിനാണ് നോട്ട് നിരോധനം എന്നായിരുന്നു പ്രഖ്യാപനം. കള്ളപ്പണം നോട്ടുകളിൽ കുന്നുകൂട്ടിവെച്ചിരിക്കുകയാണെന്ന അബദ്ധ ധാരണ ഇതിനു പിന്നിലുണ്ടായിരുന്നു. വാസ്തവത്തിൽ കള്ളപ്പണത്തിന്റെ അഞ്ചോ ആറോ ശതമാനം മാത്രമാണ് നോട്ടുകളുടെ രൂപത്തിലുണ്ടാവുക. സ്വർണ്ണമായും ഓഹരികളായും റിയൽ എസ്റ്റേറ്റായും വിദേശ കറൻസിയായും പാർട്ടിസിപ്പേറ്ററി നോട്ടുകളുമായൊക്കെയാണ് കള്ളപ്പണത്തിന്റെ വ്യവഹാരം നടക്കുന്നത്. മുൻ റിസർവ്വ് ബാങ്ക് ഗവർണ്ണർ രഘുറാം രാജൻ ചൂണ്ടിക്കാട്ടിയ

പോലെ കള്ളപ്പണം തിരിച്ചുപിടിക്കാനായില്ലെന്ന് മാത്രമല്ല വലിയൊരു ഭാഗം കള്ളപ്പണം നിയമാനുസൃതമാവുകയും ചെയ്തു വെന്നതാണ് ഇപ്പോൾ സംഭവിച്ചിരിക്കുന്നത്. മറ്റൊരു കാര്യം കൂടി രഘുറാം രാജൻ ചൂണ്ടിക്കാട്ടിയിരുന്നു. നോട്ട് നിരോധനം എന്ന ആശയംമുന്നോട്ടുവെയ്ക്കപ്പെട്ടപ്പോഴാണ് ഈ അഭിപ്രായം നേരത്തെരാജൻ വ്യക്തമാക്കിയത്. നോട്ട് നിരോധനം പാവങ്ങ ളെയാവും ഏറ്റവും കൂടുതൽ വലയ്ക്കുക എന്നാണ് രാജൻ പറഞ്ഞത്. കാരണം ഈ നടപടി മറികടക്കാനുള്ള വഴികൾ കണ്ടെത്താൻ പണക്കാർക്കാവും.

അതിർത്തികൾക്കപ്പുറത്തു നിന്നുള്ള ഭീകരപ്രവർത്തനം കൂടുക യാണുണ്ടായത്. ജമ്മുകാശ്മീർ ഇന്നിപ്പോൾ കൂടുതൽ അസ്വസ്ഥ മാണ്. കള്ളനോട്ടുകൾ കണ്ടെത്തുന്ന കാര്യത്തിലും സർക്കാരിന് കാര്യമായ മന്നേറ്റമുണ്ടാക്കാനായില്ല. കള്ളപ്പണവും കള്ളനോട്ടും തകർക്കാനുള്ള നീക്കത്തിന്റെ ഭാഗമായി രണ്ടായിരം രൂപയുടെ നോട്ടുകൾ ഇറക്കാൻ തീരുമാനിച്ചതും അത്ഭുതകരമായിരുന്നു. ലക്ഷ്യം തകർക്കുന്ന മാർഗ്ഗമായിരുന്നു ഇത്. രണ്ടായിരം രൂപയുടെ നോട്ടിറങ്ങി ദിവസങ്ങൾക്കുള്ളിൽ തന്നെ വൻകിടക്കാരുടെ കൈയ്യിൽ രണ്ടായിരത്തിന്റെ വൻ ശേഖരങ്ങൾ എത്തിച്ചേർ ന്നതിനെ എങ്ങിനെയാണ് ന്യായീകരിക്കാനാവുക. അഴിമതി കോർപറേറ്റ്വത്കരിക്കപ്പെടുന്ന കാഴ്ചയാണ് നമ്മൾ കണ്ടുകൊ ണ്ടിരിക്കുന്നത്.

? **നോട്ട് നിരോധനത്തെ ജനങ്ങൾ അംഗീകരിച്ചെന്നും അതിനുള്ള തെളിവാണ് യുപി തിരഞ്ഞെടുപ്പ് ഫലമെന്നും വിലയിരുത്തപ്പെടു ന്നുണ്ട് ?**

» അതൊരു തെറ്റായ വ്യാഖ്യാനമാണ്. യുപി തിരഞ്ഞെടുപ്പ് ഫലത്തിൽ വിവിധ ഘടകങ്ങൾക്ക് പങ്കുണ്ട്. അഖിലേഷ് യാദവ് സർക്കാർ വിരുദ്ധ ജനവികാരം, സമാജ്വാദി പാർട്ടി ക്കുള്ളിലുണ്ടായ ഭിന്നത, പ്രതിപക്ഷ നിരയിലെ അനൈക്യം, വർഗ്ഗീയവത്കരണം എന്നിങ്ങനെ വിവിധ ഘടകങ്ങൾ യുപി

തിരഞ്ഞെടുപ്പിൽ നിർണ്ണായകമായിരുന്നു. യുപി തിരഞ്ഞെടുപ്പിന് മുമ്പ് പ്രതിപക്ഷത്തെ സാമ്പത്തികമായി ദുർബ്ബലപ്പെടുത്തുക എന്നൊരു തന്ത്രം നോട്ട് നിരോധനത്തിന് പിന്നിലുണ്ടായിരുന്നോ എന്ന സംശയവുമുയരുന്നുണ്ട്. നോട്ട്നിരോധനത്തിന് തൊട്ടു മുൻപുള്ള നാളുകളിൽ വിവിധ സംസ്ഥാനങ്ങളിൽ ബിജെപി നേതൃത്വം നടത്തിയ സാമ്പത്തിക ഇടപാടുകൾ ഈ സംശയം ബലപ്പെടുത്തുന്നുണ്ട്.

? **നോട്ട് നിരോധനം ഏകാധിപത്യപരമായ നടപടിയായിരുന്നുവെന്നാണ് അമർത്യസെൻ അഭിപ്രായപ്പെട്ടത്. കേന്ദ്ര ധനമന്ത്രിയും റിസർവ്വ് ബാങ്ക് ഗവർണ്ണറും വരെ ഈ തീരുമാനത്തിൽ പങ്കാളിയായിരുന്നില്ലെന്ന ആരോപണമുണ്ട്. അതേസമയം ബിജെപി നേതൃത്വം ഇക്കാര്യത്തിൽ തയ്യാറെടുപ്പ് നടത്തിയിരുന്നുവെന്ന സൂചനയുമുണ്ട്. സർക്കാരിലെ സുപ്രധാന വ്യക്തികൾ നോട്ട് നിരോധനം മുൻകൂട്ടി അറിയാതിരിക്കുകയും പാർട്ടി നേതൃത്വം സംഗതി നേരത്തെ അറിയുകയും ചെയ്യുന്ന വൈരുദ്ധ്യത്തിലേക്കാണോ താങ്കളും വിരൽ ചൂണ്ടുന്നത് ?**

» നോട്ട് നിരോധനം സാമ്പത്തികമായി തളർത്തിയ പ്രതിപക്ഷമാണ് യുപിയിലുണ്ടായിരുന്നത്. അതേസമയം ബിജെപിക്ക് കാര്യമായ പ്രതിസന്ധികളൊന്നുമുണ്ടായില്ല താനും. യുപി തിരഞ്ഞെടുപ്പിൽ ബിജെപി വെള്ളം പോലെ പണമൊഴുക്കിയെന്ന് ആരോപണമുണ്ടായിരുന്നു. എവിടെയൊക്കെയോചില സ്പെല്ലിങ് മിസ്റ്റേക്കുകൾ ഉണ്ടായിരുന്നുവെന്നതിന്റെ സൂചന തന്നെയാണിത്.

സർക്കാരിൽ മിക്കവരും നോട്ട് നിരോധന വിഷയത്തിൽ ഇരുട്ടിലായിരുന്നു. അത്യുന്നതങ്ങളിൽ എടുത്ത തീരുമാനം ഏകപക്ഷീയമായി അടിച്ചേൽപിക്കപ്പെടുകയായിരുന്നു. ഒരു സംസ്ഥാന സർക്കാരിനെയും ഈ നടപടിയിൽ വിശ്വാസത്തിലെടുത്തില്ല. തീരുമാനം എടുക്കും മുമ്പ് ഇതുണ്ടാക്കിയേക്കാവുന്ന പ്രത്യാഘാതങ്ങൾ വിലയിരുത്തപ്പെട്ടില്ല, സാമ്പത്തിക വിദഗ്ദരുമായി ഒരു

തരത്തിലുള്ള ചർച്ചയും നടന്നില്ല.

? **ഒരു സാമ്പത്തിക നടപടി എന്നതിനേക്കാൾ നോട്ട് നിരോധനം ഒരു രാഷ്ട്രീയ നടപടി ആയിരുന്നോ ?**

» നോട്ട് നിരോധനം ഒരു രാഷ്ട്രീയ നടപടി ആയിരുന്നുവെന്നതിൽ സംശയമില്ല. ഹ്രസ്വകാല രാഷ്ട്രീയ നേട്ടങ്ങളായിരുന്നിരിക്കാം അതിനു പിന്നിൽ. പക്ഷേ, ഒരു രാഷ്ട്രത്തിന്റെ അടിത്തറ ഇളക്കുന്ന നടപടിയായിരുന്നു അത്. കർഷക സമൂഹത്തെ അത് വല്ലാത്ത ദുരിതത്തിലേക്ക് എടുത്തെറിഞ്ഞു. വിളവെടുപ്പ് കഴിഞ്ഞുകൊണ്ടിരിക്കവെയാണ് നോട്ട് നിരോധനം വന്നത്. കാർഷിക ഉത്പന്നങ്ങളുടെ വിലയിടിഞ്ഞത് കർഷകരുടെ നട്ടുവൊടിച്ചു. കർഷക ആത്മഹത്യകൾ ഇല്ലാതാക്കുമെന്നും താങ്ങ് വില വർദ്ധിപ്പിക്കുമെന്നുമൊക്കെപറഞ്ഞിരുന്നവർ കർഷകരെ ഒറ്റയടിക്ക് കൈവിടുകയായിരുന്നു.

ഇതിനൊപ്പം തന്നെയാണ് ബാങ്കുകളുടെ വായ്പാ നയത്തിൽ മാറ്റമുണ്ടായതും. കോർപറേറ്റുകൾക്ക് ഒരു നിയന്ത്രണവുമില്ലാതെ വായ്പ നൽകിയ ബാങ്കുകൾ കർഷകർക്ക് വായ്പ നൽകാൻ മടിച്ചു. നോട്ട് നിരോധനത്തെ തുടർന്ന് കാർഷിക മേഖലയ്ക്കുള്ള വായ്പകളിൽ വൻ ഇടിവുണ്ടായി. ജി എസ് ടിയുടെ വരവാണെങ്കിൽ കാര്യങ്ങൾ സങ്കീർണ്ണമാക്കി. നികുതിവല വിശാലമാക്കുന്നതിന്റെ പേരിൽ ചെറുകിടക്കാരുടെയും സാധാരണക്കാരുടെയും മേൽ കൂടുതൽ നികുതി അടിച്ചേൽപിക്കപ്പെടുന്നു. പരോക്ഷ നികുതികളല്ല പ്രത്യക്ഷ നികുതികളാണ് സാമ്പത്തികമേഖലയുടെ ആരോഗ്യം മെച്ചപ്പെടുത്തുന്നത്. പണക്കാർ കൂടുതൽ നികുതി അടയ്ക്കണമെന്ന സാമാന്യ തത്വം ലംഘിക്കപ്പെടുമ്പോൾ അത് പാവപ്പെട്ടവരുടെ മേലുള്ള ആക്രമണമായാണ് പരിണമിക്കുന്നത്. കശാപ്പിനായി കന്നുകാലികളെ വിൽക്കാൻപാടില്ലെന്ന നിയമവും ഇതോടൊപ്പം ചേർത്തുവായിക്കേണ്ടതുണ്ട്. സാധാരണ കർഷകരുടെ നിത്യജീവിതം ദുരിതമയമാക്കിയ ശേഷം എല്ലാം ദീർഘകാലത്തിൽ നന്നാവും എന്ന വൃത്തികെട്ട പല്ലവിയാണ്

ഇപ്പോൾ കേന്ദ്രസർക്കാർ പാടുന്നത്.

കള്ളപ്പണവേട്ട, അഴിമതി എന്നൊക്കെയുള്ള വിശദീകരണങ്ങളിൽ നിന്ന് ഇപ്പോൾ കേന്ദ്ര സർക്കാർ മാറി നടക്കുകയാണ്. കാഷ്ലസ്സ് എക്കോണമി, ഡിജിറ്റൽ എക്കോണമിഎന്നൊക്കെയുള്ള നരേറ്റീവകളാണ് ഇപ്പോൾ മോദി സർക്കാർ മുന്നോട്ടുവെയ്ക്കുന്നത്. കാഷ്ലസ്സ് എന്നു പറഞ്ഞാൽ അത് ചെലവില്ലാത്തതല്ല മറിച്ച് ചെലവ് കൂടുതലുള്ളതാണെന്നതാണ് വാസ്തവം. നൂറു രൂപ പണമായി തന്നെ കൈമാറുമ്പോഴത്തേതിനേക്കാൾ ചെലവു കൂടുതലാണ് പണമല്ലാതെയുള്ള കൈമാറ്റത്തിൽ. ഇതും സാധാരണക്കാരുടെ വരുമാനമാണ് കുറയ്ക്കുന്നത്. നോട്ട് നിരോധനത്തെ ഏറ്റവുമധികം സ്വാഗതം ചെയ്തത് പേടിഎം പോലുള്ള കോർപറേറ്റുകളാണെന്ന കാര്യം മറക്കരുത്. പെട്രോളിയം ഉത്പന്നങ്ങളുടെ വിലവർദ്ധനവിലൂടെയും മറ്റും കിട്ടിയ അധിക വരുമാനം കോർപറേറ്റുകൾക്ക് നൽകാനാണ് ഈ സർക്കാർ മത്സരിക്കുന്നത്.

? **എന്താണ് വരാനിരിക്കുന്നത്? ഈ കുരുക്കഴിക്കാനുള്ള പോംവഴികൾ ?**

» കയറ്റുമതി മേഖല കടുത്ത പ്രതിസന്ധിയിലാണ്. തൊഴിലില്ലായ്മ പെരുകിക്കൊണ്ടിരിക്കുന്നു. പ്രതിവർഷം രണ്ടു കോടി തൊഴിലവസരങ്ങൾ സൃഷ്ടിക്കുമെന്ന മോദി സർക്കാരിന്റെ വാഗ്ദാനം എവിടെയുമെത്തിയില്ല. പക്ഷേ, 2019 ബിജെപിക്ക് കട്ടപ്പമേറിയ ദിനങ്ങളായിരിക്കും എന്ന സൂചനയാണ് വന്നുകൊണ്ടിരിക്കുന്നത്. 2014ലെ പീക്ക് ടൈമിൽ ബിജെപിക്ക് കിട്ടിയത് 31 ശതമാനം വോട്ടാണ്. അതുകൊണ്ടുതന്നെ ബിജെപി നേതൃത്വം ഇപ്പോൾ പരിഭ്രാന്തിയിലാണെന്ന് പറഞ്ഞാൽ അത് അതിശയോക്തിയാവില്ല. നിലവിലുള്ള കുരുക്കഴിക്കാനല്ല അത് കൂടുതൽ സങ്കീർണ്ണമാക്കാനാണ് ബിജെപി നേതൃതം ശ്രമിക്കുന്നത്. ബിജെപിനേതൃത്വത്തിന് കാര്യങ്ങൾ മനസ്സിലാക്കിക്കൊടുക്കുക എളുപ്പമല്ലെന്ന് പണ്ട് ജ്യോതിബസു പറഞ്ഞിട്ടുണ്ട്. എന്തുകൊണ്ട് താങ്കൾ ബിജെപി നേതാക്കളോട് സംസാരിക്കുന്നില്ലെന്ന് ചോദിച്ചപ്പോൾ ബസു നൽകിയ മറുപടി ഇതായിരുന്നു "അവർ

അപരിഷ്കൃതരാണ്. സംസ്കൃതമാർന്ന സംവാദങ്ങളിൽ അവർ വിശ്വസിക്കുന്നില്ല. "

പക്ഷേ, ശുഭപ്രതീക്ഷ നമുക്കൊരിക്കലും കൈവിടാനാവില്ല. ഇന്ത്യൻ ജനാധിപത്യത്തിലുള്ള വിശ്വാസത്തിൽ അടിയുറച്ച പ്രതീക്ഷയാണത്. ജനങ്ങളെ വിശ്വാസത്തിലെടുത്തുകൊണ്ടുള്ള ആസൂത്രിത സാമ്പത്തിക നടപടികളിലൂടെ മാത്രമേ ഈ പ്രതി സന്ധിയിൽ നിന്നും കരകയറാനാവുകയുള്ളൂ. രാഷ്ട്രീയപരമായൊരു ദിശാവ്യതിയാനം അതിന് അനിവാര്യമാണ്. 2019 ൽ അതുണ്ടാവും എന്നു തന്നെ നമ്മൾ പ്രതീക്ഷിക്കേണ്ടിയിരിക്കുന്നു.

●

നിരീക്ഷണങ്ങൾ

തമിഴകത്ത് ബിജെപി കളിക്കുന്ന കളികൾ

ചോ രാമസ്വാമി ജീവിച്ചിരുന്നപ്പോൾ തുഗ്ലക്ക് മാസികയുടെ വാർഷികം മഹോത്സവം പോലെയാണ് കൊണ്ടാടിയിരുന്നത്. ചോയുടെ പ്രസംഗമായിരുന്നു അതിലെ മുഖ്യ പരിപാടി.തുഗ്ലക്കിന്റെ വായനക്കാരുടെ ചോദ്യങ്ങൾക്ക് മറുപടി പറഞ്ഞുകൊണ്ടാണ് ചോയുടെ പ്രഭാഷണം കത്തിക്കയറുക. പൂട്ടിന് പീരയെന്നപോലെ പഞ്ച് ഡയലോഗുകൾ നിറഞ്ഞ ചോയുടെ പ്രസംഗം കേൾക്കാൻ ചോയുടെ ആരാധകർ തിക്കിത്തിരക്കുമായിരുന്നു. രജനികാന്തും എൽ കെ അദ്വാനിയുമൊക്കെ ഈ സദസ്സിലെ പതിവുകാരായിരുന്നു. 2008 ൽ പക്ഷേ, തുഗ്ലക്കിന്റെ വാർഷിക വേദിയിലെ താരം നരേന്ദ്ര മോദിയായിരുന്നു. അന്ന് ഗുജറാത്ത് മുഖ്യമന്ത്രിയായിരുന്ന മോദിയെ കീഴ്വഴക്കങ്ങൾ ലംഘിച്ച് ചോ വേദിയിലിരുത്തി. അദ്വാനിയും ഗുരുമൂർത്തിയും രജനിയും കേൾവിക്കാരായിരുന്ന സദസ്സിനെ നോക്കി മോദി അന്ന് പ്രസംഗം തുടങ്ങിയത് ഉത്തരായനം ചെന്നൈയിൽ നിന്നാണ് തുടങ്ങുന്നതെന്ന് പറഞ്ഞുകൊണ്ടാണ്. ദ്രാവിഡത്തിന്റെ ഹൃദയഭൂമിയോട് ബിജെപിക്ക് എക്കാലത്തും വലിയ മോഹമായിരുന്നു. ദക്ഷിണേന്ത്യയിൽ ബിജെപി ഏറ്റവും ദുർബ്ബലമായ ഇടമാണ് തമിഴകമെന്നത് ആർ

എസ് എസ്സിന് ഒരു സമസ്യയായിരുന്നു. ഉത്തരേന്ത്യ പിടിച്ചപ്പോഴും തമിഴകം ബിജെപിയുടെ കൈപ്പിടിയിൽ നിന്ന് അകന്നു നിന്നു. ഇതിപ്പോൾ ജയലളിത തിരശ്ശീലയ്ക്ക് പിന്നിലേക്ക് പോവുകയും കരുണാനിധി സജീവ രാഷ്ട്രീയത്തിൽ നിന്ന് പിൻവാങ്ങുകയും ചെയ്ത സാഹചര്യത്തിൽ തമിഴകം പിടിക്കാൻ ബിജെപി അവസാന അടവും പരീക്ഷിച്ചുകൊണ്ടിരിക്കുകയാണ്.

എ ഐ എ ഡി എം കെയെ ശിഥിലമാക്കിക്കൊണ്ടാണ് ബിജെപി ഈ കളി തുടങ്ങിയിരിക്കുന്നത്. ഫെഡറലിസത്തിന്റെ കടയ്ക്കൽ കത്തിവെയ്ക്കുന്ന തരത്തിലാണ് ബിജെപിയുടെ നേതൃത്വത്തിലുള്ള കേന്ദ്ര സർക്കാർ തമിഴ്നാട്ടിൽ എഐഎഡിഎംകെ സർക്കാരിനെ വട്ടം കറക്കുന്നത്. തങ്ങൾക്ക് ഒരു തരത്തിലും വഴങ്ങാതിരുന്ന ശശികല ഗ്രൂപ്പിനെയാണ് ആദ്യം ബിജെപി ലക്ഷ്യമിട്ടത്. തമിഴ്നാട് സംസ്ഥാന സെക്രട്ടറിയേറ്റിൽ മുഖ്യമന്ത്രിയുടെ മൂക്കിനു താഴെ ചീഫ് സെക്രട്ടറിയുടെ ഓഫീസിൽ വരെ റെയ്ഡ് നടത്താൻ ആദായനികുതി വകുപ്പിനായി എന്നത് ഞെട്ടിപ്പിക്കുന്ന കാഴ്ചയായിരുന്നു. ഇന്ത്യയുടെ ഫെഡറൽ സംവിധാനത്തിനു നേർക്ക് പട്ടാപ്പകൽ ഉയർന്ന ഈ വെല്ലുവിളിക്കെതിരെ മമതാ ബാനർജി മാത്രമാണ് രംഗത്തു വന്നത്. എഐഎഡിഎംകെയെ പിളർത്തിയും യോജിപ്പിച്ചും ബിജെപി കളിച്ചുകെണ്ടിരിക്കുന്ന ഈ കളിയിൽ പക്ഷേ, തമിഴക ജനത വ്യക്തമായി തിരിച്ചറിയുന്നുണ്ടെന്നതാണ് ബിജെപിയെ വിറളി പിടിപ്പിക്കുന്നത്. ഇതിന്റെ പ്രകടമായ ഉദാഹരമണമായിരുന്നു വിജയ് നായകനായ മെർസൽ എന്ന സിനിമയ്ക്കെതിരെ ബിജെപി നടത്തിയ ആക്രമണം.

വിജയ് വിജയ് അല്ലെന്നും ജോസഫ് വിജയ് ആണെന്നുമാണ് ബിജെപിയുടെ ദേശീയ സെക്രട്ടറി എച്. രാജ കണ്ടെത്തിയത്. ചില പരസ്യ ചിത്രങ്ങളിലെ കഥാപാത്രങ്ങൾ പറയുന്ന ആ അസഹനീയമായ വാക്കുണ്ടല്ലോ " വൗ ... " അതുപയോഗിച്ചു മാത്രമേ രാജയുടെ ഈ ഹിമാലയൻ കണ്ടെത്തലിനെ വിശേഷിപ്പിക്കാനാവൂ. ജി എസ് ടി എന്ന ചരക്ക് സേവന നികുതിയെക്കുറിച്ച് വിജയ് നായകനായ ചിത്രം 'മെർസൽ' ഉന്നയിച്ച വിമർശമാണ് രാജയെ പ്രകോപിപ്പിച്ചത്.

ബിജെപി സർക്കാരിനെ പേരെടുത്ത് ഈ സിനിമയിൽ വിമർശിക്കുകയോ ആക്ഷേപിക്കുകയോ ചെയ്യുന്നില്ല. സംവിധായകൻ ശങ്കറിന്റെ ശിഷ്യനായ ആറ്റ്‌ലിയാണ് മെർസലിന്റെ സംവിധായകൻ. മുതൽവൻ, ഇന്ത്യൻ തുടങ്ങിയ സിനിമികളിൽ ശങ്കർ നടത്തിയ ചില കസർത്തുകൾ മറിച്ചിട്ട് പെരുക്കുന്ന ഒരു സാധാരണ മസാല സിനിമയാണ് മെർസൽ എന്നാണ് പൊതുവെയുള്ള അഭിപ്രായം. ഈ സിനിമയാണ് ഇപ്പോൾ ബിജെപിയുടെ ' അത്യുത്സാഹം ' കാരണം ഇന്ത്യ മുഴുവൻ ചർച്ച ചെയ്യപ്പെടുന്നത്.

രാജയുടെ കാഴ്ചപ്പാട് ബിജെപിയുടെ കാഴ്ചപ്പാടാണ്. ഒരു ബിജെപി നേതാവും ഇതുവരെ രാജയുടെ അഭിപ്രായം തള്ളിപ്പറഞ്ഞിട്ടില്ല. എതിരാളികൾ ഉന്നയിക്കുന്ന വിമർശം അയാളുടെ ജാതകം മുന്നിൽ വെച്ച് നേരിടുന്ന കലാപരിപാടി പുതിയതൊന്നുമല്ല. ചരിത്രത്തിന്റെ ഏടുകളിൽ ഇതിനുള്ള ഉദാഹരണങ്ങൾ നിരവധിയാണ്. 60 കളുടെ ആത്മകഥ എന്ന പേരിൽ 1960 കളെക്കുറിച്ചുള്ള രചനയിൽ എഴുത്തുകാരനും സാമൂഹിക പ്രവർത്തകനുമായ താരിഖ് അലി ലണ്ടനിലെ തെരുവുകളിൽ താൻ നേരിടേണ്ടി വന്നിട്ടുള്ള വംശീയ അധിക്ഷേപങ്ങളെക്കുറിച്ച് പറയുന്നുണ്ട്. വിയറ്റ്നാമിലെ അമേരിക്കൻ അധിനിവേശത്വത്തിനെതിരെയും ബൊളീവിയയിലെയും പാരീസിലെയും വിപ്ലവങ്ങൾക്കനുകൂലമായും ലണ്ടനിൽ പ്രകടനങ്ങൾ സംഘടിപ്പിക്കുന്നതിന് മുൻനിരയിലുണ്ടായിരുന്ന താരിഖ് അലിയോട് എതിരാളികൾ ആവർത്തിച്ചാവശ്യപ്പെട്ടുകൊണ്ടിരുന്നത് പാക്കിസ്ഥാനിലേക്ക് തിരിച്ചു പോവാനാണ്. പാക്കിസ്ഥാനിലെ ലാഹോറിൽ നിന്നും ലണ്ടനിലെത്തിയ താരിഖിന്റെ വേരുകളെ ആക്രമിക്കുന്നതാണ് താരിഖ് എന്ന വിപ്ലവകാരിയെ തളർത്തുന്നതിനുള്ള ഏറ്റവും എളുപ്പമാർന്ന മാർഗ്ഗമെന്ന് എതിരാളികൾക്കറിയാമായിരുന്നു.

തമിഴകത്ത് ബിജെപി വല്ലാത്തൊരു ഗതികേടിലാണ്. 2019 ലെ ലോക് സഭാ തിരഞ്ഞെടുപ്പിലേക്ക് ഇനിയിപ്പോൾ അധികം ദൂരമില്ല. തിരഞ്ഞെടുപ്പുകൾ അനാവശ്യമാണെന്നും അടുത്ത 10 കൊല്ലം കൂടി ഇന്ത്യ ഭരിക്കാനുള്ള അധികാരം ഇന്ത്യൻ ജനത മോദിക്ക്

നൽകിക്കഴിഞ്ഞിട്ടുണ്ടെന്നുമൊക്കെ ബിജെപി സ്വപ്നം കാണുന്നുണ്ടെങ്കിലും 2019 ബിജെപിയെ പേടിപ്പിക്കാൻ തുടങ്ങിയിട്ടുണ്ടെന്നതാണ് യാഥാർത്ഥ്യം. ഉത്തരേന്ത്യയിൽ 2014 ൽ നടത്തിയ ഗംഭീര പ്രകടനം ആവർത്തിക്കാനാവുമന്നെ് ബിജെപി നേതൃത്വം ഇപ്പോൾ കരുതുന്നുണ്ടാവില്ല. ഗുജറാത്തിൽ 25 സീറ്റിൽ 25 ഉം , രാജസ്ഥാനിൽ 26 ൽ 26 ഉം, യുപിയിൽ 80 ൽ 71 ഉം , ബിഹാറിൽ 40 ൽ 22 ഉം ഡെൽഹിയിൽ ഏഴിൽ ഏഴും ബിജെപി പിടിച്ചിരുന്നു. ഈ നേട്ടം 2019 ൽ ആവർത്തിക്കുകയെന്നത് ഇന്നത്തെ സാഹചര്യത്തിൽ ബിജെപിയെ സംബന്ധിച്ചിടത്തോളം അത്യധികം പ്രയാസകരമാണ്. അതുകൊണ്ടു തന്നെ ദക്ഷിണേന്ത്യയിൽ ബിജെപിക്ക് വലിയ പ്രതീക്ഷകളും സ്വപ്നങ്ങളുമുണ്ട്.

തമിഴ്നാട്ടിലെ 39 സീറ്റുകളിൽ 30 എണ്ണത്തിലെങ്കിലും തങ്ങളുടെ നേതൃത്വത്തിലുള്ള എൻ ഡി എ വെന്നിക്കൊടി നാട്ടണമെന്നാണ് ബിജെപി പദ്ധതിയിടുന്നത്. ഇതിനായി എ ഐ എ ഡിഎം കെയെ ബിജെപി തങ്ങളുടെ കീശയിലാക്കിക്കഴിഞ്ഞു. അവസാന ഘട്ടത്തിൽ നടൻ രജനികാന്തിനെ കൂടി രംഗത്തിറക്കി തമിഴകം പിടിക്കുക എന്നതാണ് ബിജെപിയുടെ ഗെയിംപ്ലാൻ എന്നാണ് വിവരം. പക്ഷേ, അണ്ണൻ രജനി ഇതിന് തയ്യാറായിട്ടില്ല. മെർസലിനെ അനുകൂലിച്ച് കഴിഞ്ഞ ദിവസം അണ്ണൻ ട്വീറ്റ് ചെയ്തതോടെ ബിജെപിയുടെ തമിഴകത്തെ അജണ്ട കൈവിട്ടുപോവുകയാണെന്ന പ്രതീതിയാണുയരുന്നത്.

സാമ്പത്തിക മേഖലയിലെ തിരിച്ചടികൾ വർഗ്ഗീയവത്കരണത്തിലൂടെ മറികടക്കുക എന്നത് ബിജെപിയുടെ എക്കാലത്തെയും തന്ത്രങ്ങളിലൊന്നാണ്. ഇക്കഴിഞ്ഞ ഉത്തർപ്രദേശ് നിയമസഭാ തിരഞ്ഞെടുപ്പിൽ മുസ്ലിം സമുദായത്തിൽ നിന്നുള്ള ഒരാളെ പ്പോലും സ്ഥാനാർത്ഥിയാക്കാതെ ബിജെപി കളിച്ച കളി ഓർക്കുക. യുപിയിൽ 19 ശതമാനം വരുന്ന മുസലിം ജനതയ്ക്ക് ഒരു പ്രാതിനിധ്യവും ഭരണത്തിൽ വേണ്ടെന്ന പരസ്യ നിലപാടെടുക്കുമ്പോൾ മതേതരത്വം എന്ന അടിസ്ഥാന ഇന്ത്യൻ വികാരം ബലികൊടുക്കുന്നതിന് ബിജെപിക്ക്

ഒരു മനസ്സാക്ഷിക്കുത്തുമുണ്ടായിരുന്നില്ല. ഇതിപ്പോൾ തമിഴകത്തും അതേ കളി തന്നെ കളിക്കാനാണ് ബിജെപി തയ്യാറെടുക്കുന്നത്. ദക്ഷിണേന്ത്യയിൽ ബിജെപിയുടെ സംഘടനാ ശക്തി ഏറ്റവും ദുർബ്ബലമായ ഇടമാണ് തമിഴകം. ദ്രാവിഡ പ്രസ്ഥാനങ്ങളുടെ സമസ്ത ഓർമ്മകളും ബലികൊടുത്തുകൊണ്ട് 1998 ലും 99 ലും എഐഎഡിഎംകെയും ഡിഎംകെയും മാറി മാറി സഖ്യമുണ്ടാക്കിയതുകൊണ്ടുമാത്രമാണ് ബിജെപിക്ക് തമിഴകത്ത് വേരു പടർത്താനായത്.

ജയലളിതയുടെ മരണശേഷം ബിജെപി തമിഴനാട്ടിൽ കളിച്ചത് ഒരു ഒന്നൊന്നര കളിയായിരുന്നു. കേന്ദ്രസർക്കാരിന്റെ ശക്തമായ പിന്തുണയോടെ എഐഎഡിഎംകെയെ ചിന്നഭിന്നമാക്കിയാണ് ബിജെപി അധീശത്വമുറപ്പിച്ചത്. കഴിഞ്ഞ ദിവസം തമിഴ്നാട്ടിലെ ഗതാഗത മന്ത്രിയും എഐഎഡിഎംകെ നേതാവുമായ ബാലാജി പറഞ്ഞത് പ്രധാനമന്ത്രി മോദി കൂടെയുള്ളപ്പോൾ എഐഎഡിഎംകെയെ എന്തെങ്കിലും ചെയ്യാൻ ആർക്കുമാവില്ലെന്നാണ്. ഈ അമിതമായ ആത്മവിശ്വാസത്തിനാണ് മെർസൽ ക്ഷതമേൽപിച്ചിരിക്കുന്നത്. പ്രതിപക്ഷമായിരിക്കേണ്ട പത്രങ്ങളും ചാനലുകളും നിശ്ശബ്ദത പാലിക്കുന്നതിനിടെ ഒരു സാധാരണ തമിഴ് മസാല സിനിമയിൽ നിന്ന് തങ്ങൾക്ക് തിരിച്ചടിയുണ്ടാവുമെന്ന് ബിജെപി നേതൃത്വം പ്രതീക്ഷിച്ചിരുന്നില്ല. ആ പ്രഹരമാണ് കയ്പേറിയ സത്യങ്ങളിലേക്ക് ബിജെപിയെ നയിച്ചുകൊണ്ടിരിക്കുന്നത്. ഇതൊരു ജോസഫ് വിജയിൽ മാത്രം ഒതുങ്ങാനുള്ള സാദ്ധ്യത കുറവാണ്. ഇനിയങ്ങോട്ട് പലരുടെയും മുഴുവൻ പേരുകളും ബിജെപി നേതൃത്വം ചികഞ്ഞെടുത്തുകൊണ്ടേയിരിക്കും. ജിഎസ്ടിയല്ല അയോദ്ധ്യയാണ് ആത്യന്തികമായി വോട്ടുകൾ നേടിത്തരുക എന്ന് വിശ്വസിക്കുന്നവർ സഞ്ചരിക്കാൻ മറ്റു വഴികൾ തിരഞ്ഞെടുക്കുമെന്ന് കരുതുന്നത് മണ്ടത്തരമായിരിക്കും.

●

ഇല്ലാതാവുന്നത് വിയോജിപ്പിന്റെ ശബ്ദങ്ങൾ

ഓരോ മനുഷ്യൻ മരിക്കുമ്പോഴും മാനവരാശി ചെറുതാവുകയാണെന്ന് എഴുതിയത് ആംഗലേയ കവി ജോൺ ഡൺ ആണ്. മണി മുഴങ്ങുന്നത് ആർക്കുവേണ്ടിയാണെന്നറിയാൻ ആളെ അയക്കരുതെന്നും അത് നമുക്കോരോരുത്തർക്കും വേണ്ടിതന്നെയാണ് മുഴങ്ങുന്നതെന്നും ഡൺ എഴുതി. ബെംഗലൂരുവിൽ രാജരാജേശ്വരി നഗറിലെ വീട്ടിൽ ചോരയിൽ കുളിച്ചുകിടക്കുന്ന ഗൗരി ലങ്കേഷിന്റെ ചിത്രം ശരിക്കും ഞെട്ടിച്ചുകളഞ്ഞു. പത്രപ്രവർത്തകയെന്ന നിലയിൽ ഗൗരി സഹയാത്രികയായിരുന്നു. ഗൗരി എഡിറ്ററായ ലങ്കേഷ്പത്രിക ഇന്ത്യയിലെ പത്രപ്രവർത്തകർക്ക് ആവേശവും പ്രചോദനവുമായിരുന്നു. 1980 ൽ ഈ വാരിക തുടങ്ങുമ്പോൾ ഗൗരിയുടെ പിതാവ് ലങ്കേഷ് ഒരു കാര്യം ഉറപ്പിച്ചിരുന്നു. ലങ്കേഷ് പത്രിക ഒരു പരസ്യം പോലും സ്വീകരിക്കില്ല. 17 കൊല്ലം മുമ്പ് ലങ്കേഷ് മരിച്ചപ്പോൾ മക്കളായ ഇന്ദ്രജിത്തും ഗൗരിയും ഈ ലക്ഷ്യത്തിൽ ഉറച്ചു നിന്നു. വാരികയുടെ വിൽപനയിൽ നിന്നുള്ള കാശു തന്നെയായിരുന്നു പ്രധാന വരുമാനം. ലങ്കേഷ് സ്ഥാപിച്ച പ്രസിദ്ധീകരണശാലയിൽ നിന്നുള്ള വിദ്യാഭ്യാസപരമായ ഗ്രന്ഥങ്ങൾ വിറ്റു കിട്ടുന്ന പണവും പലപ്പോഴും ലങ്കേഷ്പത്രികയുടെ സഹായത്തിനെത്തി.

നരേന്ദ്ര ധബോൽക്കർ

പത്രപ്രവർത്തനത്തിൽ ഗൗരിക്ക് അനുരഞ്ജനങ്ങളുണ്ടായിരുന്നില്ല. ഒത്തുതീർപ്പിന്റെ വഴികളിൽ നിന്ന് ഗൗരി മാറി നടന്നു. മതത്തിന്റെയും ജാതിയുടെയും പേരിൽ ഇന്ത്യയെ കുട്ടിച്ചോറാക്കാൻ ശ്രമിക്കുന്നവർക്ക് മുന്നിൽ തലകുനിക്കാൻ ഒരിക്കലും ഗൗരി തയ്യാറായിരുന്നില്ല. ഇന്ത്യയുടെ ബഹുസ്വരതയിലും മതനിരപേക്ഷതയിലും ഗൗരിക്കുള്ള വിശ്വാസം അചഞ്ചലമായിരുന്നു. ഈ നിലപാട് ഗൗരിക്ക് നൽകിയ ശത്രുക്കളുടെ എണ്ണം ചെറുതായിരുന്നില്ല, അവർ നിസ്സാരരുമായിരുന്നില്ല.

ഗൗരിയുടെ മരണം നമ്മുടെ ഓർമ്മയിലേക്ക് തീർച്ചയായും കൽബുർഗിയുടെ നിഷ്ഠൂരകൊലപാതകം കൊണ്ടു വരുന്നുണ്ട്. രണ്ടു വർഷം മുമ്പ് ഓഗസ്റ്റ് 30നാണ് കൽബുർഗി കൊലയാളികൾക്കിരയായത്. അതേ വർഷം തന്നെയാണ് ഗോവിന്ദ് പൻസാരെ കൊല്ലപ്പെട്ടത്. അതിനും രണ്ടു വർഷം മുമ്പ് നരേന്ദ്രധബോൽക്കർ. ഈ നാലു കൊലപാതകങ്ങൾക്കുമുള്ള സമാനതഇവർ നാലുപേരും ഹിന്ദുത്വയുടെ വിമർശകരായിരുന്നുവെന്നതാണ്. വർഗ്ഗീയ വിഷം ചീറ്റുന്നവർക്കെതിരെയും അനാചാരങ്ങളും അന്ധവിശ്വാസങ്ങളും പ്രചരിപ്പിക്കുന്നവർക്കെതിരെയും ഉറച്ച നിലപാടുകളുണ്ടായിരുന്ന ഇവർ

നാലുപേർക്കും. മൂന്നു പേരുടെ വധത്തിന് പിന്നിലും സമാനതകളുണ്ടെന്ന് അന്വേഷണ ഉദ്യോഗസ്ഥർ ചൂണ്ടിക്കാട്ടിയിരുന്നു. പക്ഷേ, കൊലയാളികളുടെ കണ്ണികൾ കണ്ടെത്താൻ ഇനിയുംഅന്വേഷണ ഏജൻസികൾക്കായിട്ടില്ല. കർണ്ണാടകത്തിലെ ധാർവാദിലെ വീട്ടിൽ വെച്ചാണ് കൽബുർഗി കൊല്ലപ്പെട്ടത്. രണ്ടുകൊല്ലത്തിനിപ്പുറവും കൽബുർഗിയുടെ ഘാതകരെകണ്ടെത്തുന്നതിൽ ഭരണകൂടം ഇരുട്ടിൽ തപ്പുകയാണ്.

വിയോജിക്കാനുള്ള സ്വാതന്ത്ര്യമാണ് ജനാധിപത്യന്റെ അടിത്തറ. വിമർശിക്കാനുള്ള ഇടമില്ലെങ്കിൽ പിന്നെ സ്വാതന്ത്ര്യം എന്ന വാക്കിനെന്തർത്ഥമാണുള്ളത്. സംസാര സ്വാതന്ത്ര്യം എന്നു പറഞ്ഞാൽ സംസാരിക്കുന്നതിനുള്ള സ്വാതന്ത്ര്യം മാത്രമല്ലെന്നും സംസാരിച്ചു കഴിഞ്ഞതിനു ശേഷവും സ്വാതന്ത്ര്യമില്ലെങ്കിൽ സംസാര സ്വാതന്ത്ര്യം പൊള്ളയാണെന്നും നിരീക്ഷിച്ചത് എം എഫ് ഹുസൈൻ, പെരുമാൾ മുരുകൻ കേസുകളിൽ വിധിയെഴുതിയ ജസ്റ്റിസ് സഞ്ജയ് കിഷൻ കൗളാണ്. ഹുസൈന് ചെയ്യാനാവുന്നത് ചിത്രം വരയ്ക്കലാണെന്നും പെരുമാൾ മുരുകൻ എഴുതുകയാണ് വേണ്ടതെന്നും കൗൾ ചൂണ്ടിക്കാട്ടി. വിയോജിക്കുന്നവരെ, വിമർശിക്കുന്നവരെ സംരക്ഷിക്കാൻ

ഗോവിന്ദ് പൻസാരെ

എംഎം കൽബുർഗി

ഭരണകൂടത്തിനാവണമെന്നും അദ്ദേഹം വ്യക്തമാക്കി. മാതൊറു ഭാഗൻ എന്ന നോവലിന്റെ പേരിൽ തമിഴ്നാട്ടിലെ നാമക്കലിലുള്ള ജാതി സംഘടനകൾ പെരുമാൾ മുരുകനെതിരെ തിരിഞ്ഞപ്പോൾ പെരുമാൾ മുരുകനെ സംരക്ഷിക്കുകയാണ് ഭരണകൂടം ചെയ്യേണ്ടിയിരുന്നതെന്നും ജസ്റ്റിസ് കൗൾ അർത്ഥശങ്കയ്ക്കിടയില്ലാത്ത വിധത്തിൽ പറഞ്ഞു. മാതൊറുഭാഗൻ നിരോധിച്ച ഭരണകൂടത്തിന്റെ നടപടി റദ്ദാക്കിക്കൊണ്ട് ജസ്റ്റിസ് കൗൾ പെരുമാൾ മുരുകൻ എന്ന എഴുത്തുകാരനെ ഉയിർത്തെഴുന്നേൽപിച്ചു.

ഗൗരി ലങ്കേഷ്

പഴയ ബർമ്മയിലൂടെ (മ്യാൻമർ) നടത്തിയ ഒരു യാത്രയെക്കുറിച്ച് പ്രശസ്ത അമേരിക്കൻ എഴുത്തുകാരൻ പോൾ തെറോഎഴുതിയിട്ടുണ്ട്. അവിടെ റങ്കൂണിലെ ഒരു തെരുവിൽ തെറോയെഒരു സൈക്കിൾ റിക്ഷയിലേറ്റിക്കൊണ്ടുപോയത് അദ്ധ്യാപകവൃത്തിയിൽ നിന്നും വിരമിച്ച ഒരാളായിരുന്നു. മെല്ലിച്ച്, അവശനായ ഒരാൾ. പെൻഷൻ കാശ് വീട്ടു വാടക കൊടുക്കാൻ പോലും മതിയാവാതെ വന്നതു കൊണ്ടാണ് ആ മുൻ അദ്ധ്യാപകൻ സൈക്കിൾ റിക്ഷ ചവിട്ടാൻ തുടങ്ങിയത്. അദ്ദേഹവുമായി നടത്തിയ സംഭാഷണത്തിൽ തെറോ ഒരു കാര്യം മനസ്സിലാക്കി. രണ്ടു പേരും ജനിച്ചത് ഒരേ വർഷം ഒരേ മാസത്തിലാണ്. ആ തിരിച്ചറിവിന്റെ ഉൾക്കാഴ്ചയിൽ തെറോ ഇങ്ങനെഎഴുതി "കാലത്തിന്റെ തിരിമറിച്ചിൽ ഒന്നുകൊണ്ടു മാത്രമാണ് ഞാൻ അമേരിക്കയിൽ ജനിച്ചത്. ഇല്ലെങ്കിൽ റങ്കൂണിൽ സൈക്കിൾ റിക്ഷ ചവിട്ടുന്ന ആ മനുഷ്യൻ ഞാനാകുമായിരുന്നു. " അയാൾ ഞാൻ തന്നെയാണ് എന്ന തിരിച്ചറിവിനോളം മറ്റൊന്നില്ല. ബെംഗലൂരുവിലെ വീട്ടുമുറ്റത്ത് ചിതറിയ രക്തം ഗൗരിയുടേതു മാത്രമല്ല, നമ്മുടേതു കൂടിയാണ്. നമ്മൾ ഉൾപ്പെടുന്ന ഈ സമൂഹത്തിന്റെ ഒരു ഭാഗമാണ് ബെംഗലൂരുവിൽ ഇല്ലാതായിരിക്കുന്നത്. മണി മുഴങ്ങുന്നത് ആർക്കു വേണ്ടിയാണെന്ന് നമ്മൾ അന്വേഷിക്കേണ്ട കാര്യമില്ല.

●